नारी तू नारायणी

सायकलवरून आत्मशोधाचा प्रवास

ज्योती भक्त

शब्दांकन : प्राची जोशी-हर्षे

सकाळ प्रकाशन

सकाळ प्रकाशन

Nari tu Narayani

नारी तू नारायणी

प्रथम आवृत्ती	:	७ जून २०२६
प्रकाशक	:	सकाळ मीडिया प्रा. लि. ५९५, बुधवार पेठ, पुणे ४११ ००२
शब्दांकन	:	प्राची जोशी - हर्षे
संपादन	:	सारद मजकूर, वर्षा आठवले
मुद्रितशोधन	:	अश्विनी महाजन
मुखपृष्ठ	:	मधुमिता शिंदे
मुखपृष्ठ फोटो	:	आमोद जोशी
मांडणी	:	केशर ग्राफिक्स, अपूर्वा सेलूकर
ISBN	:	978-81-69355-01-8
संपर्क	:	९८८१५ ९८८१५ / ८८८८८ ४९०५० sakalprakashan@esakal.com

हे पुस्तक

माझ्या प्रिय आई-बाबांना

आणि

अशा प्रत्येकासाठी –

ज्याला वय, व्यावसायिक आयुष्य आणि संसार

या चौकटींपलीकडे जाऊन

स्वतःचा शोध घ्यावासा वाटतो...

ज्याला कधीतरी

आपला कम्फर्ट झोन सोडून मुक्तपणे

मुशाफिरी करावीशी वाटते...

प्रस्तावना

ज्योती भक्त यांचे 'नारी तू नारायणी' हे प्राची जोशी-हर्षे यांनी शब्दांकित केलेले पुस्तक सकाळ प्रकाशनातर्फे प्रकाशित होत आहे. हे पुस्तक म्हणजे ज्योतीताईंच्या जीवनप्रवासाची, विशेषतः त्यांनी केलेल्या सायकल भ्रमंतीची प्रेरणादायी गाथाच म्हणावी लागेल.

एका मध्यमवर्गीय कुटुंबात जन्मलेल्या ज्योतीताईंचे बालपण निसर्गरम्य काश्मीरमध्ये गेले. त्या काळात काश्मीरमध्ये अतिरेक्यांचे सावट असले, तरी तिथेच त्यांचे शालेय शिक्षण झाले. पुढील आयुष्य मात्र महाराष्ट्रात घडले. दोन मुली असलेल्या त्यांच्या कुटुंबात मुलगा-मुलगी असा कोणताही भेदभाव नव्हता. आजपासून पन्नास वर्षांपूर्वी मुलींना इतक्या आत्मविश्वासाने आणि स्वातंत्र्याने वाढवणे फार दुर्मीळ होते. परंतु त्यांच्या आई-वडिलांनी चांगल्या संस्कारांसोबतच 'तू ठरवलंस तर काहीही करू शकतेस' हा आत्मविश्वासही त्यांच्या मनात रुजवला.

शिक्षणानंतर इतर महिलांप्रमाणे ज्योतीताईंचेही लग्न झाले. एकत्र कुटुंब, त्यातील जबाबदाऱ्या, मुलाचे संगोपन आणि संसार यात त्यांचे आयुष्य रमले होते. पण एक दिवस बालपणीची सायकल आणि सायकलिंगची आवड पुन्हा जागी झाली. विशेष म्हणजे या प्रवासात त्यांना उत्तम सवंगडीही लाभले. सवंगडी फक्त बालपणातच मिळतात असे नाही, तर आयुष्याच्या प्रत्येक टप्प्यावर नवे सहप्रवासी भेटू शकतात, याची जाणीव त्यांच्या प्रवासातून होते. स्वतःचा नव्याने शोध लागावा, अशा झपाटलेपणाने त्यांनी सायकलिंगला सुरुवात केली. कुटुंबाच्या जबाबदाऱ्या सांभाळत असतानाच त्यांनी आपल्या आवडीला नवे आयाम दिले. सर्वसाधारणपणे अनेक गृहिणींना घर आणि कुटुंब हाच आपला केंद्रबिंदू वाटत असतो. 'आपल्याशिवाय घरात पानही हलणार नाही' हा भाव नकळत मनात असतो. परंतु या चौकटी मोडून ज्योतीताईंनी स्वतःसाठी एक वेगळी वाट निवडली.

नवीन सायकल घेण्यापासून सुरू झालेला त्यांचा प्रवास ५० किलोमीटर, १०० किलोमीटर अशा टप्प्यांत पुढे जात राहिला. पुढे त्यांनी पुणे ते गेटवे ऑफ इंडिया, पुणे ते सुंदरबन, पुणे ते स्टॅच्यू ऑफ युनिटी असे अनेक लांब पल्ल्याचे सायकल प्रवास पूर्ण केले. अनेक वर्षांपासून मनात घर करून असलेली नर्मदा माईची परिक्रमा त्यांनी सायकलवरून पूर्ण केली, ही तर त्यांच्या जिद्दीची परमोच्च अभिव्यक्तीच म्हणावी लागेल.

ही कहाणी केवळ सायकल प्रवासाची नाही; ती एका स्त्रीच्या आत्मविश्वासाची, जिद्दीची आणि स्त्रीशक्तीच्या सामर्थ्याची अनुभवगाथा आहे. 'मी काय करू शकते?' या प्रश्नाचे उत्तर त्यांनी आपल्या कृतीतून दिले आहे. जिद्द आणि चिकाटी असेल तर कोणतीही स्त्री अशक्याला शक्य करू शकते, हे त्यांचे आयुष्य शिकवते. इंग्लिश लेखक रिचर्ड बाख याने म्हटलं आहे -

'You are never given a Wish without being given a chance to make it true. You may have to work for it, however.'

ज्योती ताईंनी ते सिद्ध करून दाखवलं आहे.

आज मोबाईल आणि आभासी जगात रमलेल्या तरुण पिढीसाठी ही कथा प्रेरणादायी आहे. तसेच चाळीशीनंतर 'आपण आयुष्यात काहीच केले नाही' या भावनेतून नैराश्य आलेल्या महिलांसाठीही हे पुस्तक आशेचा आणि नव्या उमेदीचा दीप आहे. स्त्री मनाने जितकी खंबीर असते, तितकीच ती शरीरानेही सक्षम आणि कणखर असते, हे या अनुभवगाथेतून प्रकर्षाने जाणवते.

हे सर्व वाचताना मला माझ्या १९८५ सालच्या नाशिक ते दिल्ली सायकल सफरीची आठवण झाली. फिलिप्स कंपनीची साधी सायकल घेऊन आम्ही ४० जण राष्ट्रीय एकात्मता शिबिरासाठी दिल्लीकडे निघालो होतो. गुजरातमधील सापुतारा घाट, राजस्थानमधील त्या काळचे अत्यंत खराब रस्ते पार करत आम्ही दिल्ली गाठली. तो प्रवास नक्कीच सोपा नव्हता; पण वाटेत भेटलेल्या लोकांचे सहकार्य आणि आत्मीय आतिथ्य आम्हाला भारावून टाकणारे होते.

अगदी हाच अनुभव नर्मदा परिक्रमेदरम्यानही आला. सायकलवरून नर्मदा परिक्रमा करत असताना ज्योतीताई एकदा नर्मदालयात आल्या होत्या. त्यांच्याशी संवाद साधताना जाणवले की जिद्दीच्या बाबतीत आमची जातकुळी एकच आहे.

त्यांची ही प्रेरणादायी कहाणी नव्या पिढीला निश्चितच ऊर्जा आणि दिशा देईल, याबद्दल शंका नाही. त्यांच्या पुढील सर्व उपक्रमांसाठी मनःपूर्वक शुभेच्छा!

प्रव्राजिका विशुद्धानंदा
(सुश्री भारती ठाकुर)
सचिव
निमाड़ अभ्युदय, लेपा पुनर्वास

मनातले शब्द

हे आयुष्य इतक्या वेगाने पुढे जात असतं की आपण आपल्यालाच हरवून बसतो. घर, नोकरी, जबाबदाऱ्या, नातेसंबंध – या सगळ्यात रमून जाताना आपण स्वतःच्या आनंदाचा, स्वप्नं बघण्याचा आवाज विसरून जातो. पण काही अनुभव असे येतात, की हे सगळं धुकं बाजूला होतं, आतला आवाज कानावर पडतो, आपण त्याला प्रतिसाद देतो आणि मग मनाशी थेट संवाद घडतो.माझ्यासाठी हा अनुभव म्हणजे सायकलिंग. हो, साधीशी दोन चाकांची सायकल – पण तिच्या हँडलला धरून मी पुन्हा माझ्या आतल्या आवाजाशी, माझ्या लहानपणीच्या आठवणींशी, जडणघडणीशी, माझ्या धडपडीशी जोडली गेले.

हो गोष्ट आहे एका स्त्रीची – जी मुलगी होती, मग आई झाली, नोकरदार झाली, जबाबदाऱ्यांची गिरकी घेत राहिली... आणि अखेर स्वतःकडे परत फिरली. हा प्रवास केवळ सायकलचा नाही, तर स्वतःच्या शोधाचाही आहे. सायकल चालवताना हृदयाची धडधड आणि सायकलच्या चेनचा एक लयबद्ध आवाज या सगळ्याच्या मिश्रणातून एक वेगळीच समाधी अवस्था प्राप्त होते. तिथे जगण्याचा कोणताही कोलाहल नसतो केवळ निखळ शांतता मनात भरून रहाते. तिच्या ओढीने मी पुन्हा पुन्हा सायकल मोहीमेवर निघते. सायकल मला जाणवून देते की तुझ्यात अजूनही जगण्याचं धाडस आणि स्वप्नं पाहण्याची उर्मी आहे.

म्हणून हे अनुभव तुम्हा सर्वांबरोबर वाटून घ्यावेसे वाटत आहेत. न जाणो कदाचित, तुमच्या आत दडलेली, चाकोरीतलं आयुष्य थोडं बाजूला ठेवून मुक्तपणे अनुभव घ्यायला असुसलेली व्यक्ती अशीच तुम्हालाही कुठेतरी खुणावत असेल...

ज्योती भक्त

मनोगत

'नारी तू नारायणी'च्या लिखाणातून मला निखळ आनंद मिळाला. ज्योतीताईंना मी साधारण २००६पासून ओळखते. त्यांचा कॉर्पोरेटमधला प्रवास असो किंवा हा सगळा सायकल प्रवास, ट्रेकिंग – हे जवळून पाहण्याची संधी मला मिळत होती. मी त्यांना कायमच एक प्रेरणा म्हणून पाहत आले आहे आणि पुढेही पाहत राहीन. हातात घेतलेलं कोणतंही काम त्या अत्यंत सुरेख रीतीने पूर्ण करतात. हटके रेसिपी, उत्कृष्ट भरतकाम, विणकाम, क्रोशे, आपल्या सैनिकांसाठी राख्या विणून पाठवणं, पेंटिंग, ... किती सांगावं असं होतं.

ज्योतीताई परिक्रमेहून परत आल्यावर आम्ही एक छोटासा घरगुती मुलाखतीचा कार्यक्रम केला. त्यांच्याशी संवाद साधताना आणि त्यांची कथा ऐकताना मला तीव्रतेने वाटलं, की हा सगळा प्रवास शब्दबद्ध नक्कीच केला पाहिजे. कारण ही केवळ सायकल प्रवासाची किंवा परिक्रमेची कहाणी नाही; तर ही एका स्त्रीच्या स्व-शोधाची कहाणी आहे.

स्त्री म्हणून आपण समाजाने लादलेल्या किंवा अनेकदा स्वतःच स्वतःवर लादलेल्या बंधनांमध्ये अडकलेलो असतो. काही बंधनं खरंतर सोडता येण्यासारखी असतात, पण आपण ती तोडायला धजावत नाही; कारण त्यांच्या असण्यातून आपला एक कदाचित कम्फर्ट झोन तयार झालेला असतो. काही गोष्टी आपण सोडायला पाहिजेत हे आपल्याला कळत असूनही, त्या पकडून ठेवायचा आटापिटा करतो. आपलं स्वातंत्र्य, आपला मुक्तपणा, आपला स्व-शोधाचा प्रवास सुरू करण्याचं धाडस हे आपण फार क्वचित करतो. हेच धाडस मला या प्रवासात दिसलं आणि मला खुणावू लागलं.

नर्मदा मैयाविषयी लिहिण्याची संधी मिळणं ही माझ्यासाठी भाग्याची गोष्ट आहे. घरात पुस्तक वाचनाची समृद्ध संस्कृती आहे. त्यामुळे शाळकरी वयात गो. नी. दांडेकर लिखित 'कुण्या एकाची भ्रमणगाथा' हे पुस्तक वाचताना नर्मदा मैया आणि तिच्या भोवती असलेल्या कथा व संस्कृती यांची नकळत ओढ मनात निर्माण झाली. शाळकरी वयात वाचलेलं हे पुस्तक पुढे आयुष्याच्या अनेक टप्प्यांवर पुनःपुन्हा वाचत गेले. त्याचबरोबर जगन्नाथ कुंटे, भारतीताई ठाकूर यांसारख्यांची परिक्रमेवरची पुस्तकं, ध्रुव भट्ट यांचं 'तत्त्वमसि', चितळे माईंचे युट्यूबवरील व्हिडिओ – या सगळ्यांमधून नर्मदा मैया सतत वाचनातून, ऐकण्यातून आयुष्यात येत राहिली.

माझी मुलगी भोपाळला शिकायला असल्यामुळे होशंगाबाद आणि जबलपूर येथे आवर्जून नर्मदा मैयाचं दर्शन झालं होतं. कधी ना कधी आयुष्यात परिक्रमा करायची संधी नर्मदा मैयाने द्यावी, ही एक आंतरिक इच्छा मनात आहेच! या सगळ्या लिखाणामुळे ज्योतीताईंबरोबर लिखाणातून का होईना, एक परिक्रमा अनुभवण्याची संधी मला मिळाली. खरंतर हा सायकलप्रवास ऐकताना - लिहिताना भारताचा बराच भाग मी त्यांच्या नजरेतून पाहिला, असं म्हणणं योग्य ठरेल. नदी आणि तिच्या भोवती बहरणारं आयुष्य, तिने जन्माला घातलेली आणि दीर्घ काळ टिकून राहणारी संस्कृती, माणसाने माणूस म्हणून कसं असावं याचं भान ठळक होणं – असा कितीतरी खजिना माझ्या पदरात पडत गेला.

लिहिता-लिहिता अनेकदा मी भावविवश झाले. स्वतःला सतत आठवण करून द्यावी लागली, की हा ज्योतीताईंचा प्रवास आहे आणि तो कागदावर मांडणारी मी फक्त एक माध्यम आहे. माझ्या भावना किंवा विचार यात मिसळण्याऐवजी, त्यांच्या भावना आणि विचार समजून घेऊन ते शब्दांत उतरवणं हीच माझी भूमिका होती.

परिक्रमेचा शेवटचा दिवस आला आणि लेखनप्रवास संपला तेव्हा जी पोकळी मनात निर्माण झाली, ती शब्दांत मांडणं कठीण आहे; मनाने खूप गुंतून गेले होते, सहज स्वसंवाद व्हायचा लिहिता-लिहिता, आश्रम-घाट-माणसं उभी राहत जायची डोळ्यांपुढे....

हा प्रवास शब्दबद्ध करताना एक गाणं सतत मनात घोळत होतं –

यह होसला कैसे झुके, यह आरज़ू कैसे रुके
मंजिल मुश्किल तो क्या, धुधंला साहिल तो क्या
तनहा ये दिल तो क्या यह होसला कैसे झुके

ज्योतीताईंचं धाडस, त्यांचा ठाम निश्चय, आव्हानं हसतमुखाने स्वीकारण्याची तयारी – हे सगळं या ओळींत मला ठळकपणे जाणवत होतं.

या आनंदयात्रेत मला सामावून घेतल्याबद्दल मी ज्योतीताईंच्या कायम ऋणात राहीन. नर्मदा मातेने जशी ही छोटीशी सेवा माझ्याकडून करून घेतली, तसाच तिने असा स्व-शोधाचा प्रवास करायला मलाही बळ द्यावं – हीच तिच्या चरणी प्रार्थना.

प्राची जोशी-हर्षे

एका जिद्दी प्रवासाची 'आई'पण गाथा

नर्मदा परिक्रमा... हे केवळ एक नाव नाही, तर एक अनुभूती आहे! पण माझ्यासाठी हा प्रवास केवळ एका पुस्तकाची पाने नाहीत, तर माझ्या आईच्या अस्तित्वाचा, तिच्या संघर्षाचा, आणि तिच्या अफाट जिद्दीचा जिवंत दस्तऐवज आहे. लहानपणापासून मी आईला फक्त 'आई' म्हणून पाहिलं. घर सांभाळणारी, नोकरी करणारी, माझ्या गरजा पूर्ण करणारी, आणि माझ्या प्रत्येक सुखासाठी स्वतःचे कष्ट विसरणारी एक साधी स्त्री! पण या साध्या रूपामागे एक हिमालयासारखी कणखर स्त्री दडलेली आहे, याची जाणीव तिचा हा प्रवास पाहताना पदोपदी होत गेली.

माझं बालपण घडवताना आईने स्वतःच्या कितीतरी इच्छांना मुरड घातली असेल. माझं शिक्षण, करिअर आणि घराची जबाबदारी सांभाळताना तिने स्वतःचं आकाश कधी शोधलंच नाही. मध्यमवर्गीय संघर्षात अनेकदा पदरी निराशा आली असेल, थकवा आला असेल; पण तिच्या चेहऱ्यावरचं हसू कधी मावळलं नाही. माझ्यासाठी ती 'प्रेमळ आई' होतीच; पण स्वतःसाठी ती एक 'योद्धा' होती, हे मला उशिरा उमजलं.

लोक म्हणतात, पन्नाशीनंतर माणसाने विसावा घ्यावा. पण माझ्या आईने वयाच्या ५३व्या वर्षी हातात सायकल धरली. ज्या वयात लोक आरोग्याच्या तक्रारी करतात, त्या वयात तिने नर्मदा मैयाची ३,००० हून अधिक किलोमीटरची खडतर परिक्रमा सायकलवरून पूर्ण करण्याचा निश्चय केला. ५८ वर्षांची ही 'तरुणी' जेव्हा सायकल चालवत घाटांमधून, जंगलांतून आणि ऊन-पावसातून पुढे जात होती, तेव्हा तिचा तो वेग पाहून माझं मन अभिमानाने भरून येत होतं! हे पुस्तक केवळ एका यात्रेचे वर्णन नाही, तर एका आईने स्वतःला नव्याने शोधल्याचा प्रवास आहे. स्वयंपाकघरातील लाटणं ते सायकलच्या हँडलपर्यंतचा तिचा हा प्रवास सोपा नव्हता. पण तिने ते करून दाखवला! आज ती एक 'उत्कृष्ट सायकलपटू' म्हणून जेव्हा उभी राहते, तेव्हा ती केवळ माझी आई राहत नाही, तर ती हजारो स्त्रियांसाठी एक प्रेरणा बनते.

आई, तुझा हा 'नर्मदे हर'चा जयघोष आमच्या सर्वांचा आयुष्यात कायम चैतन्य निर्माण करत राहील. तू माझंच नाही तर संपूर्ण कुटुंबाचं नाव रोशन केलं आहे. तू केवळ परिक्रमा पूर्ण केली नाहीस, तर 'वय हे फक्त एक आकडा असतो' हे सिद्ध केलंस! हे पुस्तक म्हणजे तिच्या कष्टाचा दरवळ आणि नर्मदा मातेचा आशीर्वाद आहे. आई, तुझं हे कर्तृत्व शब्दांत मांडणं कठीण आहे; पण तुझा हा प्रवास जगासमोर येणं तितकंच गरजेचं आहे.

तुझा अभिमान वाटणारा, तुझा मुलगा

शार्दूल भक्त

अनुक्रमणिका

ज्योती यांच्या सायकल प्रवासातील फोटो आणि व्हिडीओ पाहण्यासाठी
दिलेला QR Code Scan करा.

पाया

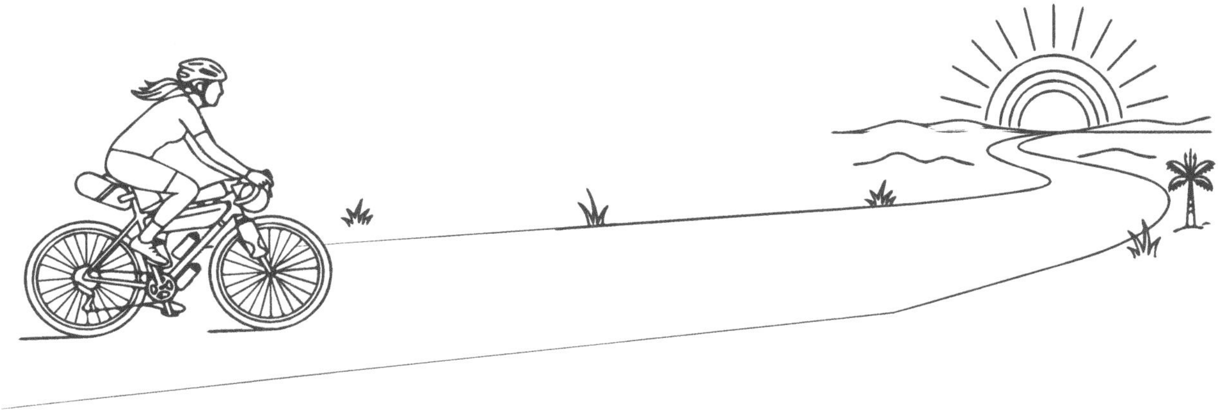

सायकलवर बसून भटकायला लागल्यावर जाणवलं : शरीर चालतं तसं मनही चालतं; प्रवास करताना थकतं, सावरतं, हलकंही होतं; आणि कधीकधी सगळं मागचं पुन्हा नव्यानं समजायला लागतं.

आज मी जे काही आहे – एक आई, एक पत्नी, एक सायकलप्रेमी आणि परिक्रमा पूर्ण केलेली – हे जे काही मी बनत गेले आणि अजूनही जी वाट मी चालते आहे, ती मला लाभलेल्या भक्कम 'पाया'वर!

तो पाया मला मिळाला माझ्या लहानपणी.

आई-बाबांनी घडवलेला, नानाविध अनुभवांनी परिपूर्ण, आणि काही काळ अवंगुठनात गेलेला तो काळ... तो पाया, सायकलवरून लांबलांब अंतरं पार करत असताना, एव्हरेस्ट बेस कॅम्प, माऊंट किलीमांजारो यासारखे खडतर ट्रेक करताना, मला सातत्याने आठवतो. माझी स्वतःशीच भेट घडवून आणतो आणि धीटपणे नवीन प्रवासाला जायला पालवत राहतो.

आणि मग मला तो 'पाया' पुन्हा लिहावासा वाटतो – तुमच्यासाठी; पण मुख्यतः माझ्यासाठीच!

बाबा... म्हणजे दिगंबर महिंद्रे. माझ्या आयुष्यातली अशी व्यक्ती, ज्यांच्यामुळे आयुष्याकडे बघायचा दृष्टिकोन मला मिळाला. ते माझे वडील होते, पण त्यापेक्षा जास्त – ते माझे गुरू होते, सखा होते, मार्गदर्शक होते.

अकोल्याजवळच्या एका छोट्याशा गावातून आलेले बाबा, खादी ग्रामोद्योगामार्फत मधमाशी पालनाचं प्रशिक्षण घेऊन त्या क्षेत्रात उतरले. जिथे इतरांना फक्त एक व्यवसाय दिसला, तिथे त्यांनी एक जीवनदृष्टी

पाहिली. त्यांना या क्षेत्राची इतकी गोडी लागली, की या विषयातलं पुढचं शिक्षण घेण्यासाठी ते अमेरिकेच्या लुईझियाना विद्यापीठात गेले.

१९५४चा तो काळ. परदेशात जाणं हे त्या काळी आजच्याइतकं सोपंही नव्हतं. पैसा, ओळख, माहिती या सर्वांचीच वानवा! पण त्यांच्यासाठी हे केवळ शिक्षण नव्हतं, तर एका आगळ्यावेगळ्या संधीचा, आत्मविश्वासाचा आणि स्वप्नांचा भाग होता. तिथे त्यांनी राणी मधमाशीच्या पैदाशीवर, संगोपनावर संशोधन केलं. सहा वर्षं हे काम करत त्यांनी नाव कमावलं. अमेरिकेत नोकरीची संधीही त्यांना मिळाली; पण बाबा अमेरिकेत राहिले नाहीत. कारण सेवाग्राममध्ये राहून गांधीवादी विचार त्यांच्या हृदयात खोलवर रुजलेले होते. मिळवलेलं आधुनिक ज्ञान आपल्या देशासाठी उपयोगात आणण्याचा निर्णय त्यांनी घेतला.

ते केवळ शास्त्रज्ञ नव्हते, तर प्रयोगशील शेती आणि मधमाशी पालन या क्षेत्रात नवनवीन वाटा शोधणारे विचारवंत होते. इस्रायल (Israel)मध्येही त्यांनी मधमाशी पालन विषयात विशेष प्रशिक्षण घेतलं. परदेशी शिक्षणामुळे विषयातलं अत्याधुनिक ज्ञान तर मिळालंच; पण त्याहीपेक्षा महत्त्वाचं – त्यांच्या आयुष्यविषयक दृष्टिकोनात मोकळेपणा, विशालपणा आला; ज्याचा खोलवर परिणाम आमच्यावर एक कुटुंब म्हणून, एक व्यक्ती म्हणून घडताना झाला.

लग्नानंतर त्यांनी माझी आई – सुमन हिलाही शिक्षण पूर्ण करायला प्रोत्साहन दिलं. आईने १९६३मध्ये माँटेसरीचं ट्रेनिंग पूर्ण केलं. आम्हां दोघी मुलींनाही त्यांनी सजगतेने आणि मुक्तपणाने वाढवलं. अगदी बुलेटसारखी बाईक चालवायलाही शिकवलं. मन खंबीर करण्यासाठी, विचार प्रगल्भ करण्यासाठी सतत काहीतरी नवं देत राहिले.

बाबा स्वतः उत्तम फोटोग्राफर होते. कॅनन, निकॉन, पेट्री, बाल्डा यांसारख्या कंपन्यांचे उत्तम कॅमेरे (रोलचे) त्यांनी हौशीने घेतलेले होते. त्यावर स्वतःच्या कामाचे फोटो तर ते काढत असतच; पण आमचेही फोटो अतिशय आवडीने काढत असत. अगदी माझ्या आणि स्वातीच्या लग्नाचे फोटोही बाबांनीच काढले होते. आम्हांला कधीही फोटो काढून घ्यायची इच्छा झाली तर बाबा लगेच उत्साहाने फोटो काढायला तयार! घरी स्वतःच फिल्म डेव्हलप करून, एनलार्जर लावून फोटोच्या कॉपीज तयार व्हायच्या. आम्ही त्या प्रक्रियेकडे जणू जादू पाहावी तशी पाहायचो. या सगळ्यांत नकळत एक सौंदर्यदृष्टी तयार होत गेली आणि तिचा उपयोग माझ्या CAD डिझाईनच्या कामात तर झालाच; पण जेव्हा कुणी सहज म्हणतं, 'ज्योती, साधीच; पण किती सुरेख आहे ग तुझी साडी!' किंवा 'खाद्यपदार्थांच्या चवीबरोबरच त्याचं प्रेझेंटेशन ही उत्तम आहे ग तुझं!', तेव्हा तेव्हा मला आई-बाबांनी दिलेल्या या दृष्टीची जाणीव होते.

बाबांची नोकरी केंद्र सरकारची होती. त्यामुळे साहजिकच बदल्या व्हायच्या. १९७१मध्ये बाबांची बदली चक्क श्रीनगरला (काश्मीर) झाली. मी तेव्हा जेमतेम चार वर्षांची होते आणि माझी बहीण स्वाती सहा वर्षांची. एक तरुण मराठी माणूस, पत्नी आणि दोन लहान मुली – अशा कुटुंबासह काश्मीरमध्ये राहायला जाणं हे त्या काळात फार धाडसाचं होतं.

अशांत वातावरणाच्या जोडीला हिमालयातली प्रचंड थंडी,जी महाराष्ट्रात राहिल्याने अगदीच अपरिचित होती, तिला तोंड देणं फार कठीण होतं. आम्ही श्रीनगरला ऑक्टोबर १९७१मध्ये, म्हणजे अगदी थंडीच्या काळात गेलो. नोकरी नवीन, पैसे जेमतेम; त्यामुळे थंडीसाठी गरम कपडे, ब्लँकेट्स, रजया अशा आवश्यक गोष्टी KVIC वूलन यूनिटमधून आम्ही हप्त्यावर घेतल्या होत्या!

बालपणीचा काळ सुखाचा

काश्मीरच्या नंदनवनात आई, बाबा, स्वाती आणि मी (बॉयकट मधली)

काश्मीरचे दिवस: शाळा आणि मित्रमैत्रिणी

काश्मीरच्या नंदनवनात आई, बाबा, स्वाती आणि मी (बॉयकट मधली)

डिसेंबर १९७१मध्ये भारत-पाक युद्धही आम्ही तिथे अनुभवलं. मी लहान असल्याने फार आठवत नाही पण लष्कराचे पेट्रोलिंग, सतत वाजणारे सायरन, ब्लॅक आऊट्स हे सगळं धूसर आठवतं.

दोन लहान मुली घेऊन, घरापासून दूर राहणं हे ५५ वर्षांपूर्वी किती अवघड गेलं असेल आई-बाबांना हे आता जास्त जाणवतं. पण बाबा घाबरणाऱ्यांतले नव्हते. १३ - १४ वर्षांच्या या दीर्घ काळच्या श्रीनगर वास्तव्यामुळे आम्ही दोघी बहिणी, एका खूप वेगळ्या वातावरणात मोठ्या झालो. काश्मीर तेव्हा खूपच अशांत होतं; पण घरच्या वातावरणामुळे आणि आई-बाबांच्या कामामुळे आम्हांला तिथे भीती वाटली नाही. आजही काश्मीरच्या आठवणी माझ्या हृदयात मी जपून ठेवल्या आहेत; नव्हे, त्या माझ्या व्यक्तिमत्त्वाचा भाग आहेत.

श्रीनगरच्या नॅशनल हायस्कूलमध्ये माझं संपूर्ण शालेय शिक्षण झालं. शाळेत ॲडमिशन घ्यायला गेलो तेव्हा प्रिन्सिपॉलशी बोलताना कळलं, की त्यांना सीनिअर आणि ज्युनिअर के.जी. सुरू करायची आहे. आई मॉंटेसरी-प्रशिक्षित आहे म्हणून समोरून नोकरी चालून आली आणि आईसुद्धा शिक्षिका म्हणून त्याच शाळेत रुजू झाली.

या शाळेचाही माझ्या घडणीत मोठा वाटा आहे. शाळेत सर्व खेळांमध्ये आम्ही भाग घ्यायचो. खो-खो, टेबल टेनिस, इंटरस्कूल सायकलिंग स्पर्धा, शंकराचार्य हिलपर्यंत होणारी क्रॉस कंट्री रेस; आणि शिवाय विविध सांस्कृतिक कार्यक्रम अशा कितीतरी गोष्टी आम्हांला घडवत होत्या. वाद-विवाद स्पर्धेत (Debates) स्वातीचा कायम पहिला नंबर असायचा.

शाळेत असताना मी आमच्या बॅडमिंटन संघाची कॅप्टन होते. तेव्हा दर वर्षी आंतरशालेय बॅडमिंटन स्पर्धा होत असे आणि त्यात आमचा संघ भाग घेत असे. त्यातल्याच एका स्पर्धेत माझ्या नेतृत्वाखाली आमच्या शाळेच्या संघाने विजेतेपदाची ढाल पटकावली होती.

शाळेत आम्हांला उत्तम संगीतही शिकायला मिळायचं. आमच्यासाठीच्या खास संगीतवर्गात हार्मोनियम, लोकगीतं असं खूप काही घेतलं जायचं. काश्मीरच्या सुप्रसिद्ध गायिका – कैलाश मेहरा या जातीने आमच्यावर संगीत संस्कार करायच्या. त्यांना जम्मू विकास संस्थेने 'मलिका-ए-गझल' म्हणून गौरवलं आहे. काश्मिरी, उर्दू, पंजाबी, फारसी, भदरवाही, हिंदी अशा अनेक भाषांत त्यांची गाणी प्रसिद्ध आहेत. पंचाहत्तरीच्या घरातल्या कैलाश दिदी आजही जम्मूला राहतात. त्या काळात त्यांच्याकडून शिकणं ही एक पर्वणीच वाटायची. आजही ते संगीत आणि त्यांची शिकवण्याची पद्धत मनात ताजी आहे.

शाळा, खेळ, संगीत – सगळ्यांच गोष्टी हातात हात घालून चालत होत्या. त्या काळात गाड्या शिकायचा, हातात घेऊन पहिल्यांदा स्टार्ट करायचा अनुभवही तसाच खास होता! बाबांनी त्या काळी आम्हांला बाईक चालवायला शिकवली होती. 'वो बाईक चलाने वाली लडकियाँ' म्हणून आम्ही प्रसिद्ध होतो. बाबांच्या मित्रांकडेदेखील बाईक होत्या. मित्र डॉ. तोजींकडे येझदी होती. पाध्ये काका – जे अजूनही कुंजीरवाडीत राहतात – त्यांच्याकडे राजदूत होती. धुपकर काकांकडे लॅम्बरेटा, तर अरविंद भैयाकडे व्हेस्पा स्कूटर होती.

ही मंडळी घरी आली की मला आणि स्वातीला लगेच त्यांच्या किल्ल्या मिळायच्या – चक्कर मारायला! गाडी फिरवून आणल्याशिवाय आमचं समाधानच व्हायचं नाही. बाबांकडे रॉयल एनफील्ड क्रुसेडर होती. मला आठवतं... मी गाडी शिकत असताना मला दोन गोष्टी जमायच्या नाहीत – पाय खाली टेकत नव्हते आणि गाडी किक स्टार्ट करणे (तेव्हा ऑटो स्टार्ट गाड्या नव्हत्याच)! पण बाबा यात मला मदत करायचे. गाडी तेच सुरू करून द्यायचे. मग मी गाडीवर बसायचे. गाडी थांबवायची असली की मी त्यांना थोडं आधीपासून सांगायचे,

''बाबा, गाडी थांबवा!'' मग ते पाय टेकवून गाडी थांबवायचे. असं असतानाही 'बाबा आहेत बरोबर, ते घेतील सांभाळून' या विश्वासवर मी बिनधास्त गाडी चालवायचे... आणि याच विश्वासावर मी पुढे कारसुद्धा चालवायला लागले! सांभाळून घ्यायला कुणी आहे म्हटल्यावर आपण अवघड गोष्टीसुद्धा सहजपणे करतो.

थोड्या काळानंतर माझे पाय खाली टेकायला लागले; पण किक काही मारता यायची नाही. एकदा मी बाबांना सांगितलं, ''आज मी एकटीच जाते चक्कर मारायला.... मी वाटेत गाडी अजिबात थांबवणार नाही!'' या बोलीवर गाडी घेऊन मी एकटी बाहेर पडले. पण थोड्याच वेळात गाडी बंद पडली! नक्की काय बिघाड आहे हे समजेना. किक तर मारता येतच नव्हती. शेवटी कशीबशी गाडी ढकलत घरी आले. बाबा फक्त हसले आणि म्हणाले, ''गाडी रिझर्व्हला आली आहे.''

तेव्हा लक्षात आलं, की गाडी नुसती चालवणं जमलं की झालं असं नव्हे; तर तिची थोडीतरी तांत्रिक माहिती आपल्याला असायला पाहिजे. नंतरच्या काळात सायकल चालवताना तिची तांत्रिकदृष्ट्या व्यवस्थित माहिती करून घेणं ही गोष्ट मी आवर्जून पाळली. हे सगळं त्या काळात आमचं खूप मोठं शिक्षण होतं. आज वाटतं... आम्ही सगळ्या प्रकारच्या गाड्यांवर बसलो – येझदी, राजदूत, चेतक, व्हेस्पा, लॅम्बरेटा – आणि त्या गाड्यांसारखंच आमचं बालपणही वेगात पुढे सरकत गेलं.

शाळेत असताना भर थंडीत आम्हांला सुट्ट्या असायच्या. डिसेंबर ते साधारण मार्च पहिला आठवडा असे अडीच-तीन महिने आम्ही घरी असायचो. वर्षआड आम्ही या सुट्टीसाठी महाराष्ट्रात यायचो. श्रीनगरमध्ये घालवलेल्या या सुट्ट्यांच्या आठवणी माझ्यासाठी अनमोल खजिना आहे.

हिवाळी सुट्टीत बाबाही बऱ्यापैकी घरी असायचे. कारण बर्फवृष्टी सुरू असल्याने ॲपियरी (apiary) बंदच असायची. वसंत ऋतू येईपर्यंत त्यांच्या मधमाश्यांच्या पेट्या अगदी नीट बांधून ठेवलेल्या असायच्या. ही सुट्टी म्हणजे व्यक्तिमत्त्व विकासाची संधीच असायची. चेस, विविध मेमरी गेम्स तर आम्ही खेळायचो; पण अजून एक आकर्षण म्हणजे, बाबांचा रेमिंग्टन टाइपरायटर. तो टाइपरायटर बाबा आम्हांला वापरायला द्यायचे. आम्ही योग्य प्रकारे टायपिंग शिकलं पाहिजे यावर त्यांचा कटाक्ष असायचा. तसंच उत्तम इंग्लिश वाचन - लिखाण आम्ही केलं पाहिजे यासाठीही ते आग्रही असायचे. बाबांमुळे इंग्लिशशी मैत्री पक्की झाली, तर आईमुळे मराठीशी नाळ जोडलेली राहिली.

माझ्या व्यक्तिमत्त्वाची घडण होण्यात आईचा वाटा फार मोठा आहे. कारण माझ्या आयुष्याचा, भावविश्वाचा भक्कम आधारस्तंभ म्हणजे माझी आई! तिचं सामर्थ्य तिच्या स्वाभाविक शांतपणात होतं. आयुष्यात कितीही अडचणी आल्या तरी ती कधी डगमगली नाही, कधी तक्रार केली नाही. तिला पाहताना मी नकळत, चिकाटी आणि हार न मानण्याची कला शिकत गेले. ती नेहमी माझ्या पाठीशी उभी राहिली – माझ्या यशाचा आनंद साजरा केला, अपयशात धीर दिला. तिचं निःस्वार्थ प्रेम आणि पाठबळामुळेच मला नवे प्रयोग करण्याची आणि स्वतःचं मत ठामपणे मांडण्याची हिंमत मिळाली. तिने मला करुणा, प्रामाणिकपणा आणि गोड बोलण्याचं महत्त्व शिकवलं. आज मी जी आहे, ती तिच्या प्रेमामुळे आणि शिकवणीमुळेच याची मला खोलवर जाणीव आहे. आईविषयी कितीही सांगितलं तरी कमीच आहे.

आई-बाबांबरोबर दिवस मजेत जात होते. श्रीनगरमधल्या रेसिडेन्सी रोडवर मला आठवतंय त्याप्रमाणे अगदी एकमेव असं सॉफ्टी आइसक्रीम मिळणारं दुकान होतं. मला आणि स्वातीला ते आइसक्रीम खायला फार

आवडायचं. हिवाळ्यात मात्र आइसक्रीम मिळणं अशक्यच होतं. तेव्हा बाबा मस्त शक्कल लढवायचे. बर्फवृष्टी सुरू झाली की पसरट भांडं बाहेर नेऊन ठेवायचे. त्यात तो शुभ्र बर्फ गोळा व्हायचा. मग तो बर्फ, मिल्क पावडर, दूध, साखर, इसेन्स असं कायकाय मिसळून आम्ही आमच्यापरीने आइसक्रीम तयार करून त्याचा आनंद घ्यायचो.

बर्फात खेळताना स्नो-मॅन तयार करणं हे तर आम्हां दोघींना फारच आवडायचं. कोळशाने त्याला डोळे काढणं, गाजर वापरून त्याचे ओठ रेखणं आणि एक रंगीत टब त्याच्या डोक्यावर टोपी म्हणून त्याला घालणं यात आम्ही अगदी रंगून जायचो. स्नो-मॅनच्या डोक्यावर आम्ही ते ते वर्षदेखील कोळशाने लिहून ठेवायचो. आमच्या प्रत्येक वर्षीच्या स्नो-मॅनचे बाबांनी आवर्जून फोटो काढून ठेवले आहेत. आजही ते फोटो बघताना मी अगदी सहजच श्रीनगरमधल्या त्या मनोहारी दिवसांमध्ये जाऊन पोहोचते.

थंडीतलीच आमची अजून एक आवडती गोष्ट म्हणजे बर्फाळ रस्त्यांवरून चालणे! केव्हा केव्हा संध्याकाळी बर्फवृष्टी सुरू व्हायची; इतकी, की ती बघताना जाणवायचं किमान १०-१२ तास ती काही थांबणार नाही. बर्फवृष्टीच्या जोडीला येणारी एक नीरव शांतता सगळीकडे भरून राहायची. मग आमचा दुसऱ्या दिवशी सकाळचा भटकंतीचा बेत सुरू व्हायचा.

सकाळी आवरून, नाश्ता करून मी आणि स्वाती बाबांबरोबर बाहेर पडायचो. अंगात भरपूर गरम कपडे आणि बाबांकडे त्यांचा कॅमेरा... सगळे रास्ते हिमाने आच्छादून गेलेले असायचे... झाडांच्या फांद्यांवर जमलेले हिमकण तर अगदी गोड फुलांसारखे वाटायचे... झाड थोडंसं हलवलं की पडणारे ते बर्फ-तुषार झेलण्याची मजा काही औरच होती! त्या तशा रस्त्यांवरून, झाडांच्या खालून कितीतरी तास आम्ही तिघे निवांतपणे चालत राहायचो.

काश्मीरमधलं हे जग अजूनही आठवणींत ताजं - टवटवीत आहे. ते आठवताना वर्तमानातले सगळे हवे-नकोसे विचार मागे पडतात. मनावर सुखद तरंग उमटत राहतात. किती समृद्ध बालपण आई-बाबांनी आणि काश्मीरने मला दिलंय याची वारंवार जाणीव होते, आणि नकळत एक स्मित तरळून जातं!

❋ ❋

वाट शोधताना...

माझं शालेय शिक्षण संपताना बाबांची बदली नैनिताल इथे झाली, म्हणून आई, स्वाती आणि मी अशा तिघी आम्ही इंदूरला आलो. आई-बाबांनी इंदूरला १९६५मध्ये बंगला बांधला होता, त्यामुळे राहायची सोय होती, ओळखीची मंडळी होती. मग कॉलेजचं शिक्षण - बीएससी (फिजिक्स) इंदूरला पूर्ण केलं. वय विशीचं होतं, त्या काळाप्रमाणे, लग्नाचं! १९८७मध्ये पुण्याच्या संजय भक्त यांच्याशी विवाह झाला. सासू-सासरे, दोन थोरले दीर-जावा, मोठं आणि एकत्र कुटुंब. पारंपरिकतेच्या चौकटीत जीव रमवण्याचा प्रयत्न सुरू झाला. घरचे सर्व छान होते. पण, थोडक्यात म्हणजे, ज्या मोकळेपणात लहानपण गेलं, ते इथं मिळालं नाही; तरीही घर, संसार, जबाबदाऱ्या – यांच्यात समजूतदारपणे वागत राहिले.

नंतर मुलगा – शार्दूल – झाला आणि मी त्याच्या संगोपनात गुंतले. आईपण ही भूमिका पूर्ण वेळ जगत होते. शार्दूल तीन वर्षांचा झाल्यावर मात्र नोकरी करण्याचा विचार डोकावला. तेव्हा आम्ही तिघे पिंपरी (पुणे) मध्ये राहत होतो. घरी शार्दूलला एकटं ठेवणं शक्य नव्हतं. त्याच्या शाळेच्या वेळात बसणारी नोकरी शोधत असताना इंडियन कार्ड क्लोदिंग कंपनीमध्ये काम करायची संधी मिळाली. त्या काळी (१९९३-९४) कम्प्युटर क्षेत्राची घोडदौड सुरू झाली होती आणि अशा काळात कॅड (CAD) डिझाइनिंगमध्ये काम करायला मिळणं ही फार मोठी गोष्ट होती. काम करायला खरोखर मजा येत होती. सकाळी ७ ते ३ ची शिफ्ट – आणि शार्दूलची शाळाही त्या वेळात! सुरळीत रुटीन सुरू झालं. कंपनीमध्ये समवयस्क सुहृद मिळाले. भरभरून काम आणि मजा करण्याचे सोनेरी दिवस होते.

नुकतीच जेव्हा मी नर्मदा परिक्रमा पुरी केली तेव्हा या सगळ्या सुहृदांनी माझ्यासाठी खास कार्यक्रम आयोजित करून किती कौतुक केलं! 'भाग्यवान आहे मी' याची पुन्हा एकदा खात्री पटली.

घर, नोकरी, मुलगा – सगळं जमत होतं; पण मनातली माझी 'मी' कुठंतरी हरवले होते. आई आणि गृहिणी या भूमिकांमध्ये रमणं, जबाबदाऱ्या निभावणं – यात मी माझ्या बाईक चालवण्याच्या, सायकलिंगच्या, खेळाच्या आठवणी विसरत गेले. कालचक्र फिरतच होतं. मधल्या काळात आई गेल्यानंतर बाबा आमच्यासोबत राहायला आले. माझी धावपळ बघून बाबा अगदी सहज विचारायचे – ''मी तुला सकाळी कणीक मळून ठेवू का ग!'' ''भाजी तरी चिरून ठेवू का?''

त्यांचं हे बोलणं माझ्यासाठी मोठाच भावनिक आधार होता. त्यांनी माझं मुक्त बालपण अनुभवलं होतं; नव्हे – मला दिलं होतं – आणि कदाचित तेच त्यांना आठवत असावं.

बघता-बघता शार्दूल इंजिनिअरिंग पूर्ण करून मास्टर्ससाठी अमेरिकेला गेला.बाबाही देवाघरी गेले. संसाराचा एक मोठा टप्पा पूर्ण झाला होता – आणि माझं मन सांगू लागलं होतं, की आता आपण थांबलं पाहिजे, त्याच त्या ठरावीक वाटेवर चालून आपण थकलो आहोत.

पन्नाशी जवळ आली होती. नोकरी होती, पैसे होते; पण मनासारखं काही करून पाहायला वेळ नव्हता. स्वतःसाठी काही करावं असं वाटत तर होतं; पण काय करावं हे सुचत नव्हतं. दोन वर्षं विचार करकरून अखेर २०१७मध्ये मी नोकरी सोडली.

महिन्याच्या १ तारखेला बँकेत पगार जमा नव्हता, पण मनात एक शांतता होती.

कधी नव्हे ते आता स्वतःला विचारायला लागले – 'मला खरंच काय करायला आवडतं...'

नोकरी सोडली खरी; पण नक्की काय करावं हे सुचत नव्हतं. मधल्या जवळपास ३० वर्षांच्या काळात 'मला काय हवं आहे... मला स्वतःसाठी काय करायला आवडेल?' हे विचार करायला वेळच झाला नव्हता. किंवा असे विचार केले तर एक आई म्हणून, एक गृहिणी म्हणून मी स्वार्थी ठरेन का, असं वाटल्याने ते केले नव्हते!(?)

खरंतर स्वतःच्या आवडीनिवडी, छंद जोपासायला आडकाठी असायचं कारण नाही. पण आपण स्वतःच विविध अनावश्यक बंधनात अडकत जातो. त्या बंधनात कम्फर्ट झोनदेखील शोधायला शिकतो. मग इच्छा असली तरी त्या सोन्याच्या पिंजऱ्यातून बाहेर पडवत नाही. बायकांच्या बाबतीत तर हे जरा जास्तच होतं. मुलं मोठी झाली, स्वतंत्र झाली तरी त्यांची काळजी, त्यांचा संसार आपला मानणं हे काही संपत नाही. चवीपुरत्या मिठाइतकाच मुलांच्या आयुष्यात सहभाग असला पाहिजे (attachment with detachment)!

आपण आपल्या आयुष्याचा आनंद घेतला पाहिजे असं मला वाटायचं. नोकरी सोडल्यावर एक-दीड वर्ष स्वाभाविकपणे मला काय आवडतं हे शोधण्यात गेला. विविध भूमिका लीलया करणारी एक स्त्री म्हणून नव्हे; तर एक स्वतंत्र व्यक्ती म्हणून असा शोध घेणं मला खरोखर अवघड होतं.

सुरुवातीला पुष्कळ भटकंती केली – अगदी देशविदेशांतही! छोटे ट्रेक केले. काही गवसतं आहे असं वाटेपर्यंत जग कोविडच्या तडाख्यात सापडलं... आणि मी घरात बंद झाले आणि मग विचारही खुंटायला लागले. पण, वाइटातूनही चांगलं घडतं असं म्हणतात, त्याचा अनुभव याच काळात घेतला. कारण याच दिवसांत मला माझी सखी – मनातली आवड सापडली... सायकल!

तिच्यात एक नवी दिशा दडलेली होती... आता माझा प्रवास सुरू होणार होता – 'पहिलं पेडल' मारून ... स्वतःकडे परतणारा! फक्त तेव्हा मात्र मला याची जाणीव नव्हती.

पहिलं पेडल : स्वतःकडे परत येण्याचं!

एक दिवस, योगा क्लासहून परत येताना, चौकात मला माझी मैत्रीण भक्ती दिसली – सायकलवरून, हेल्मेट घालून, एक वेगळ्याच आत्मविश्वासाने ती जात होती. भक्ती माझ्यासोबत योगाच्या क्लासला यायची. त्या दिवशी तिला सायकलवर पाहिलं आणि वाटलं – 'वा! किती मस्त अनुभव असेल ना हा!' ते दृश्य माझ्या मनात खोलवर कोरलं गेलं. आणि कुठेतरी सायकलिंगबद्दल परत एकवार आकर्षण निर्माण झालं.

मला आठवलं... मी चौथीत असताना बाबांनी मला आणि स्वातीला सायकल चालवायला शिकवलं होतं. हळूहळू मला सायकल चालवणं जमायला लागलं. त्याचा मला इतका आनंद झाला, की कुणा मित्र-मैत्रिणींना सायकल चालवून दाखवावी, आश्चर्यचकित करावं, आणि जरा भाव खावा असं फार वाटत होतं. पण नेमकी खेळता-खेळता मी पडले आणि ओठावर लागलं होतं. मग काय; दोन दिवस शाळेला सुट्टी घ्यायला लागली. माझी सायकल चालवून भाव खायची हौस तशीच राहून गेली. पण, ही हौस अनपेक्षितपणे पूर्ण झाली आणि एक धडाही शिकायला मिळाला.

त्याचं झालं असं, की मी शाळेत नाही आले म्हणून माझी जिगरी मैत्रीण, मीनाक्षी कौल मला रविवारी भेटायला आली. 'चला, आता तिला दाखवू सायकल चालवून!', मी विचार केला.

रविवार असल्यामुळे आई आराम करत होती आणि बाबांचं काम सुरू होतं. मी हळूच सायकल काढली आणि रस्त्यावर तिला सायकल चालवून दाखवत होते; तोच पुरेसा सराव व्हायचा असल्याने तोल गेला आणि मी जोरात पडले, दोन्ही गुडघे फुटले. माझी मैत्रीण घाबरली आणि लगेच घरी निघून गेली. मी फ्रॉक घातला होता.

घरी आले, आधी फ्रॉक बदलून जखमी गुडघे झाकायला लांब मॅक्सी घातली आणि गुपचुप बसून राहिले. मी न सांगता सायकल चालवायला गेले आणि धडपडले म्हणून आई बाबा रागावले तर...!

त्या वेळी घरोघर टीव्हीचा सुळसुळाट नव्हता. आमची आजूबाजूची तीन-चार घरं मिळून एकाच घरात टीव्ही होता आणि आम्ही सगळे टीव्ही बघायला तिकडे जायचो. त्याप्रमाणे आम्ही रविवारी संध्याकाळी सिनेमा पाहायला शेजारी गेलो. सिनेमा संपल्यानंतर मात्र मला उठवेच ना... जखमी गुडघे खूप दुखत होते. आईला लगेच कळलं, की काही तरी गोंधळ केला आहे ज्योतीने! घरी आल्यावर तिने खूप प्रेमाने विचारलं, ''काय झालं बाळा!''

...आणि इतका वेळ सहन केलेलं दुखणं जाणवून मी ढसाढसा रडायला लागले. बाबासुद्धा लगेच आले. मी सगळी हकिकत सांगितल्यावर बाबांनी प्रेमाने ड्रेसिंग केलं, पट्टी बांधली, आणि म्हणाले, ''आधी का नाही सांगितलं ग! गेले चार-पाच तास किती त्रास झाला असेल तुला... पडलीस म्हणून सायकल चालवायला घाबरायचं नाही! मात्र, परत असं काहीही झालं तर लगेच सांगायचं.''

अशा आठवणींनी सायकल घ्यायच्या माझ्या निर्णयावर शिक्कामोर्तब झालं. घेऊन टाकू सायकल आणि मग बघू कशी, कुठे, किती चालवायची ते!

थोड्याच दिवसांत मग मी सायकल विकत घेतली. एक दिवस डेकॅथलॉनमध्ये जाऊन धडकले. तिथे बऱ्याच सायकली बघितल्या. त्यातल्या एका सायकलवरून माझे पाय नीटपणे खाली टेकले. ती मला चालवायला जमतेय असं वाटलं आणि तडक ती सायकल कारमध्ये घालून घरी आले. कोणताही अभ्यास न करता, कुणाशी चर्चा न करता सायकल घ्यायची इच्छा झटपट पूर्ण केली. एमटीबी, हायब्रीड, रोडबाईक असे सायकलचे प्रकार असतात, हे काहीच मला माहीत नव्हतं. ती सायकल MTB (Mountain Bike) प्रकारची आहे हे मला मागाहून समजलं. त्यामुळे तिची चाकं मोठी होती, ती जडही होती, पण मी ती आनंदाने चालवली.

सायकल घेतल्यावर काही काळातच कोविड आला. कोविडच्या काळात सगळं जग थांबलं होतं, आणि मीही! एकीकडे नोकरी संपलेली, घरात बंदिस्त झालेली, शार्दूल अमेरिकेत, आणि मनात अनेक विचारांचे गुंते!

कोविडच्या काळातली एक चांगली गोष्ट म्हणजे, मी आणि माझी मैत्रीण – शेजारीण, एकादशी रोज व्यायामासाठी टेरेसवर जायचो. दोघी मिळून PRS (Pune Running South) ग्रुपचे पद्मराज सरांच्या व्यायामाचे सेशन करायचे आणि नंतर युट्यूबवर झिरपे सर, प्रवीण झेले, श्यामल मोंडल यांचे व्हिडिओ बघत दोरीवरच्या उड्या, सूर्यनमस्कार, वॉल सीट्स, विविध स्ट्रेचिंग असं सगळं करत राहिलो. तीन-चार महिन्यांच्या नियमित व्यायामानंतर मला शरीरात एक वेगळाच उत्साह जाणवायला लागला. एक दिवस एकादशी म्हणाली, ''चल, आज जरा सायकल घेऊन जाऊ.''

सायकलवरची धूळ झटकली, तिच्यात हवा भरली, आणि आमची राईड सुरू झाली. म्हात्रे ब्रिज - कोथरूड - राजाराम ब्रिज – असा एक लूप. पहिलाच दिवस होता सायकल राईडचा. एकादशी माझ्या बरीच पुढे असायची. तिच्या पाठोपाठ सायकल चालवत जाताना सारखाच मनात प्रश्न – 'किती अंतर जायचं असेल अजून...' करता-करता १६ किलोमीटर पूर्ण केले. घरी आल्यावर आमच्या बिल्डिंगसमोर फोटो काढला. तो फोटो... पण आमच्या सायकलिंगची पहिली मोठी आठवण झाली!

सायकलिंगची अजिबात सवय नसल्याने नाही म्हटलं तरी पाय दुखत होतेच; पण आपण सायकल चांगली चालवू शकतो याचा आनंद त्या दुखण्यापेक्षा अधिक मोठा होता. त्यामुळेच दुसऱ्या दिवशी सायकल परत खुणावत होती. मग काय; निघाले पेडल मारत. दुसऱ्या दिवशी २७ किलोमीटर, मग पुढच्या दिवशी ३५

किलोमीटर. ...आणि तेव्हा लक्षात आलं – आपण सायकलवरून अंतरं छान पार करू शकतो! त्या वर्षीच्या (२०२०) नवरात्रात ठरवलं – ९ दिवस, रोज ५० किलोमीटर सायकल चालवायची! हे करताना कुणीही बरोबर नसायचं. रोज नवीन मार्ग (रूट) शोधून सायकल चालवायची. २०२०चे ते नवरात्र – माझ्या आयुष्यातल्या सायकलिंगचा टर्निंग पॉइंट ठरलं!

त्याच काळात Townscript वर 'Tour de Hundred' हे ऑनलाईन सायकलिंग चॅलेंज सुरू झालं. त्यासाठी मी लगेच काहीतरी ७५०-८०० रुपये फी भरून नाव नोंदवून टाकलं. स्ट्रावा ॲपवर रोजचं अंतर रेकॉर्ड करायला सुरुवात झाली. दर किलोमीटरमागे सहभागींना एक पॉइंट मिळायचा. रोज सायकलिंग करताना मला लक्षात आलं, की वाटेत चढ असतात, उंच फ्लायओव्हर असतात. म्हणजेच, उंचीत वाढदेखील नहोत असते. मग आम्ही आयोजकांना एक मेल लिहून एलिव्हेशनला पॉइंट्स द्यावेत अशी विनंती केली. विशेष म्हणजे, काही दिवसांनी त्याची दखल घेतली गेली आणि पॉइंट्स मिळायला लागले! लीडर बोर्डवर आपण कुठे आहोत, बाकीचे कसं आणि किती सायकलिंग करत आहेत, हे पाहताना प्रोत्साहन मिळायचं आणि चॅलेंजेस पूर्ण करायला उत्साह यायचा.

या स्पर्धेत पाच स्टेजेस होत्या : प्रत्येकात सहा टास्क – ५०, १००, १२५, १५०, १७५, आणि शेवटी २०० किलोमीटरच्या राईड्स. सुरुवातीला मी स्लो रायडर होते, त्यामुळे तसं कुणी मला ग्रुपमध्ये घ्यायला फारसं उत्सुक नव्हतं. मला तर वेगापेक्षा ठरवलेलं अंतर शांतपणे पूर्ण करण्यात समाधान मिळायचं. पण हळूहळू शिकत गेले, वेळप्रसंगी एकटीच राईड करत गेले.

यातल्या एका स्टेजमध्ये ७५ किलोमीटरचं आव्हान होतं. मला ते करायचं तर होतं; पण इतकं अंतर एकटीनेच जायचा धीर होत नव्हता. शेवटी 'पेडलवाली' नावाच्या एका ग्रुपमध्ये '७५ किलोमीटर राईडसाठी कुणी सोबत येऊ शकेल का?' अशी पोस्ट टाकली. एक जण 'येतो' म्हणाला. त्याच्याशी बोलणं होऊन वेळ ठरली, मार्ग तर मी ठरवून ठेवलाच होता. त्याप्रमाणे मी पहाटे ५.३० वाजता ठरल्या ठिकाणी जाऊन थांबले. पण माझा सहकारी काही आलाच नाही. त्याचा फोनही लागेना.

काय करावं... एकटीने जावं का एवढं अंतर... वाटेत काही अडचण आली तर काय... नाना विचार मनात यायला लागले. पण मग जरा शांतपणे विचार करताना लक्षात आलं, की मी काही कुणाच्या जिवावर, कुणाच्या सोबतीच्या भरवशावर हे चॅलेंज स्वीकारलं नव्हतं. तो माझा निर्णय होता, तर मग एकटीने जायला घाबरायचं कशाला! अगदीच काही अडचण आली तर टाकू सायकल रिक्षात आणि येऊ परत... उगाचच घाबरून राईड रद्द का करा!

शेवटी निघाले... आणि पुणे - आळंदी - तुळापूर - वाघोली - नगर रोड - पुणे अशी ७५ किलोमीटरची राईड मस्तपैकी पूर्ण केली. त्या दिवशी मला एक गोष्ट पक्की कळली – ''असं होईल का? तसं होईल का?' असे विचार सुरुवात करायच्या आधी मुळीच करू नयेत, तर सरळ आपल्या राईडला निघावं. अडचणी आल्या तरी, मार्ग शोधायला हवा; आणि स्वतःवर विश्वास ठेवून एकट्याने पाऊल पुढे टाकायलाच हवं. तरच आपण ठरवलेलं उद्दिष्ट गाठता येतं.'

मग चॅलेंजमध्ये आली १०० किलोमीटरची राईड. ११ ऑक्टोबर हा माझा वाढदिवस या राईडने साजरा करावा असा विचार मनात आला. राईडसाठी भक्तीला सांगितलं. ती एकदम तयार! आधी वाटलं... मार्ग पकडून ५० किलोमीटर जाऊ आणि मग परत फिरून त्याच मार्गाने १०० किलोमीटर पूर्ण करू. पण, भक्तीचं म्हणणं होतं, की एकदा सायकल चालवायला सुरू केली की सरळ १०० किलोमीटर पूर्ण करूनच थांबू आणि येताना गाडीने परत येऊ.

तिच्याकडे सायकल गाडीला लावायचा स्टँड होता आणि तिचा ड्रायव्हर गाडी घेऊन येणार होता. परंतु दुर्दैवाने तिच्या ड्रायव्हरचा अनपेक्षितपणे मृत्यू झाला. आता काय करायचं? भक्तीचा बिझनेस पार्टनर विपिन मदतीला पुढे आला. त्याने ड्रायव्हर मिळवून दिला... आणि पुणे ते पनवेल अशी १०० किलोमीटरची सायकल राईड करायला आम्ही तयार झालो.

११ ऑक्टोबर २०२०, पहाटे ३.३० वाजता आम्ही निघणार होतो. पण... हाय रे दैवा! रात्री मुसळधार पाऊस सुरू झाला आणि तो काही कमी होईना. आता काय करायचं? दोघीच दोघी जाणार, पावसात काही अडचण आली, सायकल नादुरुस्त झाली तर... नकारात्मक विचारांची साखळीच सुरू झाली मनात.

पण, भक्ती ठाम होती. बघू जे होईल ते, आधी निघू तर... अखेर पहाटे ३.३० वाजता रेनकोट चढवून आम्ही निघालो – मुसळधार पावसात! बालेवाडीनंतर पाऊस थांबला. तळेगाव - देहू मजल दरमजल करत जात होतो. पाऊस थांबला तरी ढग होते, हवेत गारवा होता, त्यामुळे सायकल चालवायला फारच मस्त आणि फ्रेश वाटत होतं. साधारण ११ वाजता कामशेतला आमची गाडीदेखील आम्हांला येऊन मिळाली. निर्धाराने पेडल मारत अखेर पनवेलला जसे स्ट्रावावर १००.२३ किलोमीटर झाले तशा आम्ही थांबलो... एक अपार समाधान, अतीव आनंद मनात भरून राहिला होता!

मनात ध्येय गाठायची ओढ असली तर कोणताच अडथळा तुम्हांला थांबवू शकत नाही, हा धडा पुन्हा एकदा लक्षात आला आणि सायकलिंग करण्याचा आत्मविश्वास कितीतरी पटीने वाढला! माझा वाढदिवस खऱ्या अर्थाने वाढण्याचा दिवस ठरला – एक सायकलस्वार म्हणून आणि एक माणूस म्हणूनही!

घरी आलो तर एक मोठं सरप्राइज आमची वाट पाहत होतं... आमच्या मैत्रिणी घरी अगदी फुलंबिलं घेऊन तयार होत्या! आत येताच आमच्यावर अगदी पुष्पवर्षाव केला. भक्तीची मुलगी, अनन्याने सायकलचं चित्र असलेला मस्त केक केला होता. कायम स्मरणात राहील असा तो वाढदिवस खरोखर झकास साजरा झाला.

या Tour De Hundredमधल्या १२५ किलोमीटर आणि १५० किलोमीटरसाठी राजेंद्र सरांची साथ मिळाली; तर १७५ आणि २०० किलोमीटर राईडसाठी उदय रोकडे सर अशी साथ मिळत गेली. या चॅलेंजच्या निमित्ताने १०० दिवसांत ३५०० किलोमीटर सायकलिंग करण्याचा टप्पा मला गाठता आला.

सायकलिंगने मला केवळ शारीरिक बळ दिलं नाही, तर आत्मविश्वास दिला. प्रत्येक राईड म्हणजे स्वतःशी झालेली एक नवीन भेट! नोकरी, संसार, जबाबदाऱ्या – यात हरवलेली मी, पुन्हा माझी मला सापडू लागले... स्वतःकडे परत जाण्याचा पहिला पेडल – आत्मशोधाचा, आनंदाचा आणि धीराचा!

सायकलिंगचं जग विस्तारताना...

सायकलिंग माझ्या आयुष्यात फार उशिरा म्हणजे वयाच्या त्रेपन्नाव्या वर्षी आलं. पण जेव्हा आलं, तेव्हा त्याने केवळ माझी शारीरिक क्षमताच नव्हे, तर संपूर्ण जीवनशैलीच बदलून टाकली! TDH – Tour de Hundred हा माझा पहिला मोठा सायकलिंग इव्हेंट. त्यानंतर मी केवळ 'सायकल चालवते' असं नव्हे, तर 'मी एक पॅशनेट सायक्लिस्ट आहे' असं मी स्वतःला मानायला लागले. त्या १०० दिवस केलेल्या सायकलिंगमुळे मनात ऊर्मी निर्माण झाली – 'मी अजून काही मोठं करू शकते... स्वतःच्या मर्यादा ओलांडू शकते..'

सायकलिंगचा सुमारे ५००० किलोमीटरचा अनुभव गाठीशी जमा झालेला होता. ...आणि एक मोठी संधी चालून आली, जिने माझं सायकलिंग जग विस्तारण्यात महत्त्वाची भूमिका निभावली. एकादशी – माझी शेजारीण - मैत्रीण, एक जबरदस्त ट्रेकर, रनर आणि लाँग डिस्टन्स सायक्लिस्ट. तिचं प्रत्येक यश मी नेहमीच साजरं करत आले होते. एक दिवस ती मला म्हणाली, ''आम्ही पुणे ते सुंदरबन – कोलकाता अशी २१०० किलोमीटर सायकलिंग ट्रिप प्लान करत आहोत, आणि मी त्यासाठी तुझं नाव सुचवलंय.'' मी क्षणाचाही विचार न करता तिला 'हो' म्हटलं खरं; पण त्या रात्री मला झोपच आली नाही. २१०० किलोमीटर... खरंच शक्य आहे का... माझी सायकल तर MTB आहे – कसं होणार हे धाडस तिच्यावरून... अशी विचारांची गर्दी डोक्यात घोंगावू लागली.

नवीन सायकलचा शोध

खरंतर, माझी जुनी MTB सायकल अशा लांब पल्ल्याच्या ट्रिपसाठी योग्यच नव्हती. कितीही जोर लावला तरी १६-१७ किमी/तासचा वेग पार होत नव्हता. मग सुरू झाली नवीन सायकलच्या शोधाची मोहीम!

२०२१ साल... लॉकडाऊनमुळे सायकलचं उत्पादन बंद झालं होतं, त्यामुळे मार्केटमध्ये सायकल्स उपलब्ध नव्हत्या. 'सायकल रेंटवर मिळते का?' याचेही पर्याय पाहून झाले. मी वेगवेगळ्या शोरूम्सना भेटी दिल्या, पण माझ्या उंचीसाठी योग्य आणि कम्फर्टेबल सायकल मिळणं कठीणच ठरत होतं.

एक दिवस मी माझ्या सायकल ग्रुपमधल्या सुबोध आणि रमाकांत यांच्यासोबत पिंपळे-निलख येथील पेडल ड्राइव्हमध्ये गेले. तिथे मी वेगवेगळ्या ब्रँडच्या सायकलींच्या टेस्ट राईड्स घेतल्या. पेडल ड्राइव्हचे मालक रोहित यांनी मला लेडीज मॉडेल सुचवलं. ते म्हणाले, ''पुढच्या तीन दिवसांत एक कन्साईनमेंट येणार आहे, त्यात एक स्कॉट Sub Cross 50 लेडीज मॉडेल आहे.''

मी ही माहिती चंद्रशेखर सरांना सांगितली. कारण विविध ब्रँड्सच्या सायकल्सची त्यांना तपशीलवार माहिती आहे. त्यांनी मला योग्य मॉडेल निवडायला मदत केली. आणि मी ती सायकल घ्यायचा विचार पक्का केला.

तीन दिवसांनी रोहितचा फोन आला – सायकल आली होती. मी क्षणाचाही विलंब न करता कार घेऊन शोरूमला गेले. टेस्ट राईड घेतली आणि पांढऱ्या रंगाची ती सायकल माझ्या आयुष्यात आली – घरात आली. 'पांढरा रंग शुद्धता, शांतता आणि नवीन आयुष्याची सुरुवात दर्शवणारा असतो' असं माझी आई नेहमी म्हणायची. माझ्या नव्या पांढऱ्या सायकलने आईच्या बोलण्याची प्रचिती मला दिली.

पहिली राईड आणि वाढता आत्मविश्वास

२ जानेवारी २०२२ : आज नवीन सायकलवरची माझी पहिली राईड होती – पुणे ते लोणावळा – अनंत आगरखेडकर सर आणि श्रुती बोरकर यांच्यासोबत. त्या सायकलवर पेडल मारतानाच कळलं – ही तर खरंच मस्त पळते! जिथे माझा वेग १५-१६ किलोमीटर/तास होता, तिथे आता सहजपणे २१-२२ किलोमीटर/तासचा वेग मिळत होता. त्या वेगात, त्या सफरीत, माझा आत्मविश्वास प्रचंड वाढला – आणि आतून आवाज आला... 'हो, हे २१०० किलोमीटर सायकलिंग शक्य आहे. तू करू शकतेस!'

ही ऊर्मीच अजून एका धाडसात रूपांतरित झाली – गेटवे ऑफ इंडियापर्यंत सायकलने जायचं! कारण सायकलिंगच्या दुनियेत पुणे ते गेटवे ऑफ इंडिया या सायकल प्रवासाला खूप महत्त्व आहे. पुणे ते गेटवे ऑफ इंडिया हा टप्पा पार केल्यावर तुम्हांला सायकलिंगच्या दुनियेत एक खास स्थान मिळतं... दर्जा मिळतो. एक चांगले रायडर म्हणून तुम्हांला ओळख मिळते. 'पेडलवाली' ग्रुपतर्फे, २५ जानेवारी २०२२ या दिवशी ही मोहीम आयोजित करण्यात आली होती. मी माझं नाव नोंदवून टाकलं. लांब राईडसाठी लागणाऱ्या पॉवरफुल लाइट, रिअर लाइट, सेफ्टी गिअर याची तेव्हा फार कल्पना - माहिती नव्हती. पण, मी जास्त विचार न करता ठरल्या दिवशी सायकलवर स्वार होऊन आत्मविश्वासाने निघाले.

१६५ किलोमीटरचा हा प्रवास... आणि तोही संध्याकाळी ९ वाजता सुरू होऊन अखंड रात्रभर हायवेने चालणारा! वाटचाल सुरू झाली. पनवेलच्या अलीकडे मी आणि माझी मैत्रीण दीपाली जरा मागे पडलो. अंधार, एकटेपणाची जाणीव, लाईट्सची कमतरता, आणि अधूनमधून मनात डोकावणारी भीती (कारण नवीन रायडरला हायवेवर सायकल चालवणं खूप आव्हानात्मक असतं.) – हे सगळं अनुभवत होतो.

'काहीही होऊ दे... विचार न करता आपण आपलं पेडल मारत राहायचं' अशा निर्धाराने पुढे जात राहिलो. आमचा आत्मविश्वासही यामुळे टिकून राहिला. सकाळी ७.३० वाजता जेव्हा मी गेटवे ऑफ इंडियाला पोहोचले, तेव्हा थकवा जरी आला होता तरीदेखील एक प्रचंड आनंद, अभिमान आणि समाधान मनात भरून राहिलं होतं.

त्या दिवशी माझ्यापुरता मी एक नवा ट्रेंड जन्माला घातला – साडी आणि सायकल. मी ठरवलं, प्रत्येक यशस्वी राईडनंतर मी साडी नेसून फोटो काढणार! तो क्षण केवळ एका फोटोचा नसतो – तो माझ्या जिद्दीचा, प्रयत्नांचा, आणि स्वतःला दिलेल्या शाबासकीचा उत्सव असतो. गेटवेवरचा माझा साडीतील पहिला फोटो आजही मला आठवतो. एका हातात सायकल उचलून घेतलेली आणि चेहऱ्यावर समाधानाचं हसू! – तो क्षण माझ्या आत्मविश्वासाचं प्रतीक बनला आहे.

आणि साडी निवडण्यामागे काहीतरी फॅशन करायची हा विचार नव्हता; तर तिच्यात आई-बाबांची आठवण होती. बाबांची फिरती नोकरी (touring job) होती, त्यामुळे भारतातल्या जवळजवळ प्रत्येक प्रांतात त्यांचं जाणं व्हायचं. ते जिथे जायचे तिथून आईसाठी प्रेमाने अतिशय सुंदर कॉटन आणि सिल्कच्या साड्या आणायचे. आईला खादी कॉटन विशेष आवडायचं. मी अजूनही बाबांनी आईसाठी आणलेल्या साड्या जपून ठेवल्या आहेत. दोघांची आठवण आली की मी आईच्या साड्या नेसते. आईने नेसलेल्या त्या साडीच्या स्पर्शातून ते दोघेही माझ्या जवळ असल्याची मला जाणीव होते. आपण वयाने, अनुभवाने कितीही मोठे झालो तरी मायेची भूक ही असतेच! म्हणूनच जाणीवपूर्वक मी सेलिब्रेशन फोटोसाठी साडी निवडली.

या सगळ्या सायकल प्रवासात मला कळलं – वय, शरीर, त्यामुळे येणाऱ्या मर्यादा...हे सगळे घटक आहेतच; पण ते तुमच्या बाजूने वळवता येतात. वयाच्या ५३व्या वर्षी मी हा सायकल प्रवास सुरू केला. साहजिकच, वाढत्या वयाशी निगडित असणारे शारीरिक त्रास त्या वेळी नक्कीच जाणवत होते. परंतु त्यानंतर, मी स्वतःची योग्य ती काळजी घेण्यास सुरुवात केली. डॉक्टरांशी सल्लामसलत करून योग्य सप्लिमेंट्स, डाएटिशियनकडून आहार, झोपेची वेळ, स्ट्रेंथ ट्रेनिंग – या सगळ्याचं महत्त्व समजून घेऊन त्यांच्यावर काम करायला सुरुवात केली. तरीही, आवर्जून एक गोष्ट सांगावीशी वाटते – 'शरीरातली शक्ती निर्माण होते मनातल्या इच्छेने. आणि ती इच्छा सकारात्मकतेतून येते.'

हळूहळू माझ्या व्यक्तिमत्त्वामध्येही बदल व्हायला लागला. सकारात्मक मित्र-मैत्रिणी, प्रेरणादायी विचार आणि मर्यादा निश्चित करणे हे सगळं मी शिकत गेले. पूर्वी मन बऱ्याचदा खंतावत असायचं – नोकरीमुळे मुलाला पुरेसा वेळ देता आला नाही... त्याला सुट्टी असताना मी ऑफिसमधून सुट्टी घेऊ शकले नाही... म्हणून अपराधी वाटायचं. मात्र, हळूहळू माझ्या हे लक्षात येऊ लगलं, की मी उचललेल्या पावलांमध्ये काहीही वावगं नव्हतं; कारण त्या काळाची तीच खरी गरज होती. त्या दिवसांचं ओझं, जे खरंतर माझं मीच उगाच वाहत होते ते उतरून गेलं. कौटुंबिक जीवनातील आवश्यक कर्तव्ये यथायोग्य पार पडली आहेत... मुलगाही आता स्वतःचे आयुष्य स्वतंत्र जगतो आहे... मग मलासुद्धा आता चाकोरी जरा सोडायला हवी, हे उमगलं. आता मी गिल्ट-फ्री आयुष्य जगते आहे. माझ्या गरजा, माझं आरोग्य, माझी स्वप्नं – हे सगळं आता आयुष्याचा केंद्रबिंदू झालंय.

सायकलवरच्या प्रवासाने मला स्वतःची नव्याने ओळख करून दिली. पूर्वी मी 'आई', 'बायको', 'कर्मचारी' अशा अनेक भूमिका निभावत होते. पण आताचं आयुष्य फक्त 'मी ज्योती' या ओळखीभोवती केंद्रित आहे. या प्रवासात सकारात्मक - नकारात्मक सगळे प्रतिसाद मिळाले. पण मनातली काहीतरी वेगळं करून पाहायची इच्छा तीव्र असल्याने, 'अरे, तू करू शकतेस, ट्राय कर' – अशा स्वरूपाच्या प्रोत्साहनाकडे लक्ष दिलं... आणि त्यामुळेच मी आज नर्मदा परिक्रमाही पूर्ण केली, आणि अगदी अलीकडेच माउंट किलिमंजारोही सर केला.

आज मी अभिमानाने सांगू शकते Age is just a number!

❋ ❋

पुणे ते सुंदरबन: २१००km, एलेव्हेशन : ६९६६ मीटर्स,
१६ दिवस ६ राज्ये : महाराष्ट्र , कर्नाटक, तेलंगणा, आंध्रप्रदेश, ओडिशा, पश्चिम बंगाल

टीम : (डावीकडून) जयंत देवधर, अपर्णा महाजन, ज्योती भक्त,
निरुपमा भावे, एकादशी कोल्हटकर, चंद्रशेखर

पुणे ते सुंदरबन

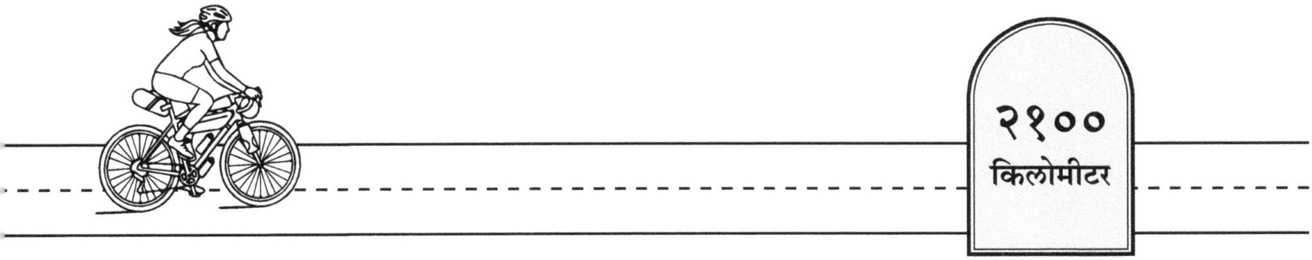

सुंदरबनचा सुंदर प्रवास

जर तुमच्यात खऱ्या अर्थाने काही करायची इच्छा असेल, तर शरीर, वेळ, जबाबदाऱ्या हे घटक अडथळा ठरत नाहीत. उलट, त्यावर मात करत आपलं खरं सामर्थ्य उलगडत जातं. आणि हा प्रवास म्हणजे केवळ फिटनेसचा नाही – हा स्वतःला पुन्हा एकदा साकारण्याचा, नव्याने जन्म देण्याचा प्रवास आहे; हे आमच्या सुंदरबन सायकलिंगने मला ठळकपणे जाणवून दिलं.

आतापर्यंत मी जवळपास ५,००० किलोमीटर सायकलिंग केलं होतं. १००-१७५ किलोमीटरचे वन-डे राईड्स अनुभवल्या होत्या. पण सुंदरबन प्रवास हा वेगळाच होता – सलग १६ दिवस, प्रत्येक दिवशी सरासरी १५० किलोमीटर अंतर कापायचं होतं.

मार्गाची आखणी (रूट मॅपिंग) सुरू झाली. मी सायकलिंगच्या जगात नवीन होते, पण टीममध्ये अनुभवी लोक होते – चंद्रशेखर सर, जयंत देवधर सर, निरुपमा, अपर्णा आणि एकादशी. मी त्यांना जमेल तितकी मदत करत होते. आखणीदरम्यान लक्षात आलं, की ही केवळ सायकल यात्रा नाही; तर ही एक मानसिक आणि शारीरिक तपस्याच आहे!

६ फेब्रुवारी २०२२ : मोहीम सुरू

६ फेब्रुवारी २०२२... पहाटेचे साडेचार... आमची सहा जणांची टीम सर्व तांत्रिक आणि मानसिक-शारीरिक तयारीने सायकलसह स्टार्ट पॉइंट सारसबाग येथे जमली होती. खास या मोहिमेसाठी तयार केलेली गडद केशरी जर्सी आम्ही घातली होती. त्यामुळे मस्त टीम फीलिंग तर आलंच; पण प्रवासात दुरूनदेखील या जर्सीमुळे आपला माणूस ओळखू यायचा. आमचा सपोर्ट टेंपो, ज्यात आम्ही आमचं समान तसंच खाण्या पिण्याच्या

गोष्टी, फर्स्ट-एड - रिपेअरिंग किट असं बरंच काही ठेवलं होतं, तो घेऊन आमचे अशोक ड्रायव्हरदेखील एकदम तयार होते. सामानाच्या जोडीला टेंपोमध्ये बरीचशी रोपंदेखील आम्ही घेतली होती. वाटेत योग्य त्या ठिकाणी जिथे काळजी घेतली जाऊ शकेल अशा ठिकाणी ती रोपं आपण लावायची असं आम्ही ठरवलं होतं. टेंपोवर आमच्या सायकलिंग मोहिमेचा बॅनर लावला होता. आमचे उत्साही मित्र-मैत्रिणी आणि सायकल ग्रुपमधले साथीदार इतक्या भल्या पहाटेदेखील उत्साहाने आमच्या फ्लॅग ऑफसाठी आले होते. बरोबर पाच वाजता फ्लॅग झाला आणि आम्ही इंदापूरच्या दिशेने आपापल्या सायकलींवर कूच केलं. आमचे सायकल ग्रुपमधले काही साथीदार यवतपर्यंत आमची सोबत करणार होते.

सगळे जण उत्साहात होतो, एका धाडसाची सुरुवात झाली होती. 'आपण छान आनंद घेत सुंदरबन गाठणार', असा मनात विश्वास होता. माझी अशी दीर्घ पल्ल्याची पहिलीच मोहीम असल्याने अर्थात थोडी उत्सुकता, थोडी धडधड होती. पण, आमचे टीम मेंबर्स किती आश्वासक आहेत याची जाणीव होती. चंद्रशेखर सरांच्या कुशल मार्गदर्शनाखाली साधारण ७५ किलोमीटर अंतर पार करत सकाळी साडेआठच्या सुमारास कुरकुंभला पोहोचलो. इथे छोटी विश्रांती घेऊन, पेटपूजा करून पुढे निघालो आणि संध्याकाळी एक चार-साडेचारच्या दरम्यान इंदापूर गाठलं.

पहिला दिवस झकास पार पडला होता. मी साधारण मध्यभागी राहून सायकल चालवली. आपल्या मागे आणि पुढे टीममधलं कुणी ना कुणी आहे, ही जाणीव मला धीर देत होती. कारण ग्रुपमध्ये मीच सर्वांत अननुभवी सायक्लिस्ट होते, त्यामुळे जरा दडपण होतं. सायकलला आम्ही उजव्या बाजूला आरसा लावून घेतलेला होता, त्यामुळे ट्रॅफिकबरोबरच मागचा साथीदारदेखील दिसायचा. एकमेकांत फार अंतर पडू नये याची आम्ही काळजी घेत होतोच; तसंच प्रवास हायवेवरून असल्याने रस्त्याच्या पांढऱ्या रेषेच्या आतच सायकल चालवायचे.

इथे आम्ही हॉटेल बुकिंग आधीच करून ठेवलं होतं, त्यामुळे जाऊन स्ट्रेचिंग केलं आणि मग निवांतपणे विसावलो. प्रवासातले काही टप्पे अगदी ठरलेले होते, तिथे आम्ही आधीच हॉटेलचे बुकिंग करून ठेवले होते. बाकी ठिकाणी पोहोचल्यावरच राहायची ठिकाणं आम्ही शोधणार होतो. साधं, पण स्वच्छ हॉटेल, जेवायला तिथे किंवा जवळपास मिळावं आणि रात्री व्यवस्थित आराम करता यावा इतकीच आमची गरज होती.

पहिला धडा : सोलापूरकडे जाताना

प्रत्येक दिवशी आम्ही पहाटे बरोबर पाचच्या ठोक्याला सायकलला पेडल मारायचो. ही वेळ आम्ही शक्यतो चुकवली नाही. यामुळे फायदा असा व्हायचा, की रस्त्यावरची गर्दी आणि उन्ह, दोन्ही वाढायच्या आत आमचं ५० किलोमीटरहून अधिक अंतर कापून व्हायचं. ठरल्याप्रमाणे इंदापूरवरून सोलापूरकडे निघालो. माझा फ्रंट लाईट – सायकलचा महत्त्वाचा भाग – चार्ज करायचाच माझ्याकडून राहून गेला. कारण तशी सवयच नव्हती. पहाटे अंधारात १५ मिनिटं सायकलिंग झालं आणि लाईट बंद! त्या क्षणी कळून चुकलं : ही केवळ सायकल चालवण्याची मोहीम नाही, तर एक संपूर्ण सिस्टीम मॅनेजमेंट आहे!

मोबाईल, वॉच, पॉवर बँक, फ्रंट-रियर लाईट – सगळं चार्ज ठेवणं हेही रोजचं काम होतं. सुदैवाने चंद्रशेखर सरांकडे जास्तीचा हेडलाईट होता. त्यांनी तो मला दिला आणि पुढचा एक तास त्या उजेडात आम्ही पुढे गेलो. चंद्रशेखर सर मार्गदर्शन करत असल्याने नेहमी सर्वांत पुढे असायचे आणि या हेडलाईट्समुळे आरशातून पाहताना रांगेत आपल्या ग्रुपमधले सर्व जण आहेत, हेही त्यांना लक्षात यायचं. हेड लाईट्स आवश्यक होते. कारण आम्ही रोजच पहाटे पाच वाजता राईड सुरू करायचो आणि त्या वेळेस अंधार असायचा.

दिवस उजाडला, पण माझ्या मनात एक नवा प्रकाश पडला होता – तयारी म्हणजे फक्त शारीरिक नसते, ती मानसिक आणि लॉजिस्टिक दोन्ही असते.

वाटेत इंदापूर सायकलिंग ग्रुपचे काही सायक्लिस्ट भेटले. त्यांनी उत्सुकतेने मोहिमेविषयी जाणून घेतलं, आम्हांला छानसा ब्लॅक टी दिला. त्यातले काही जण टेंभुर्णीपर्यंत सायकल चालवत आमच्याबरोबर आले.

पुढे मोहोळला नाश्ता करताना राजेंद्र डांगे हे उत्साही व्यक्तिमत्त्व भेटलं. राजेंद्र हे शाळेत पीटी शिक्षक म्हणून काम करतात आणि फिटनेसची, ट्रेकिंगची त्यांना अतिशय आवड आहे. कितीतरी अवघड ट्रेक त्यांनी केले आहेत आणि एव्हरेस्ट मोहिमेसाठीदेखील ते तयारी करत होते. पण फंडिंगचं गाडं अडलं आणि मोहीम राहिली. तरीही, खंत न बाळगता सर तरुण पिढीला फिटनेस किंवा ट्रेकिंग – खेळ याची आवड कशी लावता येईल याचे सातत्याने प्रयत्न करतात. त्यांच्याशी मस्त गप्पा रंगल्या.

मी एक सायक्लिस्ट

पुढे निघाल्यावर मनात विचार आला, की आत्ता मी साध्या अवतारात नेहमीची ज्योती म्हणून नाश्ता करत असते किंवा गाडीतून आपापली जात असते तर अशा ओळखी, अशा गप्पा कशा बरं झाल्या असत्या...! मी एक सायक्लिस्ट आहे, एक धाडसी उद्दिष्ट समोर ठेवून वाटचाल करते आहे म्हणून हे असं विविध लोकांबरोबर सहजपणे जोडलं जाता येतं. इथे तुमचं नाव-गाव, वय, पैसा काहीच आड येत नाही आणि त्यातून येणारा 'मी'पणाचा जो भाव असतो तो आपोआप कमी होत जातो आणि नैसर्गिकपणे आपण माणसाशी माणूस म्हणूनच जोडले जातो. मला या संपूर्ण मोहिमेत खरोखर असा अनुभव सर्वत्र आला – अगदी चेक पोस्टवरसुद्धा!

किल्ले नळदुर्ग

त्याचं असं झालं, की सोलापूरवरून आम्ही निघालो होतो हमनाबादकडे. वाटेत नळदुर्गचा सुप्रसिद्ध किल्ला दिसला. साधारण दहाव्या-बाराव्या शतकातला हा भुईकोट किल्ला त्याच्या नदी सान्निध्यामुळे आणि जलमहालामुळे वैशिष्ट्यपूर्ण ठरला आहे. काहींच्या सांगण्यानुसार आपल्या नल-दमयंती कथेतल्या नल राजापर्यंत याचा इतिहास जाऊन पोहोचतो म्हणून याचे नाव नळदुर्ग! तर अशा या किल्ल्याला धावती भेट देऊन पुढे जाताना कर्नाटक राज्याची बॉर्डर आली. तिथल्या चेक पोस्टवर थांबलो. चेकिंग तर झालंच; पण त्याहीपेक्षा जास्त कुतूहलाने मोहिमेची चौकशी झाली. गप्पा आणि जोडीला झकास खाऊ खाऊन आम्ही पुढे निघालो. असे प्रेमळ अनुभव हे माझं अनमोल संचित बनलं आहे.

हैदराबादची ट्रॅफिक आणि माझा गॉगल

हमनाबादवरून निघून बघता-बघता साधारण १६५ किलोमीटरचं थकवणारं अंतर पार करत आम्ही हैदराबाद गाठलं. मियापूर ते हैदराबाद हे शेवटचे चाळीसेक किलोमीटर तर जरा जडच गेले होते. त्यातून टेंपोचा आणि आमचा मार्ग ट्रॅफिकच्या नियमामुळे वेगळा होता. म्हणून, 'शहर गाठल्यावर सायकल मेट्रोमध्ये टाकून आपल्या हॉटेलवर जाऊ या' असं चंद्रशेखरने ठरवलं. पण मेट्रोमधून सायकल घेऊन जायला परवानगी नाही मिळाली. करता काय! धडपडत परत सायकलवर स्वार झालो. आता भर गर्दीतून २० किलोमीटर अंतर पार करायचं होतं. गाव, रस्ते, इतकंच काय; भाषा (बोर्ड कसे वाचणार!) सगळचं अनोळखी! पण चंद्रशेखरचं मार्गदर्शनचं

कौशल्य खरंच जबरदस्त आहे. उजवीकडे वळायचं असेल तर तो आधीच तसा हात दाखवायचा. मग त्याच्या मागचा रायडरदेखील तोच हात दाखवायचा. असं करत पार शेवटच्या रायडरलासुद्धा योग्य सिग्नल मिळायचा. असं करत पुढे जात राहिलो. हुश्श! अखेर पोहोचलो मुक्कामाला!

याच दरम्यान आणखी एक मजा झाली. आम्ही पोहोचलो तेव्हा संध्याकाळ व्हायला आली होती; पण अगदीच काही सांजावलं नव्हतं. मी घातलेला गॉगल आणि मला आलेला थकवा त्यामुळे अचानक वाटलं, की अंधार पडायला आला आहे. मी सगळ्यांना सायकलचे ब्लिंकर सुरू करायला लावले. मुक्कामावर पोहोचल्यावर मी गॉगल काढला तेव्हा लक्षात आलं, की अरे! अजून अंधार पडायला सुरुवात व्हायला पुष्कळ वेळ आहे! थकवा आणि गॉगल, यामुळे मी मात्र अंधार होतोय असं गृहीत धरून बसले होते.

हैदराबादचा प्रेमळ पाहुणचार

हॉटेलवर पोहोचून आमचं आवरून होतंय तोवर देवधर सरांचे एक मित्र बी. रामचंद्रराव आम्हांला भेटायला आले आणि सगळ्यांना अतिशय अगत्याने जेवायला घेऊन गेले. अगदी आमच्या हॉटेलचं बिलदेखील त्यांनी आम्हांला देऊ नाही दिलं. 'तुम्ही इतके कष्ट करताय, धाडस दाखवताय त्याचं कौतुक करायचा प्रयत्न मला करू द्या', हे त्यांचं बोलणं मनाला स्पर्श करून गेलं. आमची काही ओळख नाही, परत भेटणार का तेही माहीत नाही, एकमेकांकडून कोणत्याही फायद्याची अपेक्षा नाही – असं निरपेक्ष प्रेम आमच्या वाट्याला सातत्याने येत गेलं. आपणही असंच निरपेक्ष वागलं पाहिजे, चांगल्या कामात आपला वाटा उचलला पाहिजे, याची पक्की खूणगाठ मी मनाशी बांधली.

दुसऱ्या दिवशी पहाटे साडेचार वाजता चारमिनार पाहायची इच्छा पूर्ण करून आम्ही सूर्यपेठकडे निघालो. पेडल मारत नारकटपल्ली गावावरून जात होतो. आमचा एकंदर अवतार पाहून सगळीकडे तिथल्या भाषेत, 'कोण? कुठून आलात? सायकलवरून कुठे जात आहात?' हे प्रश्न विचारले जायचेच. भाषा समजत नसली तर आता हे प्रश्न समजायला लागले होते. आम्हीदेखील उत्तरं तयारच ठेवली होती. आम्ही पुण्याहून कोलकाताला सायकलवरून जातोय याचं ते आश्चर्य व्यक्त करायचे, आपल्यापरीने आमच्यासाठी काही करू पाहायचे. काही ठिकाणी तर पैसे नाहीत म्हणून सायकलवर इतक्या लांब जात आहेत असे वाटल्याने चक्क पैसेही द्यायचा प्रयत्न करायचे!

तर, नारकटपल्लीमध्येसुद्धा सूर्या नावाच्या व्यक्तीबरोबर ही सगळी प्रश्नोत्तरं झाली. आयटीमध्ये काम करणारा सूर्या गावी काही लग्नकार्यासाठी आला होता. बोलून झाल्यावर तो आपल्या गाडीवरून पुढे निघून गेला.

सकाळचे अकरा-साडेअकरा वाजले होते, उन्हं तापली होती, आम्ही नेटाने पुढे जात होतो. आणि काय आश्चर्य! सूर्या वाटेत आमची वाट पाहत थांबला होता. थंड पाणी, दूध, फळं असं कायकाय आमच्यासाठी त्याने प्रेमाने आणलं होतं. 'आमच्या गावावरून एक भारी मोहीम करणारे जात आहेत... मग आम्ही त्यांच्यासाठी काहीतरी करायला नको का?' असं म्हणत त्याने आग्रहाने तो सगळा खाऊ आम्हांला घ्यायला लावला.

अगदी असाच अनुभव विजयवाड्याला पोहोचल्यावरदेखील आला. आमच्या सायकल ग्रुपमधल्या शिरीष लोणकरांचे एक मित्र सुनील ठकार विजयवाड्याला असतात. शिरीष सरांशी बोलताना त्यांना आमच्या मोहिमेबद्दल समजलं आणि संध्याकाळी ते मुक्कामाच्या हॉटेलवर आम्हांला आवर्जून भेटायला आले. छान गप्पा तर मारल्याच; पण आग्रह करून जेवायलादेखील नेलं.

कोण-कुठला सूर्या; पण आमच्या उद्दिष्टातली सच्चाई त्याला जाणवली, त्याच्या मनाला स्पर्श करून गेली. शिरीष सर आमच्याबरोबर नसतानाही त्यांचे मित्र आमच्यासाठी स्वतःचा वेळ काढून भेटले. कुणा अनोळखी व्यक्तींचं असं प्रेमाने जोडलं जाणं यातच मोहिमेची सफलता आहे असं मला वाटतं.

जिद्दी सायकलिस्ट रविकुमार

विजयवाडा ते देवरापल्ली या प्रवासादरम्यान रविकुमार या एका अनोख्या सायकलिस्टची ओळख झाली. माणसाची इच्छाशक्ती किती ताकदवान असते, याचं साक्षात उदाहरण म्हणजे रविकुमार.

एका भीषण अपघातात त्यांचे प्राण वाचले; कमरेखालचा भाग मात्र पॅरलाईज झाला. व्हीलचेअर नशिबात आली. खूप चिडचिड व्हायची त्यांची स्वतःवर – अगदी दिसेल ते तोडफोड करण्यापर्यंत! पण, मग हळूहळू ते शांत झाले... परिस्थितीचा स्वीकार केला... आणि स्वतःवर माइंड थेरपी सुरू केली. त्रास कमी होत गेला आणि सायकलिंग जमायला लागलं. त्यात ते इतके पुढे गेले, की 'हा माणूस व्हीलचेअरवर होता!' यावर विश्वास बसणंदेखील अवघड होतं. आम्हांला भेटले तेव्हा त्यांनी नुकतीच ६०० किलोमीटरची BRM पूर्ण केली होती. अशा या रविकुमार सरांनी आम्हांला शुभेच्छा तर दिल्याच; त्याचबरोबर 'संपूर्ण मार्गावर कुठेही, केव्हाही मदत लागली तर निःसंकोचपणे सांगा' असंही सांगितलं.

अनोखे फूड ट्रक

हैदराबाद, विजयवाडा, देवरापल्ली या तेलंगणा – आंध्र भागातून जाताना सकाळचा आमचा नाश्ता फारच झकास आणि तुलनेने अगदी कमी खर्चीक होता. या भागात हायवेजवळ योग्य जागा पाहून फूड ट्रक लागतात. सकाळी साधारण सात ते दहाच्या दरम्यान तिथे मस्त गरमगरम दाक्षिणात्य नाश्ता मिळतो. हे फूड काउंटर चालवणाऱ्या जास्तकरून महिला असतात. त्या अन्नपूर्णांच्या हातच्या गरमगरम इडली-वडे, चटणी, सांबार खाऊन पहाटेपासून सायकल चालवून झालेले श्रम विसरायला व्हायचे आणि आम्ही नव्या दमाने पुढे निघायचो.

आमच्या या पूर्ण मोहिमेत आणि पुढे केलेल्या मोहिमातही आम्ही जिथे जे स्थानिक पदार्थ, जेवण-खाण मिळेल तेच आवर्जून खायचो आणि पाणीदेखील तिथे उपलब्ध असेल तेच – बिसलेरी वगैरे अजिबात नाही; त्यामुळे भारतातल्या कितीतरी ठिकाणची चवदार, वैशिष्ट्यपूर्ण अन्न-संस्कृतीची ओळख आम्हांला झाली, तिच्याबद्दलचा आदर दुणावला. आणि कितीतरी गावांचं पाणी मी पचवलं आहे, तेही कोणताही त्रास न होता! 'मिळेल ते खायचं आणि मिळेल तिथलं पाणी बिनघोर प्यायचं' यामुळे मनातल्या 'माझं पोट बिघडलं तर...' अशा नसत्या कुशंका केव्हाच उडून गेल्या.

फक्त खाणंच नाही; तर राहण्याच्या बाबतीतही आम्ही फार चोखंदळपणा केला नाही. सुरुवातीचं काही ठिकाणचं बुकिंग केलं होतं. बाकी मात्र अगदी बेसिक, पण स्वच्छ ठिकाण – इतकंच पहायचो. सगळीकडेच चांगली सोय झाली. पण...

आंध्रमधलं राजमुंद्री... गोदावरीच्या विशाल तीरावरचं गाव... सुंदर घाट आणि मंदिरांनी नटलेलं! घाट आणि देवळं यांचा प्रसन्न आनंद घेऊन मुक्काम शोधला. पण नशीब काही जोरावर नव्हतं त्यामुळे जरा त्रास झाला राहण्याचा.

मिळेल ते खाणं-पिणं, आसरा मिळेल तिथे राहणं या सगळ्याचा नर्मदा परिक्रमेदरम्यान मला किती उपयोग झाला हे आता मागे वळून पाहताना मला जास्तच लक्षात येतंय.

सायकल प्रवास करताना आम्ही सगळे एकमेकांमध्ये फार अंतर पडू नये याची काळजी घ्यायचो. चंद्रशेखर आणि एकादशी नेहमी जरा पुढे असायचे, तर मी देवधर सरांच्या पुढे असायचे. कारण मी मागे पडले तर कुठेतरी रस्ता चुकेन असं मला वाटायचं. आमचा टेंपोदेखील आमच्या पुढे-मागे आम्हांला काही लागलं तर चटकन मिळेल इतक्या अंतरावर असायचा.

आम्ही विशाखापट्टणमकडे निघालो होतो. वाटेत टुनी गावातल्या डेअरीत लस्सी, आइसक्रीम यावर ताव मारून पुढे निघालो. आम्ही पुढचे तीन शिलेदार या खाऊमुळे मिळालेली एनर्जी घेऊन जरा वेगाने निघालो. आमच्या तिघांत आणि मागच्या तिघांत थोडं जास्त अंतर पडलं. त्यांच्यासाठी थांबू या, असं ठरवलं तोच आमचे सपोर्ट गाडीचे ड्रायव्हर अशोक यांचा फोन आला – 'देवधर सरांचा फोन हरवला आहे!'

देवधर सरांचा फोन हरवला!

देवधर सरांनी कधी नव्हे ते नेमकं फोन ठेवलेल्या खिशात एक सफरचंद ठेवलं होतं. टेंपो अगदी जवळ असल्याने सहसा असं करायची वेळ आली नव्हती. बहुतेक त्या सफरचंदामुळे फोन पडला असावा! पण, केव्हा? कुठे? हे समजायला मार्गच नव्हता. आमच्या टेंपोमधून मागे जाऊन सरांनी फोन शोधला; पण ते म्हणजे, अगदी गवतात सुई शोधल्यासारखं होतं! अखेर, एफआयआर वगैरे सोपस्कार केले. राज्य आणि त्यामुळे झालेला नेटवर्क-बदल या घोळात त्यांचा फोनदेखील लागत नव्हता. आमचा हा गोंधळ पाहणाऱ्या तिथल्या एका मुलाने त्याच्या मोबाइलवरून देवधर सरांच्या मोबाइलवर फोन लावला. रिंग वाजली खरी; पण कुणी फोन उचलला नाही. तो मुलगाही पुढे निघून गेला आणि आम्हीसुद्धा! मनात कुठेतरी राहून-राहून वाटत होतं... फोन नक्की मिळणार!

थोडं पुढे जातोय तोच मघाचा मुलगा पुन्हा भेटला. आमचीच वाट पाहत होता. जरा आश्चर्य वाटलं! ते ओळखून म्हणाला, ''तुमच्या मदतीसाठी काय करता येईल, याचा विचार करत होतो. तर, मला असं सुचलं, की तुमच्याकडून फोनबद्दल माहिती देणारा एक योग्य मेसेज रेकॉर्ड करून घ्यावा. मग मी तो माझ्या सर्व ग्रुप्सवर पाठवेन.''

एकादशीने लगेच मेसेज रेकॉर्ड करून त्याला दिला. त्याचं खरोखर अतिशय कौतुक वाटलं. अशी अनपेक्षित मदत मिळत असेल तर फोनसुद्धा मिळाल्याशिवाय राहणार नाही, असा विश्वास ठेवून प्रवास सुरू केला.

१००० किलोमीटरचा टप्पा गाठला

टूनी गावाच्या अलीकडे रस्त्यात जेव्हा 'कोलकाता 1000 km' चा मैलाचा दगड पाहिला तेव्हा किती भारी वाटलं हे शब्दात मांडणं कठीण आहे. नऊ दिवसांत आम्ही अर्धं अंतर सुखरूप आणि अगदी ठरल्यानुसार पार केलं होतं. 'मी हे करू शकते', यावर विश्वासच बसत नव्हता. पण, ते अगदी खरं होतं. खडतर ध्येयाकडे आपण वाटचाल करू शकतो... त्यातून स्वतःला आंतरिक आनंद मिळतो, याची मला लख्ख जाणीव झाली!

ताजी नीरा

विशाखापट्टणमच्या दिशेने जाताना आता समुद्रकाठाचा भाग सुरू झाला होता. तिथली खास गोष्ट म्हणजे ताजी नीरा! आपल्या इथल्यापेक्षा ही नीरा अतिशय मधुर होती. आम्ही मनसोक्त नीरापानाचा आनंद या भागात घेतला. एकदम ताजेतवाने वाटायचं आणि शक्तीदेखील मिळायची त्यातून! एक आवर्जून सांगायचं म्हणजे, नीरा, उसाचा रस, ताक, सरबत असं वाटेत जे काही आम्ही प्यायचो त्यासाठी आम्ही आमचे स्वतःचे स्टीलचे ग्लास वापरायचो. प्लास्टिक, थर्माकोलचे यूज अँण्ड थ्रो ग्लास वापरून कचरा न करण्याचा नियम आम्ही नेहमीच पाळला.

आयएनएस कुर्सुरा

निम्मं अंतर पार झाल्याचा आनंद साजरा करून, मस्त फोटो काढून विशाखापट्टणम गाठलं. अतिशय सुंदर आणि स्वच्छ अशा बंगालच्या उपसागराच्या तीरावरचं हे प्राचीन शहर आंध्र प्रदेशची राजधानी म्हणूनही ओळखलं जातं. विशाखापट्टणम हे इतिहास, उद्योग, पर्यटन आणि संस्कृती यांचा संगम आहे. हे शहर एक महत्त्वाचं नैसर्गिक बंदर आहे आणि भारतीय नौदलाचा विशाल तळदेखील इथे आहे. इथला सुप्रसिद्ध आरके बीच तर आम्ही पाहिलाच; त्याच जोडीला 'आयएनएस कुर्सुरा' या अजस्र पाणबुडीवरचं संग्रहालय पाहण्याचा थरारक अनुभवसुद्धा घेतला. दक्षिण आशियातलं हे पहिलं पाणबुडी संग्रहालय आहे.

'आयएनएस कुर्सुरा' ही भारतीय नौदलाची डिझेल-इलेक्ट्रिक पाणबुडी होती. ही भारताची चौथी पाणबुडी होती. १९७१च्या भारत-पाकिस्तान युद्धात तिने भाग घेतला, जिथे तिने गस्त मोहिमांमध्ये महत्त्वाची भूमिका बजावली. नंतर तिने इतर राष्ट्रांसोबत नौदल सरावांमध्ये भाग घेतला आणि इतर देशांना अनेक सदिच्छा भेटी दिल्या. कार्यमुक्त झाल्यानंतर, ९ ऑगस्ट २००२ रोजी मुख्यमंत्री एन. चंद्राबाबू नायडू यांनी ही पाणबुडी राष्ट्राला समर्पित केली; आणि २४ ऑगस्ट २००२पासून संग्रहालय म्हणून तिचं जतन केलं गेलं आहे. कार्यमुक्त पाणबुडी असूनही, तिला अजूनही नौदलाचा 'ड्रेसिंग शिप' सन्मान मिळतो, जो सहसा फक्त सक्रिय जहाजांनाच दिला जातो. संग्रहालयात तिचा इतिहास ऐकताना रोमांच उभे राहत होते. आणि तिचा अंतर्भाग पाहताना आपले शूरवीर सैनिक-खलाशी किती त्रास सहन करतात, हे समजत होतं.

या पाणबुडीत खलाशी खरोखरच कठीण स्थितीत राहतात. कॅप्टनची केबिन – जी सर्वोत्तम समजली जाते – ती होती सुमारे ६ × ६ फूट. ज्यामध्ये फक्त एक पलंग, एक खुर्ची आणि एक टेबल होते. इतर क्रू मेंबर्सची केबिन तर त्याहूनही लहान केवळ बंक बेड असलेली. हलण्यासाठी फारशी जागा कुठेच नव्हती. बहुतेक ठिकाणी, आतली उंची इतकी कमी होती (सुमारे चार-पाच फूट) की उभं राहताना डोकं वर धडकणार नाही याची काळजी घ्यावी लागत होती. क्रू मेंबर्ससाठी जेवण तयार करण्यासाठी एक लहान स्वयंपाकघर होतं. आणि खूप लहान वॉशरूम – जवळजवळ विमानातल्या वॉशरूमबरोबर स्पर्धा करणारे!

दिवसेंदिवस समुद्राच्या पाण्याखाली राहत देशाची सागरी सुरक्षा राखणाऱ्या त्या 'आयएनएस कुर्सुरा' आणि तिच्या सर्व सख्या-सोबतिणी, भारतीय नौदल यांच्या विषयीच्या आदराने आणि कौतुकाने मन खरोखर भरून गेलं.

मी सॅक विसरले!

सुंदर, दिमाखदार विशाखापट्टणमचा निरोप घेऊन आम्ही आमचं पुढचं ठिकाण श्रीकाकुलमकडे निघालो. रस्ता मस्त होता. अंतर पटपट कापलं जात होतं. वाटेत नारळाच्या रांगांमधून जाणारा समुद्राकाठचा सुंदर रस्ता आला.

लाटांवर चमकणारं सकाळचं कोवळं ऊन... वाऱ्यावर डुलणाऱ्या नारळाच्या झावळ्या! तिथे थांबून फोटो काढल्याशिवाय पुढे जाणं शक्यच नव्हतं. फोटोच्या नादात माझी सॅक एका झाडाखाली राहून गेली.

पुढे जाता-जाता नाश्ता करायची वेळ झाली आणि तेवढ्यात घरासमोर एक छोटा स्टॉल दिसला. एक बाई तो स्टॉल चालवत होत्या. एकदम असे सहा-सात लोक अशा निवांत रस्त्यावरून जाताना खायला यायची बहुतेक त्यांना सवय नव्हती. त्या जरा गडबडल्याच! पण मग अगदी प्रेमाने त्यांनी आम्हांला इडली आणि त्यांचे इतर खास पदार्थ आग्रह करकरून खाऊ घातले. तृप्त पोटाने आणि मनाने राईड सुरू करणार; तोच लक्षात आलं, की माझी सॅक मी फोटो पॉइंटलाच विसरले आहे.

मग काय! गाडीतून उलट जाऊन त्या स्पॉटला गेले. आम्ही नक्की परत येऊ सॅक घ्यायला म्हणून एक मुलगा वाट पाहत थांबला होता. बॅग घेऊन त्याला 'थँक यू' म्हणून ग्रुपकडे परत आले. आता सायकलवर टांग टाकून आम्ही निघणार; तोच एक माणूस आमच्याजवळ आला. नेहमीची चौकशी झाल्यावर तो आम्हांला नाश्त्याचा आग्रह करायला लागला. पण नुकतंच भरपेट खाऊन-पिऊन झाल्याने आम्हांला आणखी काही खाणं केवळ अशक्य होतं.

'मग थोडा वेळ थांबून जेवण करून जा!' म्हणून तो आग्रह करू लागला. पण पुढचा मुक्काम वेळेत गाठणं आवश्यक असल्याने तेही शक्य नव्हतं. आता तो आम्हांला 'निदान जेवणाचे पैसे तरी माझ्याकडून घ्या आणि माझ्यातर्फे वाटेत जेवा!' असा प्रेमळ आग्रह करू लागला. तसं करणं तर आम्हांला बिलकुल मान्य नव्हतं.

अखेर, सायकल चालवणे हा आमचा छंद आहे, आमची आवड आहे आणि ही मोहीम आम्ही स्वतःला अजमावून पाहायला करतो आहोत, हे त्याला समजावून सांगून आणि त्याच्याबरोबर चहा घेऊन पुढे निघालो. त्याचं मन मोडणं खूप कठीण गेलं. माणसाच्या चांगुलपणाचे असे अनेक अनुभव या अनोळखी वाटेवर सातत्याने येत गेले, हे मात्र खरं!

ऐतिहासिक आणि निसर्गरम्य ओडिशा

हिरव्यागार संपन्न आंध्र प्रदेशातली वाट आता संपत आली होती. इथे हायवेजवळ असलेल्या शेतांमधून मिरच्यांनी लगडलेली झाडं होती, डिव्हायडरवरसुद्धा विविध रंगांची बोगनवेल बहरलेली होती. सायकल चालवताना या भागाने आम्हांला भरभरून नजरसुख दिलं. आंध्र प्रदेशाला ओलांडून आता आम्ही ओडिशामध्ये प्रवेश केला. इथली पुरी, भुवनेश्वर आणि कोणार्क – अशी ठिकाणे, ज्यांच्याबद्दल आम्ही आयुष्यभर केवळ ऐकत आलो होतो – त्यांची सफर आम्ही चक्क सायकलवरून करणार आहोत, हा विचारच खरोखरच अद्वितीय आणि अद्‌भुत वाटत होता. केवळ घाईघाईने स्थलदर्शन करून पुढे निघून जाण्याच्या, त्या धावपळीच्या पर्यटनात रमण्याऐवजी – आम्ही या ठिकाणाला अत्यंत निवांतपणे भेट देण्याचे ठरवले होते; जेणेकरून या भूमीचा, येथील निसर्गाचा, लोकांचा आणि संस्कृतीचा खऱ्या अर्थाने अनुभव घेण्यासाठी आम्हाला पुरेसा वेळ मिळेल.

ओडिशामधल्या ब्रह्मपूर येथे थांबलो असताना आणखी एक सुखद अनुभव मिळाला. आम्ही राहणार असलेल्या हॉटेल 'निर्माल्य'चे मालक संतोष यांना आमच्या मोहिमेबद्दल समजलं. ते 'कान्हा चॅरिटेबल ट्रस्ट'मध्ये कार्यरत होते. त्यांनी आम्हां सर्वांचा अगदी मनापासून सत्कार केला. ट्रस्टचे झाडून सर्व सभासद कार्यक्रमासाठी आले होते. त्यांच्याबरोबर मनमोकळ्या गप्पा झाल्या आणि अर्थातच त्यांनी दिलेलं जेवण इतकं चविष्ट होतं, की त्याची चव मला आजही आठवते.

वाटेत जान्हीकुडा या गावात आम्हांला बोटीतून सुप्रसिद्ध चिल्का सरोवर ओलांडायचं होतं. टेंपो दुसऱ्या रस्त्याने येऊन आम्हांला भेटणार होता. आमच्या सायकली बोटीत टाकून त्यांच्यासह आम्ही सरोवरातून जाण्याची मजा घेत होतो. ओडिशातील तीन जिल्हे व्यापून ११०० किलोमीटरहून अधिक जागेत पसरलेले हे सरोवर आशियातील सर्वांत मोठे खाऱ्या पाण्याचे सरोवर आणि युनेस्कोचे जागतिक वारसा स्थळ आहे. कितीतरी स्थलांतरित पक्ष्यांचं हे माहेरघर आहे. अतिशय नयनरम्य अशा या सरोवरात आम्हांला डॉल्फिन दर्शनाचा मनसोक्त आनंद घेता आला. तासाभराचा तो बोट-प्रवास केवळ अविस्मरणीय ठरला. बोटीतून उतरून आम्ही सातपाडा गावी पोहोचलो आणि तिथून मग सायकलवर जगन्नाथपुरी गाठलं.

दुसऱ्या दिवशी सकाळी पुरीच्या मंदिराला धावती भेट दिली आणि तिथून ३८ किलोमीटरवर असलेल्या कोणार्कच्या दिशेने निघालो. गाईड घेऊन कोणार्क सूर्यमंदिर पाहण्यात अर्थातच भरपूर वेळ गेला आणि मग मुक्कामाचं ठिकाण जाजपूर, जे जवळपास ११४ किलोमीटर दूर होतं, तिथपर्यंत सायकल चालवत जाणं आता शक्य वाटत नव्हतं. म्हणून आम्ही चारीचरक गावापर्यंत गेलो आणि सायकली टेंपोमध्ये टाकून एखादं वाहन मिळतंय ते पाहू लागलो. त्या दिवशी नेमकी तिथे कसलीशी निवडणूक होती आणि सगळी वाहने तुडुंब भरलेली होती. वाट पाहून आम्ही कंटाळलो. अखेर धाडस करून आम्हीदेखील सायकलींबरोबर टेंपोच्या मागच्या भागात बसलो. संपूर्ण मोहिमेत हाडं खिळखिळी करून टाकणारा हा एकमेव प्रवास!

रमाकांत महाडीक यांची भेट

याच प्रवासात रमाकांत महाडीक या प्रेरक व्यक्तिमत्त्वाच्या भेटीचा योग आला आणि तेही आमच्याबरोबर टेंपो प्रवासात सामील झाले. साठीनंतरही नवनव्या मोहिमांना गवसणी घालता येऊ शकते, हे मुंबई-कळव्यातील ज्येष्ठ सायकलस्वार रमाकांत यांनी दाखवून दिलं आहे. त्यांनी वयाच्या ६७व्या वर्षी भारताच्या पश्चिमेकडील कोटेश्वर ते पूर्वेकडील किबिथू हे आडवे ४३०० किलोमीटर अंतर ४० दिवसांत सायकलवरून पार केले आहे! याशिवाय, भारतातल्या अनेक नद्यांच्या उगमपासून ते त्यांच्या सागर संगमापर्यंतच्या मार्गावर सायकलवर प्रवास करण्याच्या आगळ्यावेगळ्या मोहिमा त्यांनी केल्या आहेत आणि त्यादेखील एकल - कोणतेही सपोर्ट व्हेईकल किंवा साथीदार नसताना! नुकतेच (२०२६ जानेवारी) त्यांनी आग्नेय आशियातील चार देश सायकलवरून पार केले. त्यांची भ्रमणगाथा खरोखर विलक्षण आहे आणि प्रेरणादायीदेखील!

एकेक दिवस पुढे जात होता तसतसं अंतर कमी होत चाललं होतं. जलेश्वरच्या थोडं अलीकडे काही वेळात 'कोलकाता 250 km' अशी पाटी पाहिली तेव्हा मोहीम संपत आल्याची जाणीव झाली. आनंदही झाला; पण मनात एक अनामिक हुरहुरसुद्धा दाटून आली.

जलेश्वरनंतरचं पुढचं आमचं ठिकाण होतं – नंदकुमार. हायवेऐवजी आज आम्ही गावागावांतून जाणारा रस्ता पकडला होता. दुतर्फा हिरवीगार भातशेती आणि त्यातून जाणारा नितळ धुक्याने भरला रस्ता... निसर्गरूपात इतकं रममाण होऊन सायकल चालवली, की नंदकुमार केव्हा आलं ते समजलंदेखील नाही! पूर्ण प्रवासातला हा रस्ता आणि प्रवास माझ्या स्मृतींमध्ये एक अत्यंत विशेष स्थान व्यापून आहेत. असं छोट्या गावातून, हिरवाईतून जाणाऱ्या रस्त्यांवरचं सायकलिंग मला खूप आवडतं. तेवढ्यात पाटी दिसली – 'Welcome To West Bengal'! ती पाहून आम्हांला खूपच आनंद झाला. कारण, अखेर आम्ही बंगालमध्ये येऊन पोहोचलो होतो.

नंदकुमार हे अगदी चिमुकलं गाव. त्यामुळे तिथे हॉटेलबिटेल असण्याचा प्रश्नच नव्हता. गावकऱ्यांनी मिदिनापूरमधल्या सरकारी गेस्टहाउसमध्ये राहण्यास सुचवलं. तिथे पोहोचलो खरं; पण राहायला मोठ्या साहेबांची परवानगी आवश्यक! त्यांना फोन करून, चांगल्या हिंदीत आमची निकड समजावून देण्याची जबाबदारी माझी! (पुणेकर पुण्याबाहेर हिंदीत बोलायला जरा बिचकून असतात! असं मी मजेने म्हणत असते!) अखेर साहेबांनी आम्हांला दोन खोल्या वापरायची परवानगी दिली. खोल्या तशा मोठ्या होत्या. पण दोनच पलंग होते. आम्ही चौघी जणी अगदी दाटीवाटीने मावलो. पण काही का असेना; सोय तर झाली! दुसऱ्या दिवशी आमच्या मोहिमेची सांगता होणार होती, त्या खुशीत तो त्रास काही आम्हांला जाणवला नाही.

२१ फेब्रुवारी २०२२ : सकाळी लवकर आवरून आम्ही तयार झालो. आज मिदिनापूरवरून नंदकुमारकडे निघालो. आम्ही सुंदरबन प्रवेश - गोसाबाला बोटीतून जाणार होतो. तिथून पुढे ८० चे ८५ किलोमीटर सायकलिंग केलं की मोहीम संपणार होती. सकाळी धुकं इतकं दाट होतं, की काहीच दिसत नव्हतं. ते धुकं कमी झाल्याखेरीज बोट काही निघणार नव्हती. अखेर, सकाळी अकराच्या सुमारास आमची खचाखच भरलेली बोट एकदाची निघाली. ती वजनाने इतकी डुलत होती, की आम्ही मनात, 'सुखरूप पोहोचव रे आम्हांला!' असा देवाचा धावा करत होतो. अखेर, त्या बोटीतून, किनाऱ्याच्या दलदलीतून जात आमचे पाय सायकलीसह एकदाचे जमिनीला लागले! आमच्या टेंपोला मात्र तिथे पोहोचायला १५० किलोमीटरचा वळसा घ्यावा लागला. आता फक्त ८० ते ८५ किलोमीटरवर आमचं ध्येय-ठिकाण 'सुंदरबन' आमची वाट पाहत होतं!

अर्थातच, वाऱ्याच्या वेगाने हे अंतर पार झालं. २१०० किलोमीटर पार करून 'पुणे ते सुंदरबन' ही सायकल सफर आमच्या टीमने यशस्वी केली होती. कुणीही आजारी पडलं नाही; अगदी सायकलीदेखील एकदाही बिघडल्या नाहीत की पंक्चर झाल्या नाहीत.

येणारा प्रत्येक दिवस नवीन शिकवण देत गेला. कुठे थंडीत कुडकुडलो, तर कुठे रस्त्याच्या कडेला गरम स्थानिक नाश्ता केला, कुठे आमचं जोरदार स्वागत झालं, किती अनुभवसमृद्ध झालो आम्ही! त्या १६ दिवसांमध्ये मी माझ्या सायकलवरून भारत देश जवळून पाहिला – शेतीतून जाणारे रस्ते, गावातली माणसं, विविध भाषा, विविध पोशाख; पण एक गोष्ट समान – आपुलकी आणि माणुसकी!

मनात एक अननुभूत आनंद भरून राहिला होता. आपण २१०० किलोमीटरची शारीरिक आणि मानसिक कसोटी पार केल्याचा हा आनंद होता... स्वतः ला स्वतःची ओळख पटत जाते आहे याचा तो आनंद होता... नव्हे; एक आंतरिक समाधान होतं. कुणाला दाखवायला, मिरवायला, स्पर्धा करायला केलेला हा प्रवास नव्हता; तर तो स्वशोधाचा प्रवास होता आणि तो अंतर्बाह्य अशा सर्वार्थाने खूपच सुंदर होता. या प्रवासादरम्यान मला माझ्या देशाची – त्याच्या मातीची आणि संस्कृतीची – जी झलक पाहायला मिळाली, ती खरोखरच अमूल्य आहे; आणि असे अनुभव केवळ नेहमीच्या पर्यटनातून मिळणे हे कदाचित जवळजवळ अशक्यच ठरले असते! या प्रवासामुळे माणुसकीवरचा माझा विश्वास दृढ झाला.

विजयवाडा : महिलांनी चालवलेले विशेष फूड ट्रक

विशाखापट्टणम : आयएनएस कुर्सुरा

विशाखापट्टणम : समुद्राकाठाचा सुंदर रस्ता

आंध्र प्रदेश : भातशेती मधूनजाणारा सुंदर रस्ता

ओरिसा : ज्येष्ठ एकल सायकलप्रवासी रमाकांत महाडीक (निळ्या रंगाच्या ड्रेस मध्ये)भेट

विजयवाडा ते देवरापल्ली : सायकलिस्ट रविकुमार यांच्याबरोबर

१००० किलोमीटर : अर्धे अंतर पूर्ण, आंध्र प्रदेश

मधुर नीरा : बरोबर नेलेल्या स्टील ग्लासमधून पिण्याचा आनंद

कान्हा चॅरिटेबल ट्रस्टतर्फे सत्कार : ब्रह्मपुरी, ओरिसा

ओरिसा : चिल्का सरोवर ओलांडताना बोटीतून सायकलींसह

जिओनखाली : येथून सुरू होणारा बोटीचा प्रवास

सुंदरबन : टायगर रोअर रिसॉर्ट, सजनीखेली बेट

असं दीर्घ पल्ल्याचं सायकलिंग करताना वैयक्तिक तयारी तर महत्त्वाची असतेच; पण टीम आणि टीमवर्कसुद्धा फार महत्त्वाचे असतात. आम्ही सहाही जण वेगवेगळ्या वयाचे, वेगवेगळ्या प्रोफेशन मधले! गणिताच्या सुप्रसिद्ध प्राध्यापिका निरुपमा भावे आमच्यात सर्वांत ज्येष्ठ – पंचाहत्तरी ओलांडलेल्या. पण गणिती माणसाचा रूक्षपणा नावालाही नाही. अतिशय खेळकर स्वभाव आणि जबरदस्त स्टॅमिना!

केंद्र सरकारच्या नोकरीतून निवृत्त झालेल्या, राष्ट्रीय स्तरावर कबड्डी खेळलेल्या अपर्णाताईसुद्धा सत्तरीच्या पुढच्या. राईडच्या सुरुवातीलाच त्या सोलापूरमध्ये जरा धडपडल्या होत्या. पण अतिशय आत्मविश्वासाने त्यांनी ही मोहीम पूर्ण केली. दोघीही रोज साधारण १०० किलोमीटर सायकल चालवायच्या, आमच्या थोडं नंतर निघून मग टेंपोने आम्हांला गाठून पुढे एकत्र प्रवास!

एकादशीने एलआयसीमधून निवृत्ती घेतलेली. उत्तम सायकलिस्ट आणि उत्तम व्यवस्थापक. उद्योजक असलेल्या चंद्रशेखरने या पूर्ण प्रवासात मार्गदर्शकाची जबाबदारी घेतली. त्याचं नुसतं निरीक्षण करूनही मला कितीतरी शिकायला मिळालं, जे पुढे मला कायम उपयोगी पडत आलं.

सेवानिवृत्त बँक अधिकारी देवधर सर सत्तरीच्या घरातले... त्यांचा शब्द आम्ही कधी टाळला नाही. त्यामुळे एकदिलाने ही मोहीम पार पडली.

मी तर या सर्वांमध्ये वयाने आणि अनुभवानेही लहान होते – 'On ride trainee' होते म्हणा ना! माझ्या धांदरटपणावर खास स्टाईलने देवधर सर नेहमी म्हणायचे, 'हिला कुठे म्हणून न्यायची सोय नाही!' ...आणि ते ऐकून मला असं जरा लहान समजून काही म्हणणारं कुणीतरी आहे याचा आनंद व्हायचा. पण सगळ्यांनीच इतकं सांभाळून घेतलं, आपलंसं करून घेतलं, की मला सर्वांच्या रूपाने जिवाभावाचे सुहृद मिळाले.

मोहीम फत्ते केल्याच्या आनंदात आमच्या 'सुंदरबन टायगर रोअर रिसॉर्ट' वरचा तीन दिवसांचा मुक्काम झकास झाला. न्याहारीपासून ते रात्रीच्या भोजनापर्यंत असा दिवसाचा सर्व काळ आम्ही त्या विशाल खारफुटीच्या जंगलातून बोटीने विहार करण्याच्या आनंदात मग्न झालो होतो. गेल्या १६ दिवसांच्या प्रवासाचा थकवा कुठल्याकुठे पळून गेला.

आता पुण्याकडे परतायचे वेध लागले. ट्रेन पकडायला कोलकाता गाठलं. आमच्या रिसॉर्टच्या मालकांनी, जे TAAB (Travel Agent Association Of Bengal)चे सदस्य होते, त्यांनी एका सुंदर सत्कार समारंभाचं आयोजन आमच्यासाठी केलं होतं. असं कौतुक अनुभवायला कुणाला आवडत नाही!

पुण्यात आमचं एकदम जल्लोषात स्वागत झालं. पुण्यात आणि इतरही बऱ्याच ठिकाणी वर्तमानपत्रं, सोशल मीडियामध्ये छान कव्हरेज मिळालं.

...आणि पुण्यात परतल्यानंतर एक महिन्याने अचानकपणे देवधर सरांचा फोनदेखील मिळाला. वाटेतल्या एका शेतात पडलेला तो फोन तिथे काम करणाऱ्या महिलेने अनेक खटपटी करून त्यांच्यापर्यंत पोहोचवला.

तर, अशी ही माझी आयुष्यातली पहिली दीर्घ पल्ल्याची सायकल स्वारी सुफळ-संपूर्ण झाली. तिने मला चांगलाच आत्मविश्वास दिला आणि पुढच्या प्रवासाची पायाभरणीदेखील केली!

❋ ❋

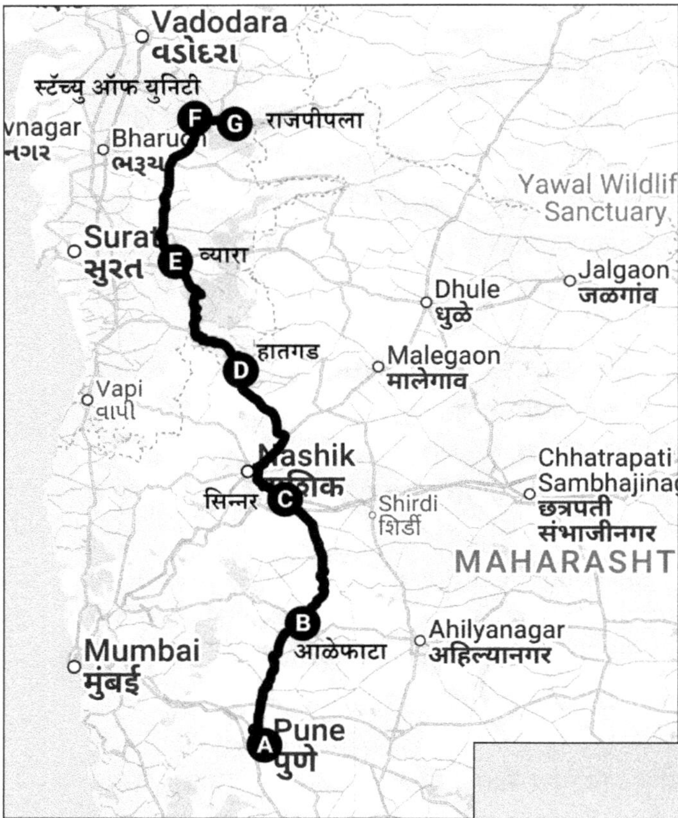

पुणे ते स्टॅच्यू ऑफ युनिटी
५५०km, ७ दिवस,
एलेव्हेशन : ४१८५ मीटर्स

डावीकडून चंद्रशेखर, ज्योती, देवधर सर

पुणे ते स्टॅच्यू ऑफ युनिटी

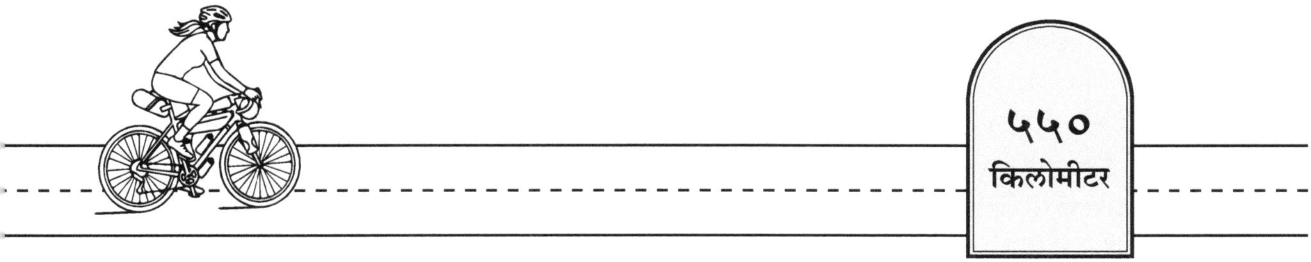

पहिली स्वयं-आधारित सायकल सफर

११ ते १७ फेब्रुवारी २०२३

सायकल मोहीम करून परत आलं की शरीर शिगलेलं असायचं आणि मन आनंदाने भरलेलं! आराम करून शरीर ताजेतवाने झालं की परत रोजचा व्यायाम, सायकल प्रॅक्टिस सुरू व्हायची. मित्र-मैत्रिणी, फिटनेस-प्रेमी ग्रुप यांच्याकडून कौतुक झाल्याने आधीच आनंदलेलं मन आणखी सुखावलेलं असायचं... आणि मग त्यातूनच पुढच्या मोहिमेची संधी घ्यावीशी वाटायची आणि ती मिळायचीदेखील!

आता देवधर सर आणि चंद्रशेखर सरांनी पुढची मोहीम ठरवली – 'पुणे ते स्टॅच्यू ऑफ युनिटी'. मी अर्थातच आनंदाने त्यात सामील झाले. सुंदरबन मोहिमेच्या वेळेस आमच्या सामानासाठी आणि रोजच्या सायकल प्रवासात पाणी म्हणा किंवा खाऊ म्हणा हे ठेवण्यासाठी सपोर्ट वाहन (कॅरिअर) टेंपो बरोबर होता. पण आता ही मोहीम सेल्फ-सपोर्टेड असल्याने स्वतःच सगळं सामान स्वतःच्या सायकलवर लादून जायचं होतं. त्यामुळे आपल्याला किती ओझं पेलत सायकल चालवता येईल त्यानुसार तयारी करायची होती. आवश्यक तेवढंच सामान कसं घ्यावं, याचं या निमित्ताने शिक्षण झालं; तसंच आपल्याला खरोखरंच किती मोजक्या गोष्टींची खरंच आवश्यकता असते, याचीही जाणीव त्याने करून दिली.

सुंदरबन मोहीम करताना मी मार्गाच्या आखणीमध्ये सहभागी नव्हते; कारण काही अनुभवच नव्हता. पण रोज पुढेपुढे जाताना देवधर सर आणि चंद्रशेखर सर कसा मार्ग ठरवतात, मार्गदर्शन कसं करतात हे मी उत्सुकतेने

बघायचे आणि त्यातूनच मार्ग-आखणीची समज वाढली. मग या सायकल प्रवासाच्या मार्ग-आखणीमध्ये मी सहभागी झाले. अशा मार्ग-आखणी ज्ञानाचा प्रचंड उपयोग पुढे मला नर्मदा परिक्रमेत झाला. पुणे - आळेफाटा - सिन्नर - नाशिक - सापुतारा - व्यारा - राजपीपला - स्टॅच्यू ऑफ युनिटी असा आमचा मार्ग ठरला.

आळेफाट्याकडे

कसोशीने सामान भरून (साधारण १२-१३ किलो वजन झालंच!), सायकल तयार करून आम्ही मोहिमेसाठी सज्ज झालो. ११ फेब्रुवारी २०२३, पहाटे सहा वाजता घरून निघालो आणि पेडल मारत आळेफाट्याकडे कूच केलं. आमच्या ग्रुपमधले आमचे काही सायक्लिस्ट मित्र-मैत्रिणी नाशिक फाट्यापर्यंत आमच्याबरोबर आले होते.

आज आम्हांला साधारण ९८ किलोमीटरचा टप्पा गाठायचा होता. रस्ता चांगलाच चढ-उताराचा होता. साधारण १९५० ते १५५० फूट असं up-down करत संध्याकाळी साडेचार-पाचच्या सुमारास मुक्कामावर पोहोचलो. जिथे आम्ही राहणार होतो तिथे वरच्या मजल्यावर अतिशय सुसज्ज, नेटकं जिम होतं. इतक्या लहान गावात असं जिम आणि तिथे मेहनत करणारी मुलं पाहून फिटनेस आस्थेचं खरोखर कौतुक वाटलं.

'तारांगण' : आगळंवेगळं पान दुकान

आळेफाट्यावरून पुणे, नगर, नाशिक आणि मुंबई या चारही मोठ्या शहरांकडे रस्ता जातो. मोठा चौरस्ता आहे. त्यामुळे ट्रॅफिकच्या जोडीला नाना प्रकारची दुकानंही इथे आहेत. त्याच चौकात एक भन्नाट दुकान होतं – पानाचं! 'तारांगण' – या आगळ्यावेगळ्या पान दुकानात खरोखर असंख्य तारकांसारखे असंख्य प्रकारचे विडे होते. एक नाही... दोन नाही... तर तब्बल ३५० प्रकारचे विडे इथे मिळत होते! गुलकंद, चॉकलेट या ओळखीच्या चवी तर तिथे होत्याच; पण कुल्फी, कॉकटेल, धमाका, खस, कस्तुरी असे कितीतरी नावीन्यपूर्ण विडे जीभ चाळवत होते. आम्ही अर्थातच विड्यांचा आनंद घेतला. पुन्हा झोपण्यापूर्वी, उद्याच्या मार्गाचं नियोजन केलं आणि हेडलॅम्प चार्ज करण्यासारख्या इतर तयारी पूर्ण केल्या. उद्याचा मुक्काम होता सिन्नरला!

पहाटे लवकर आवरून सिन्नरच्या दिशेने सायकली वळल्या. परत एकदा भरपूर चढ-उताराचा रस्ता आमची परीक्षा घेत होता. याच वाटेवर अतिशय प्रशस्त असा 'समृद्धी महामार्ग' लागला. सायकलस्वारांना या महामार्गावर परवानगी नाही, त्यामुळे सायकल चालवणं शक्य नसलं तरी थांबून आवर्जून तो महामार्ग आम्ही पाहिला आणि त्याचा छोटा व्हिडीओसुद्धा केला.

डुबेरे : एक टुमदार, हिरवाईने नटलेलं ऐतिहासिक गाव!

सिन्नर आता आठ-दहा किलोमीटरवर राहिलं होतं. या वाटेवर डुबेरे हे टुमदार, हिरवाईने नटलेलं गाव लागलं. या गावाचे रहिवासी शिवराम वाजे यांचं कुटुंब आमच्या सायकलिंग ग्रुप मधल्या उमेश धोपेश्वरकर सरांच्या परिचयाचं होतं. उमेश सरांनी स्टॅच्यू ऑफ युनिटीच्या मोहिमेवर निघालेले माझे सायकल ग्रुपचे मित्र सिन्नरला थांबणार आहेत', असं सांगून ठेवलं होतं. त्यामुळे ते आमची वाट पाहत होते. त्यांच्या प्रेमळ आदरातिथ्याने आम्ही अगदी भारावून गेलो. आम्ही त्यांच्याकडेच राहावं असा त्यांचा मनापासूनचा आग्रह होता. पण आमचं सिन्नरमध्ये हॉटेल बुक केलेलं होतं आणि पहाटे आम्ही खूप लवकर बाहेर पडतो, त्यामुळे मुक्काम शक्य नव्हता.

दुपारी त्यांच्याकडे जेवायला जायचं मात्र आम्ही पक्कं केलं. सिन्नरला पोहोचलो. अंघोळी करून, आवरून तरतरीत झालो तोवर त्यांचा मुलगा अमोल गाडी घेऊन आलाच!

अमोलबरोबर डुबेरे गावात आलो. 'ऐतिहासिकदृष्ट्याही हे गाव फार महत्त्वाचं आहे', अमोल सांगत होता. 'इथली दोन तरी ठिकाणं तुम्ही जरूर पाहा.' कुतूहल जागृत झालं आणि अमोलबरोबर डुबेरे गाव पाहायला निघालो.

सटुआई मंदिर

पहिल्यांदा गेलो सटुआई मंदिरात. सटुआई म्हणजे आपली सटवाई. मूल जन्माला आल्यानंतर सटवाई पाचव्या दिवशी त्याचे भविष्य लिहिते आणि मग ब्रह्मदेत्र ते वाचतो, असं आपल्याकडे मानलं जातं आणि म्हणून बाळाच्या पाचवीच्या दिवशी सटवाईची पूजा केली जाते. 'सटीचा लेखा जोखा, न चुके ब्रह्मादिका', हे मंदिराच्या प्रवेशद्वारावर लिहिलेलं वाक्य मंदिराचा महिमा सांगतं.महाराष्ट्रात खूप कमी ठिकाणी सटवाईची मंदिरं दिसून येतात. डुबेरे हे त्यांपैकी एक. हे सटुआई मंदिर साधारण ३०० वर्षं तरी जुनं आहे अशी माहिती मिळाली. पंचधातूंची देवीची मूर्ती अतिशय सुघड, सुंदर आहे; आणि विशेष म्हणजे, मूर्तीच्या हातात लेखणी आहे. मंदिरात मूर्तीच्या जोडीला देवीची शीळ (पाषाण)देखील आहे. खूप प्रसन्न वाटलं मंदिरात जाऊन!

श्रीमंत थोरले बाजीराव पेशवे यांचं आजोळ

'मराठेशाहीचा झेंडा अटकेपार फडकवणारे श्रीमंत थोरले बाजीराव पेशवे यांचं जन्मगाव' अशी ऐतिहासिक बैठकही डुबेरे गावाला लाभली आहे. इथल्या जोशी वाड्यात थोरले बाजीराव पेशवे यांचा जन्म झाला. अमोल आम्हांला हे पवित्र जन्मस्थान दाखवायला घेऊन गेला. डुबेरेतील जोशी वाड्यातील पेशव्यांची जन्मखोली त्यांचा पराक्रम आपल्या डोळ्यांपुढे उभा करते. बर्वे कुटुंब आजही या जुन्या वाड्याची काळजी घेत हे स्थळ जतन करत आहेत. अतिशय भारावून टाकणारा अनुभव आम्ही इथे घेतला.

अतिशय आपुलकीने अमोलने आम्हांला गावाची सफर घडवली. चवदार जेवणानंतर त्याने गाडी काढून रात्री आम्हांला परत आमच्या मुक्कामी आणून सोडलं. असे उबदार अनुभव घेतले की जाणवतं, की खरंच 'ओळख – अनोळख' असं काही नसतंच! आपणच उगाच अनावश्यक बंधनं घालून घेतो. चांगल्या गोष्टींचे पडसादही चांगलेच असतात हे सायकल प्रवास करताना, या आणि अशा अनेक प्रसंगांमधून सातत्याने जाणवलं.

गोंदेश्वर मंदिर, सिन्नर

सिन्नरमधल्या गोंदेश्वर मंदिरालाही आम्ही आवर्जून भेट दिली. संत ज्ञानेश्वर महाराजांनी ज्याच्या तोंडून वेद वदवून घेतले होते त्या रेड्याचं समाधी मंदिर आळेफाट्याला आहे. मात्र, त्याची आधी नीट माहिती नसल्याने ते पाहायचं राहून गेलं आणि त्याची रुखरुख मनाला कायमची लागून राहिली. म्हणून, मग ज्या गावाला जातो आहोत तिथे काय वैशिष्ट्यपूर्ण आहे याची माहिती मी काढून ठेवायला लागले. त्यामुळे गोंदेश्वर मंदिर पाहायचं असं आधीच ठरवलं होतं.

बाराव्या शतकात यादवकालीन राजवटीत बांधलेलं गोंदेश्वर मंदिर हे प्राचीन, भव्य आणि अतिशय देखणं असं शिल्पकलेचं उदाहरण आहे. काळ्या दगडात हेमाडपंथी शैलीत बांधलेलं हे मंदिर भगवान शंकराला समर्पित

असून आजही अढळपणे उभं आहे. हे मंदिर पाच मुख्य मंदिरांचा समूह असल्याने त्याला शैवपंचायतन म्हटलं जातं. यांतील गोंदेश्वराचे मुख्य शिवमंदिर मध्यावर असून सभोवतीची चार उपदिशांना असणारी मंदिरं पार्वती, गणपती, सूर्य आणि विष्णू यांची आहेत. मंदिराच्या भिंतींवर, खांबांवर केलेलं कोरीवकाम इतकं सूक्ष्म आणि जिवंत वाटतं, की जणू दगडात कथा जिवंत झाल्या आहेत. रामायण-महाभारताचे प्रसंग, नृत्यरत अप्सरा, प्राणी-पक्ष्यांच्या आकृत्या, ... सगळंच इतकं सुंदर आहे, की पाहताना नजर अजिबात हटत नाहीत! त्या काळात कारागिरांनी इतकं अचूक आणि कलात्मक काम केल्याचं आश्चर्य वाटत राहतं.

सायकल प्रवासात निसर्ग, लोक, गावं दिसतातच; पण गोंदेश्वरसारखं ऐतिहासिक मंदिर पाहिलं की प्रवासाचा अर्थ अजून गहिरा वाटतो. श्रद्धा, कला आणि इतिहास – तिन्हींचा संगम या मंदिरात अनुभवायला मिळाला.

हातगड

सिन्नरनंतर आम्हांला पुढचं गाव गाठायचं होतं – ते म्हणजे हातगड. महाराष्ट्र-गुजरात सीमेवर असलेलं हे महाराष्ट्रातलं शेवटचं गाव. साधारण १०१ किलोमीटर जायचं होतं. रोजच इतकं अंतर करायचो; त्यामुळे आता त्याचं दडपण नसायचं. रस्ता जरी भरपूर चढ-उताराचा असला तरी प्रवासात रोज काहीतरी आगळेवेगळे अनुभव मिळायचे, त्यामुळे वाटचाल सुखद होऊन जायची. हातगडचा रस्ता छान, गुळगुळीत होता. रस्त्याच्या दोन्ही बाजूंना ग्लिरिसिडियाची भरपूर झाडं आहेत त्यामुळे जरा सावली होती. ही झाडं भारतीय नाहीत आणि पर्यावरणासाठी चांगली नाहीत, असं म्हणतात. या ग्लिरीसिडिया फुलांचा सीझन असल्याने रस्ता दुतर्फा गुलाबी फुलांनी सजला होता आणि दुपारच्या उन्हात खूपच छान दिसत होता.

मार्गक्रमण करत असताना भगवे कपडे घातलेल्या मंडळींचा एक मोठा ग्रुप दिसला. पायी वारी करत ही मंडळी गुजरातमधल्या कोणत्यातरी मंदिराकडे निघाली होती. वाटेवरच्या गावातल्या गावकऱ्यांनी त्यांची जेवणाची सोय केली होती. सायकलवारी करणाऱ्या आम्हांलाही जेवणाचं आमंत्रण मिळालं. भाजी-भाकरी आणि गोड बुंदी असं चविष्ट जेवण करून आम्ही हातगड गाठलं.

हातगडला शिवकालीन सुरेख किल्ला आहे. जायची इच्छा होती, पण तेवढा वेळ नव्हता. कारण पुढचं लक्ष्य होतं गुजरतमधलं व्यारा. सुमारे सव्वाशे (१२५) किलोमीटर अंतर कापायचं होतं तेही जंगलातून आणि घाटातून! त्यामुळे 'परत येताना किल्ला पाहू' असं ठरवत पेडल मारलं आणि व्याराकडे निघालो. हातगड ते सापुतारा घाट चढताना चांगलीच परीक्षा होती. नंतर मात्र दहा किलोमीटर प्रचंड उताराचा रस्ता होता. या उतारावरून विलक्षण वेगाने खाली आलो. हा रस्ता पूर्ण वन्यजीव अभयारण्यातून जाणारा होता. प्राणी दिसण्याची शक्यता नव्हतीच; तरीसुद्धा आपण एका घनदाट साग, बांबू यांच्या जंगल रस्त्यावरून सायकल चालवतोय हा अनुभव वेगळा आणि थरारक होता.

बघता-बघता महाल गाव गाठलं. इथे जंगलातल्या आजूबाजूच्या लहान-लहान गावा-वस्त्यांमधल्या मुलांसाठीची अतिशय सुरेख – मोठी सरकारी निवासी शाळा होती. दुपारी साडेबारा-एकचा सुमार होता. शाळा नुकतीच सुटली असावी. आम्हांला पाहून मुलं जवळ आली. ती गप्पा मारायला उत्सुक होती, त्याहीपेक्षा जास्त त्यांना गिअरवाली सायकल हाताळायला मजा येत होती.

जेवणाची वेळ झाली होती म्हणून इथेच कुठे काही मिळतंय का खायला ते आम्ही शोधत होतो. एक छोटी झोपडी होती, तिथल्या माणसाने तयारी दाखवली. 'पटकन स्वयंपाक करून वाढतो' म्हणाला. पण त्यात बराच

वेळ गेला असता, म्हणून चंद्रशेखरने त्याला विचारलं – 'तुमच्यासाठी बनवलेलं जेवण आहे का? असेल तर तेही चालेल.' त्या माणसाने उदारपणे अगदी सहजपणे त्यांच्यासाठी बनवलेलं जेवण आम्हांला वाढलं. साधंच; पण रुचकर जेवण करून तृप्त मनाने आम्ही व्याराकडे निघालो.

व्यारा

पाहता-पाहता टेमके जंक्शन गाठलं. व्यारा आता फक्त ३० किलोमीटरवर राहिलं होतं. १२५ किलोमीटरचा आणि ८८३ मीटरचा म्हणजे चढाचा खडतर प्रवास करत व्याराला पोहोचलो. अन्नपूर्णा रेस्टॉरंटमधील चविष्ट गुजराती थाळी त्या दिवशी आणखीच लज्जतदार लागली; आणि वर तिथली सुप्रसिद्ध मावा कुल्फी खाताना आमचा सारा थकवा दूर झाला.

गाडीतून उतरून सहजपणे हा खाऊ खाल्ला असता तर कष्टाची चव वजा झाल्याने तो किती बरं चवदार लागला असता... असा प्रश्न मनात येऊन गेला.

राजपीपला

एव्हाना पुण्याहून निघून चार दिवस झाले होते. आज राजपीपला गाठलं की मग स्टॅच्यू ऑफ युनिटी अगदीच आवाक्यात होता. शिरस्त्याप्रमाणे भल्या पहाटे राजपीपलाकडे निघालो. साधारण १२० किलोमीटरचं अंतर आज पार करायचं होतं. हा सगळा आदिवासी भाग आहे, शांत आहे. उसाचा अतिशय मधुर रस या वाटेवर सर्वत्र मिळतो. तो मनसोक्त पिऊन आम्ही आमचा थकवा घालवत होतो. या वाटेवर जी छोटी दुकानं दिसायची, घरं दिसायची त्यांच्या बाहेर एक मजेदार गोष्ट पहिली : बाहेर पाण्याचा माठ असतो आणि त्याचं स्टँड मात्र एकदम खास असतं. झाडाची वाळलेली 'Y' आकाराची भक्कम फांदी जमिनीत नीट रोवली की झालं स्टँड तयार... सुटसुटीत आणि सोपं! शिवाय, आजूबाजूला सहज मिळणारं हे स्टँड! निसर्गाच्या सहवासात राहिलं की बहुधा कृत्रिम वस्तू लागतच नसाव्यात!

जाता-जाता वाटेत मांडवीजवळ आम्ही तापी नदी ओलांडली. नर्मदा मैयाखालोखाल भारताच्या पश्चिमेला जाऊन समुद्राला मिळणारी ही सर्वांत मोठी नदी आहे.

नेत्रांग घाटाचा धडा

राजपीपलाच्या अलीकडे नेत्रांग घाट आमची परीक्षा घ्यायला सिद्ध होता. आत्तापर्यंतचा सर्वांत मोठा चढ होता तो बहुतेक! कितीही पेडल मारा... सायकल पुढे जातच नाहीये, असं वाटत होतं. सायकलवर लावलेलं स्वतःचंच सामान प्रचंड जड वाटायला लागलं. चढ चढत असताना हे सामानाचं ओझं सतत मागे खेचत होतं. सामान भरताना, 'हे असू दे... ते लागेल कदाचित...', असं म्हणून कायकाय उगाच भरून ठेवलं आहे हे प्रकर्षाने जाणवायला लागलं. 'Travel light', 'Minimalistic' यांसारख्या संकल्पनांचे अर्थ व्यावहारिकदृष्ट्या समजले. आणि आता, बऱ्यापैकी मी खरंच जणू काही त्यांचा अर्थ पूर्णपणे उमजल्यासारखी वागते. आता केवळ सामानाचंच नाही; तर जगताना अजून जो काही इतर अनावश्यक बोजा घेऊन आपण चालत असतो तोही मला थोडाथोडा उतरवून ठेवता यायला लागला आहे. प्रवास माणसाला बदलतो तो असा!

हा चढ दहा किलोमीटरनंतर संपणार आहे आणि मग उतार आहे हे ठाऊक होतं, त्यामुळे स्वतःला

सहकाऱ्यांच्या मदतीने आणि मानसिक बळावर पुढे रेटलं. राजपीपला दृष्टिपथात आलं तेव्हा खरोखर हुश्श झालं! पाच दिवसात (११ ते १५ फेब्रुवारी) जवळपास ५५० किलोमीटरचा टप्पा पार झाला होता आणि मोहीम फत्ते व्हायला आता अगदीच तीसेक किलोमीटर राहिले होते.

कुबेर भंडारी आणि नीलकंठ स्वामीनारायण धाम मंदिर

राजपीपलाच्या अगदी जवळ कुबेर भंडारी हे कुबेराचं २५०० वर्षांपूर्वीचं मंदिर आहे. कुबेराची मंदिरं फारशी दिसत नाहीत. त्यातून हे मंदिर तर अतिरम्य नर्मदा मैयाच्या किनारी आहे. हे मंदिर बघणे आम्ही अजिबात चुकवणार नव्हतो. त्यामुळे १६ फेब्रुवारीला सकाळी आधी मंदिर दर्शन आणि मग स्टॅच्यू ऑफ युनिटी!

कुबेर मंदिराकडे जातानाच पोईचा इथलं नीलकंठ स्वामीनारायण धाम मंदिरदेखील आम्ही पाहणार होतो. हे मंदिर अप्रतिम असं एक आध्यात्मिक स्थळ आहे! भव्य वास्तू, सुंदर शिल्पकला आणि शांत परिसर पाहताच मन भारावून जातं. निसर्गाच्या सान्निध्यात उभं असलेलं हे मंदिर म्हणजे श्रद्धा, सौंदर्य आणि शांततेचं अनोखं मिश्रण! मंदिरात पोहोचल्यावर मिळालेली समाधानाची आणि आनंदाची अनुभूती खरंच अविस्मरणीय!

पुढे कुबेर भंडारीकडे जाताना जरा रस्ता चुकलो. खरंतर मंदिर समोरच घाटाजवळ दिसत होतं. खडीच्या रस्त्याने सायकल अक्षरशः ढकलत नेली. परंतु, नर्मदा किनारी पोहोचताच आम्ही सगळी दमणूक विसरून गेलो. दर्शनासाठी नर्मदा नदी नावेतून पार करून जावं लागतं. शंकराच्या वरदहस्तामुळे धनाचे अधिपती असलेले कुबेर महाराज इथे वास करतात, अशी श्रद्धा आहे. स्थानिकांचा विश्वास आहे की, कुबेर भंडारीचे दर्शन घेतल्यावर धनधान्याची वाढ होते आणि आयुष्यातील अडथळे दूर होतात. मंदिराजवळ नर्मदास्नान केल्याने पुण्य लाभते, असाही विश्वास आहे. या मंदिराने दिलेली ऊर्जा आणि शांततेचा अनुभव मनाशी जपून ठेवावा असाच होता. नंतर नर्मदा परिक्रमा करताना मला पुन्हा एकवार इथे यायचं भाग्य मिळालं.

अंतिम पडाव : स्टॅच्यू ऑफ युनिटी

ही दोन्ही ठिकाणं करून आम्ही अंतिम पडाव स्टॅच्यू ऑफ युनिटीकडे निघालो. दिवसभराच्या भटकंतीने दमलो असलो तरी मनात अमाप उत्साह भरला होता. संध्याकाळी दिवेलागणीच्या सुमारास आम्ही त्या अतिभव्य पुतळ्यापाशी पोहोचलो. गेले पाच दिवस सातत्याने सायकल चालवल्याचे कष्ट सार्थकी लागले. ठरवलेली मोहीम पूर्ण झाल्याचं समाधान अपूर्व असतं, याचा हवाहवासा अनुभव पुन्हा एकवार घेतला.

दुसऱ्या दिवशी सकाळी स्टॅच्यू ऑफ युनिटी आणि परिसराची भटकंती करायला बाहेर पडलो. पर्यटकांना या परिसरात फिरण्यासाठी इ-रिक्षा आहेत. विशेष म्हणजे, ही रिक्षा केवळ स्त्रियाच चालवतात. सरदार सरोवर प्रकल्पाच्या बांधकामादरम्यान ज्या कुटुंबांची जमीन पाण्याखाली गेली होती, त्या कुटुंबांना या रिक्षा सरकारकडून मिळाल्या आहेत. बचतगटामार्फत या स्त्रियांना रिक्षा देण्यात येतात तसंच ट्रेनिंगही दिलं जातं. त्यांच्याबरोबर गप्पा मारताना समजलं, की केवळ चूल आणि मूल यात अडकलेल्या स्त्रिया या रिक्षा चालवण्याच्या कामामुळे घराबाहेर पडून कमावत्या झाल्या आहेत. आर्थिक कमाईमुळे आचारविचार जरा मुक्त – स्वतंत्र झाले आहेत.

डुबेरे : थोरले बाजीराव पेशवे जन्मस्थळ

डुबेरे : सटूआई मंदिर

सिन्नर : गोंदेश्वर मंदिर

करनाली : कुबेर भंडारी

स्टॅच्यू ऑफ युनिटीच्या वाटेवर

राजपीपलाच्या वाटेवर
'Y' आकाराचा खोडाचा स्टँड

स्टॅच्यू ऑफ युनिटी : महिला चालकांची इ-रिक्षा

ध्येय पूर्ती

◀
लोहपुरुष सरदार वल्लभभाई पटेल
स्टॅच्यू ऑफ युनिटी

नर्मदा नदीच्या काठावर, गुजरातमधील केवडिया येथे उभारलेला स्टॅच्यू ऑफ युनिटी हा जगातील सर्वांत उंच पुतळा आहे. भारताचे लोहपुरुष सरदार पटेल यांचा हा पुतळा तब्बल १८२ मीटर (५९७ फूट) उंच असून सुप्रसिद्ध शिल्पकार राम सुतार यांनी त्याची रचना केली आहे. विशेष म्हणजे, या पुतळ्याच्या बांधकामासाठी देशभरातून जमवलेलं सुमारे पावणे दोन लाख शेतकऱ्यांची शेतीची जुनी – वापरात नसलेली साधनं यातून मिळालेलं स्क्रॅप आयर्न वापरलं गेलं आहे. त्यामुळे हा पुतळा केवळ धातूचा नाही, तर देशाच्या एकतेचं प्रतीक आहे!

पुतळ्याच्या छातीच्या भागात १५३ मीटर उंचीवर व्ह्यूइंग गॅलरी आहे. तिथे हाय-स्पीड एलिव्हेटरने जाऊन पोहोचलो. नर्मदा नदी, सरदार सरोवर धरण, सातपुडा पर्वतरांगा, निसर्गाची हिरवाई यांचा भव्य नजारा पाहताना थक्क होऊन गेलो.

नेहमीप्रमाणे मोहीम पूर्ततेचा आनंद साडी नेसून, सायकल सखीबरोबर फोटो काढून साजरा केला. आईची तीसेक वर्षांपूर्वीच्या, आदिवासी मूर्तिकलेच्या चित्रांनी नटलेल्या साडीतला हा फोटो जेव्हा केव्हा मी पाहते तेव्हा हा सगळा प्रवास जसाच्या तसा माझ्या डोळ्यांपुढे उभा राहतो.

मागे वळून पाहताना लक्षात येतं की, कदाचित नर्मदा मैयाने परिक्रमेच्या तयारीतला भाग म्हणून स्वयं-आधारित अशी ही सायकल यात्रा माझ्याकडून करवून घेतली असावी!

❋ ❋

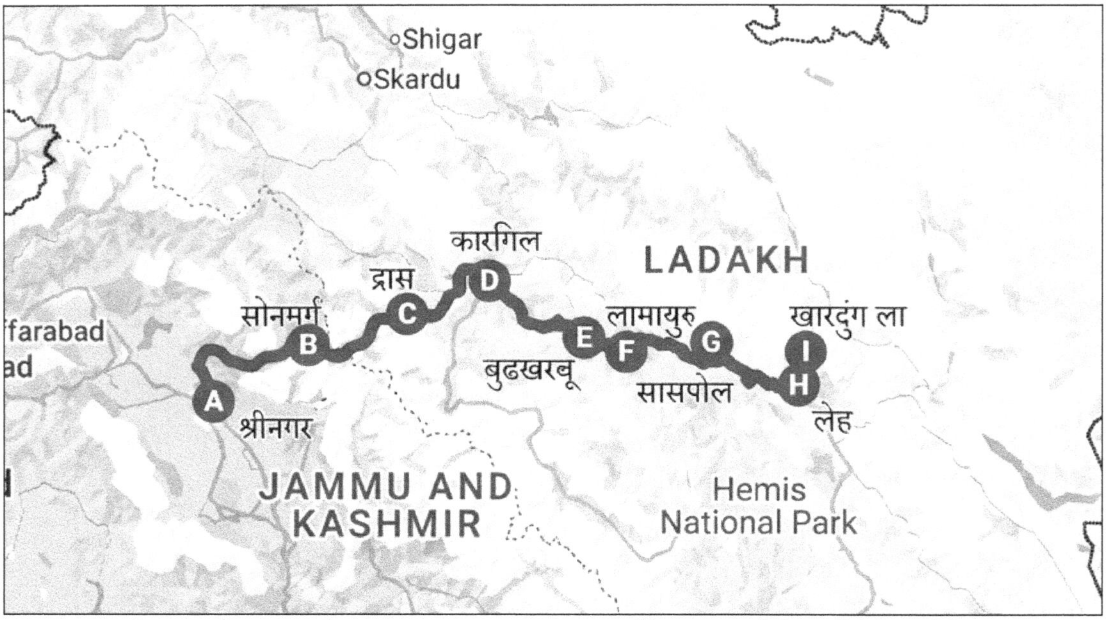

श्रीनगर - लेह – खारदुंग ला : ४५५ km, ११००० फुटांपेक्षा जास्त उंचीच्या खिंडी – झोजि ला, नामिक ला, फोटू ला, खारदुंग ला

टीम : (डावीकडून) चंद्रशेखर, श्यामला, ज्योती, एकादशी, उमेश, माधव

श्रीनगर - लेह - खारदुंग ला

सायकलवरून हिमालयाची भव्यता अनुभवताना...

९ ऑगस्ट ते १७ ऑगस्ट २०२२

सुंदरबन सायकलिंगमुळे मला हा आत्मविश्वास मिळाला की, सलग अनेक दिवस सायकल चालवून मी लक्षणीय अंतर कापू शकते. त्यामुळे आता सायकल-मैत्री अधिकच पक्की झाली. शिवाय, आपल्या भूमीशी, इथल्या विविध प्रांतातल्या संस्कृती - माणसं यांच्याशी जोडलं जाण्याचा अनुभवही किती आगळा असतो याची जाणीव अजून सखोल झाली. परिणामी, देशाच्या विविध भागांत हळूहळू सायकल चालवण्यास सुरुवात झाली.

चंद्रशेखर सरांनी पुढची सायकल मोहीम ठरवली : श्रीनगर - लेह - खारदुंग ला! श्रीनगर म्हटल्यावर तर मला विलक्षण आनंद झाला. शाळकरी वयातली सोनेरी वर्षं मी श्रीनगरमध्ये घालवलेली असल्याने त्या शहराशी, तिथल्या निसर्गाशी माझं एक वेगळंच नातं जडलेलं आहे; आणि ट्रेक करत असताना पर्वतांविषयी प्रेम आणि आदर वाढीला लागला आहे. यामुळे श्रीनगर - लेह - खारदुंग ला सायकल सफर माझ्यासाठी विशेष महत्त्वाची होती.

चंद्रशेखर - शामा ही जोडी, माधव लिमये, उमेश धोपेश्वरकर, एकादशी आणि मी अशी आमची सहा जणांची टीम तयार झाली. चंद्रशेखर - शामा व्यवस्थापनात अत्यंत कुशल असल्याने नियोजनाची सूत्रे त्यांनी हाती घेतली.... तारखा ठरल्या... ९ ऑगस्ट रोजी श्रीनगरवरून पहिलं पेडल मारायचं आणि १७ ऑगस्ट रोजी खारदुंग ला गाठायचं. साधारण ५०० किलोमीटर अंतराच्या या मोहिमेत उंच ठिकाणी (high altitude) हिमालयन सायकलिंगचा अनोखा अनुभव आम्ही घेणार होतो.

श्रीनगरवरून लेहला जाताना तीन मोठ्या खिंडी, झोजी ला (Zoji La : ११,५७५ फूट), नामिक ला (Namika La : १२,१३९ फूट), आणि फोटू ला (Fotu La : १३,४७८ फूट) आम्हांला पार करायच्या होत्या; आणि शेवटची खिंड खारदुंग ला – तब्बल १७,५८२ फूट उंचीची! हा रस्ता जगातल्या सर्वोच्च १० मोटोरेबल रस्त्यांपैकी एक आहे. शारीरिक क्षमतेबरोबरच हा मार्ग नक्कीच मानसिक ताकदीलाही आव्हानात्मक असणार होता. पण सगळेच आनंदाने या मोहिमेसाठी सज्ज झाले होते. आमचं सिंहगड चढ-उतर, घाट सायकलिंग, श्वसनाचे व्यायाम ही फिटनेस तयारी नियमित सुरू होती.

श्रीनगर

बघता-बघता ७ ऑगस्ट रोजी श्रीनगरला जाऊन पोहोचलो. आठवणींच्या हळव्या कोपऱ्यांत जपून ठेवलेल्या तिथल्या निरनिराळ्या जागा डोळ्यांपुढे येत होत्या. मधल्या इतक्या वर्षांत कालानुरूप बदल झाले असले तरी काही खुणा दिसल्या की अपरिमित आनंद व्हायचा.

तिथल्या आमच्या टूर ऑपरेटरने MTB सायकलची आमच्यासाठी सोय केली होती. शामा इलेक्ट्रिक सायकल घेणार होती, तीही त्याने दिली. दुसऱ्या दिवशी सायकली घेऊन सुप्रसिद्ध दल लेकभोवती राईड केली. साधारण २० किलोमीटरचा हा लूप करताना मी नकळत शाळेच्या दिवसांमध्ये जाऊन पोहोचले. कारण याच सुंदर रस्त्यावरून आमची इंटर स्कूल सायकलिंग कॉम्पिटिशन होत असे. माझ्याबरोबर असलेल्या मित्र-मैत्रिणींना माझं गाव दाखवताना, तिथल्या आठवणी सांगताना मी किती आनंदित झाले होते, याचं मोजमाप करणं केवळ अशक्य!

श्री खीर भवानी मंदिर

श्रीनगरजवळच्या कंगन गावापासून ९ ऑगस्टच्या सकाळी आमची मोहीम सुरू होणार होती. श्रीनगर ते कंगन हा रस्ता अतिशय खराब असल्याने तिथपर्यंत गाडीने गेलो. वाटेत सुप्रसिद्ध खीर भवानी (दुर्गेचा अवतार) मंदिरात जाऊन देवीचं दर्शन घेतलं. या देवीला खिरीचा नैवेद्य दाखवला जातो, म्हणूनच मंदिराला 'खीर भवानी' हे नाव मिळालं. हे मंदिर एका पवित्र झऱ्यावर बांधलेलं आहे. देवीच्या सभोवती असलेलं पाणी शुभ-अशुभ प्रसंगसूचक असून त्याप्रमाणे वेगवेगळे रंग धारण करतं, असा लोकविश्वास आहे.

सोनमर्गच्या दिशेने...

देवीमातेला प्रार्थना करून आमच्या सायकली वळल्या सोनमर्गच्या दिशेने! साधारण ३५-३६ किलोमीटरचं अंतर आज पार करायचं होतं. अंतर तसं आवाक्यातलं असलं तरी जवळजवळ ९०० मीटरचं एलिव्हेशन गाठायचं होतं. मस्त हवा, देखणे निसर्ग नजारे पाहत आम्ही पुढे जात होतो. दरीतून वाहणाऱ्या करड्या रंगाच्या सिंध नदीचं रूपही डोळ्यांत साठवून घेतलं. वाटेत सफारचंदांच्या बागा दिसत होत्या. झाडांवर हिरवी-लाल सफरचंद दिसत होती. ती पाहताना मन पुन्हा एकदा आठवणीत रमलं. आम्ही श्रीनगरला राहत असताना आई या मोसमात कच्ची सफरचंद, कच्चे बदाम यांची खमंग लोणची करत असे... आणि पिकल्या सफरचंदांच्या तिच्या हातच्या जॅमची चव आजही जिभेवर आहे.

सगळं काही रम्य – देखणं असलं तरी चढ मात्र प्रचंड होता. एका क्षणी तर मला वाटलं, की सायकलमध्ये काही बिघाड झाला असावा. सायकल पुढे जातच नाहीये आणि चाकं जागीच फिरत आहेत. मी बरोबर असलेल्या आमच्या टूर गाइडला थांबवलं आणि विचारलंदेखील – ''सायकलमध्ये काही बिघाड झाला आहे का? मुळीच पुढे सरकत नाहीये ती!''

त्याला हसायलाच आलं माझ्या प्रश्नाचं! ''मॅडम, हा चढ किती तीव्र आहे पाहा! सायकल पुढे वेगाने कशी जाणार?''

हिमायलातले चढ ही काय चीज आहे याची जाणीव होऊ लागली होती. हळूहळू सायकल दामटत अखेर दुपारी ३ च्या सुमारास सोनमर्ग गाठलं.

आजचा चढ काहीच नाही, असा चढ असलेली झोजी ला पास आता आमची वाट पाहत होती. उद्या ती पार करत ७५ किलोमीटरवरचं द्रास गाठायचं होतं.

द्रास

शिरस्त्याप्रमाणे सोनमर्गवरून सकाळी लवकर द्रासकडे निघालो. १५ किलोमीटरचं अंतर पार केल्यावर झोजी ला चढायला सुरुवात करणार होतो. याच वाटेवर अमरनाथ यात्रेचा बेस कॅम्प आहे. सुरक्षेच्या कारणामुळे इथे अगदी दर एक किलोमीटरवर आपले जवान दिवस-रात्र तैनात असतात. या जवानांमध्ये काही जण आपल्या सांगली-साताराकडचे होते. त्यांच्याशी थोडं बोलणं झाल्याने छान वाटलं. इथेच एका मंदिरात थांबून चहा-नाश्ता केला.

झोजी ला

आता पुढे, अकरा तीव्र वळणे (hair pin bends) असलेली, चढणीची वळणावळणाची वाट सुरू झाली. याही रस्त्यावर आर्मीच्या कॉनव्हॉय मोठ्या संख्येने जा-ये करत होत्या. कारण झोजी ला ही काश्मीर व्हॅली आणि लडाखला जोडणारी धोरणात्मकदृष्ट्या महत्त्वाची खिंड आहे. वाहतूक, पर्यटन आणि लष्करी रसद पुरवण्यासाठी तिचं महत्त्व अनन्यसाधारण आहे. आम्ही कॉनव्हॉयमधल्या जवानांना अभिमानाने सॅल्यूट करायचो; तर ते आम्हां सायकलस्वारांना पाहून कौतुकाने परत सॅल्यूट करायचे. तिथला लहरी निसर्ग, कपटी शत्रू यांना तोंड देत आपलं सदैव रक्षण करणाऱ्या त्या जवानांना पाहून मन भरून येत होतं.

शांत चित्ताने, हळूहळू, ठामपणे पेडल मारत अखेर साडेअकरा हजार फुटांवरचा झोजी लाचा माथा, अर्थात 'zero point' गाठला. अतिशय थंडगार, बोचरे वारे सहन करत तिथे पोहोचल्याचा आनंद गरमगरम कावा पिऊन आणि भरपूर फोटो काढून साजरा केला.

एक उंचचउंच पास सर झाल्याने आम्ही खुशीत होतो... आणि आता तर चांगला उताराचा रस्ता होता.

बघता-बघता १०,८०० फुटांवरच द्रास गाठलं. पुढचा, म्हणजे ११ ऑगस्टचा दिवस आम्ही द्रासमध्येच थांबणार होतो. लडाखचं प्रवेशद्वार – द्रास – जगातील दुसऱ्या क्रमांकाचं थंड ठिकाण! पण इथल्या वातावरणात एक वेगळीच ऊब आहे. या भूमीच्या प्रत्येक कणात कारगिल युद्धाच्या आठवणी दडलेल्या आहेत.

दिवसभर द्रासची सफर केली. इथे उभं असलेलं कारगिल युद्धाचं 'ऑपरेशन विजय'चं स्मारक पाहताना डोळे पाणावले. टायगर हिल, तोलोलिंगच्या लढायांची आठवण करून देणारं हे स्मारक म्हणजे शौर्य, बलिदान

आणि देशभक्तीचं प्रतीक आहे. शेकडो सैनिकांनी दिलेल्या बलिदानांचा साक्षीदार असलेल्या या स्थळाकडे पाहताना, स्वतःच्या क्षुद्रत्वाची तीव्र जाणीव होते.

आगळी राखी पौर्णिमा!

या दिवसाला आणखी एक वेगळीच छटा लाभली; कारण आज राखी पौर्णिमा होती. पुण्याहून येताना मी स्वतः तयार केलेल्या राख्या बरोबर आणल्या होत्या. त्या इथल्या जवानांना बांधल्या. त्यांच्या डोळ्यांतला आनंद आणि अभिमान बघून असं वाटलं, की खरी राखी म्हणजे फक्त नात्यातली रेशमी दोरी नव्हे; तर देशाचं रक्षण करणाऱ्या भावाच्या मनगटावर बांधलेली विश्वासाची गाठ आहे.

थंडगार वाऱ्यांत, हिमालयाच्या उंच डोंगरांच्या साक्षीने, सैनिकांसोबत साजरी केलेली ही राखी पौर्णिमा – माझ्या सायकल प्रवासातील सर्वांत भावनिक आणि हृदयाला भिडलेला अनुभव ठरला.

कारगिल

१२ ऑगस्ट... सकाळी लवकर निघून सायकल कारगिलकडे वळवली. द्रास ते कारगिल साधारण ६५ किलोमीटरचा टप्पा आहे. रस्ता पक्का असला तरी सतत चढ-उतार जाणवतो. द्रास सुमारे १०,७६० फुटांवर आहे, तर कारगिल ८,७८० फुटांवर! काही ठिकाणी दमवणारी चढण, तर इतरत्र गार वाऱ्याच्या सोबतीने होणारी आल्हाददायक उतरण – या वाटेवर मला या दोन्हींचाही अनुभव घेण्याची संधी मिळाली.

एका ठिकाणी सलग उतार लागला. सायकलचा वेग ४० ते ४५ किलोमीटर प्रति तासावर पोहोचला. आणि त्या क्षणी मला वाटलं, की मी जणू पंख लावून उडते आहे! खाली डावीकडे सुरू नदी, उजवीकडे उंच पर्वत – आणि मध्ये मी, एका बारीकशा सायकलवरून निसर्गाचं नवल करत रस्ता कापत जात होते. तो थरार शब्दांत मावणारा नव्हता – जणू प्रत्येक श्वासात वेग, स्वातंत्र्य आणि आनंद मिसळला होता.

कारगिलमध्ये पोहोचल्यावर दरीचं दृश्य डोळ्यांत साठवून ठेवलं. सुरू नदीच्या काठावर वसलेलं कारगिल हिरवाईच्या पट्ट्यामुळे अधिकच मोहक दिसत होतं. मला इथे येऊन एक वेगळीच ऊर्जा जाणवली; कारण १९९९मध्ये इथे झालेलं युद्ध, सैनिकांची शौर्यकथा, आणि त्यांची बलिदानं आजही या भूमीत जिवंत आहेत. कारगिलच्या भौगोलिक स्थितीमुळे हा भाग भारतासाठी सामरिकदृष्ट्या अत्यंत महत्त्वाचा आहे. नियंत्रण रेषा (LOC) जवळ असल्याने हे ठिकाण युद्ध आणि सुरक्षा यांच्या ऐतिहासिक संगमाचे प्रतीक आहे. या मोक्याच्या ठिकाणावरून दोन्ही राष्ट्रांचे बंकर्स न्याहाळताना, लष्कर हे सदैव सतर्क आणि युद्धासाठी तत्पर असते, या वास्तवाची मनाला प्रकर्षाने जाणीव होते.

कारगिलमध्येच प्लॅटोनाथ बाबा मंदिर या एका अद्भुत धार्मिक आणि ऐतिहासिक स्थळाला भेट द्यायची संधी आम्हांला मिळाली. १९७१ आणि १९९९च्या युद्धांमध्ये, भारतीय सैन्याच्या जवानांनी या मंदिराच्या परिसरात आश्रय घेत शत्रूच्या हल्ल्यांपासून संरक्षण मिळवलं असल्याचं सांगितलं जातं. भारतीय सैन्याने या मंदिराची उत्तम देखभाल सुरू ठेवलेली आहे. मंदिर परिसरातल्या शांतता आणि आध्यात्मिक वातावरणाने मन प्रसन्न होऊन गेलं.

नामिक ला

१३ ऑगस्टच्या सकाळी कारगिल सोडल्यावर सायकलिंगचा नवीन टप्पा सुरू झाला. आज ६५ ते ७० किलोमीटरवरचं बुढखरबू (Budhkharbu) गाठायचं होतं. आणि वाटेत होती १२,००० फुटांवरची नामिक खिंड! इथून पुढे लडाखचा वाळवंटी प्रदेश सुरू होतो. हिरवाई लुप्त होऊन सोनेरीसर रंगाची माती आणि तसेच पहाड दिसायला लागतात. उंची वाढत जात असल्याने ऑक्सिजन पातळी कमी होत जाते, त्यामुळे अधिक दम लागतो. शिवाय, चढावर तुम्ही सायकल अजिबात थांबवू शकत नाही. थांबलं तर सायकल उलटी मागे जाते आणि परत पकड (grip) घेणं अशक्य होऊन बसतं. इथले वळणदार मार्ग, भव्य सोनेरी-तपकिरी पर्वत, चढण आणि जोरदार वारे – या सर्वांनी आमचा प्रवास अधिक रोमांचक केला. काही ठिकाणी तर संपूर्ण रस्त्यावर कुणीच नव्हते; त्या गहन शांततेचा मी अनेकदा मनसोक्त आस्वाद घेतला! त्या सूर्यमुखी रस्त्यावर अजिबात सावली नव्हती, तरी वातावरण मंत्रमुग्ध करणारं होतं!

१५ किलोमीटरची खडतर चढण पार करून आम्ही यशस्वीरीत्या १२,१९८ फुटांवरचा नामिक ला टॉप गाठला. थंडगार, भणभणत्या वाऱ्यावर टॉपच्या पाटीजवळ लावलेल्या रंगीत प्रार्थना-पताका डोलत होत्या. तिथे थांबून मस्त फोटो काढले. पुढे बऱ्यापैकी उताराचा रस्ता आहे हे माहीत असल्याने जरा निवांत झालो होतो.

वाटेत शिवाजी पाटील या अवलियाची भेट झाली. शिवाजी हे नांदेडचे, पेशाने शिक्षक! स्वयंपूर्णतेने आणि स्वत:च्या खर्चाने सायकल राईड्स करत संपूर्ण भारत पाहण्याचे स्वप्न ते बाळगून आहेत. त्यांचा उत्साह आणि धाडस पाहून मी थक्कच झाले! ते फक्त आपला विषय शिकवणारे पुस्तकी शिक्षक नसून, विद्यार्थ्यांना कृतीमधून, अनुभवातून जीवन शिकवणारे प्रेरणादायी व्यक्तिमत्त्व आहेत! आम्ही त्यांच्याबरोबर मनसोक्त गप्पा मारल्या, फोटो काढले आणि प्रवासाच्या अनुभवांची देवाणघेवाण केली. अशी माणसं भेटली की आणखी नवीन आणि धाडसी उपक्रम हाती घेण्याची प्रेरणा मिळते.

फोटु ला

श्रीनगरवरून लेहकडे जाणाऱ्या मार्गातल्या झोजी ला आणि नामिक ला या दोन उंच खिंडी पार झाल्या होत्या. १४ ऑगस्टच्या सकाळी उत्साहाने श्रीनगर-लेह या राष्ट्रीय महामार्गावरील सर्वांत उंच पास फोटु ला ओलांडायला आता आम्ही सज्ज झालो. चढणीचा दमछाक करणारा टप्पा असला तरी एका बाजूला उंच, पिवळसर, तपकिरी, कधी लालसर छटा असलेले डोंगर आणि वळणावळणाचा रस्ता यामुळे प्रवास डोळ्यांचं पारणं फेडणारा ठरला! फोटु ला टॉप गाठून फोटोसेशन करत खाली उतरत लामायुरुला जाऊन पोहोचलो. लामायुरुमध्ये शिरताना 'डेकॅथलॉन'सारख्या स्पोर्ट्र्ससंबंधित दुकानाचं आउटलेट पाहून मला नवल वाटलं – पर्यटन मोठ्या प्रमाणात सुरू असल्याचं हे निदर्शक म्हणायला हवं!

लामायुरु

लामायुरु भागाचं वैशिष्ट्य असणारी मूनलँड खडकरचना पाहताना आश्चर्य वाटत होतं. लडाखी भाषेत लामायुरुला 'चंद्रभूमी (Moonland)' असं म्हणतात, कारण इथल्या खडकांच्या या विचित्र रचना आणि पिवळसर-पांढुरक्या थरांमुळे संपूर्ण प्रदेश जणू चंद्रावरून आणल्यासारखा दिसतो. लामायुरुमधलं मुख्य आकर्षण म्हणजे लामायुरु

मोनॅस्ट्री – लडाखमधील सर्वांत जुनी आणि मोठी, सुमारे अकराव्या शतकात स्थापन झालेली! इथला गोम्पा, रंगीत भित्तिचित्रं आणि प्रार्थनाध्वजांचा देखावा फारच अप्रतिम आहे! दर वर्षी इथे होणारा मास्क डान्स फेस्टिवल हा लडाखी संस्कृतीचा मोठा उत्सव मानला जातो. ही मोनॅस्ट्री पाहण्याचा अनुभव भारावून टाकणारा होता.

लामायुरुमध्ये आमचा मुक्काम असलेलं मूनलाइट हॉटेल आरामदायी तर होतंच; पण इथलं महत्त्वाचं आकर्षण म्हणजे त्याची बाग! हिरवीगार बाग – सफरचंदांनी लगडलेली झाडं, मोठ्ठी रसाळ कलिंगडं, दुधी भोपळे आणि रंगीबेरंगी फुलं... वाळवंटी लडाखमध्ये अशी हिरवाई म्हणजे स्वर्गच! फोटू ला चढण्याचे कष्ट लामायुरुच्या सौंदर्याने पार नाहीसे झाले.

सासपोल

लेह आता अगदी एक मुक्काम दूर होतं – साधारण १२५ किलोमीटर. लामायुरु ते सासपोल असा आमचा पुढचा टप्पा होता. सिंधु नदीच्या काठाने जाणारा हा रस्ता अप्रतिम होता. वाटेत एक छोटी शाळा लागली. १५ ऑगस्टचा दिवस असल्याने शाळेत झेंडावंदन कार्यक्रम होता. मूठभर मुलं आणि तीन-चार शिक्षक! आम्हीदेखील त्यांच्याबरोबर झेंडावंदनात सहभागी झालो. निळ्याभोर आकाशाला भिडत जाणाऱ्या सोनेरी-तपकिरी पहाडांच्या पार्श्वभूमीवर फडकणारा तिरंगा मोठा देखणा दिसतो आणि तो पाहताना ऊर अभिमानाने भरून येतं!

सासपोलला दुपारी लवकरच पोहोचलो. आमच्या डुक हॉटेलमध्ये सामान टाकून, आवरून जरा गावात फिरायला बाहेर पडलो. जवळच जर्दाळू (Apricots)ची भली थोरली बाग दिसली. हा जर्दाळूचा मोसम असल्याने सगळ्या झाडांवर केशरी रंगाची रसाळ फळं भरभरून लगडली होती. पावलं आपसूकच बागेकडे वळली. मी परत एकदा लहानपणीच्या काश्मीरच्या दिवसांमध्ये जाऊन पोहोचले आणि तेव्हा लुटलेला जर्दाळू खाण्याचा आनंद पुन्हा एकदा घ्यायला उत्सुक झाले.

जर्दाळूच्या बागेत

बागेत शिरल्यावर समजलं की ही फलोत्पादन विभागा (Horticulture Department)ची बाग आहे. तिथले अधिकारी थोंडूप त्सेरिंग (Tondup Tsering) यांच्याशी भेट झाली. त्यांनी 'पाहिजे तितके जर्दाळू खा!' अशी आनंदाने परवानगी देऊन टाकली. जर्दाळूच्या जोडीला अर्थातच सफरचंद, बदाम, अक्रोड यांचीसुद्धा झाडं इथे होतीच! झाडावरून थेट पोटात असा फलाहार करता-करता थोंडूप त्सेरिंग सरांबरोबर गप्पा रंगल्या.

गेल्या चार-पाच वर्षांत ही बाग तयार झाली आहे, हे त्यांच्याकडून समजल्यावर खरंच कौतुक वाटलं. इथल्या तीव्र आणि लहरी हवामानात इतकी सुंदर बाग जोपासणं खरोखरच कठीण आहे. सरांची एक मुलगी सिव्हिल इंजिनिअरिंग करून आज BRO (Border Road Organization)मध्ये काम करते आहे, तर दुसरी मुलगी दिल्लीमध्ये नोकरीला आहे हे ऐकताना त्यांच्यातला प्रेमळ पिता जाणवत होता.

'इथलं, या पहाडांमधलं आमचं आयुष्य निसर्गाशी जोडून घेत त्याच्या मर्जीने जगणारी आम्ही साधीसुधी माणसं आहोत, इथे सध्या जो पैसा येतोय त्यामुळे जीवन बदलते आहे, काळजी वाटते या भूमीची!' हे त्यांच्याकडून ऐकताना अस्सल लडाखी माणूस कसा असतो हेदेखील समजत होतं. सायकलवरून इथे फिरताना, निसर्गाला जवळून अनुभवताना त्यांची कळकळ किती खरी आहे आणि पर्यटक म्हणून इथे आलो तर किती जबाबदारीने वागायला पाहिजे याची सहजच जाणीव झाली.

संध्याकाळी सासपोलच्या लोकल मार्केटमध्ये फेरफटका मारला. इथेच बिहारी बाबू – मोंडल भेटले. त्यांचं मिठाईचं दुकान होतं. त्यांच्याकडे पाणीपुरी, गुलाबजाम खाताना खूप मजा आली.

लेह

लेह आता अगदी ६० किलोमीटरवर आलं होतं. सासपोल ते लेह जाताना अंतर कधी संपतं ते समजतही नाही. कारण आवर्जून बघण्यासारखी अनेक स्थळं या मार्गावर आहेत. सासपोलजवळचे जांभळट रंगाचे डोंगर, सुरूचीमधूनच येणारी झाडं, खास लडाख भागात उमलणारी फुलं पाहत-पाहत लिकिर गाठलं. लिकिरलादेखील अतिप्राचीन अशी मोनॅस्ट्री आहे (साधारण अकराव्या शतकातली). इथे मैत्रेय बुद्धाचा ७५ फुटी सोनेरी मुलामा दिलेला आकर्षक पुतळा दुरून लक्ष वेधून घेतो. मोनॅस्ट्रीतली गहन शांतता अनुभवून आणि भव्य बुद्ध मूर्ती, चोरतेन यांचे दर्शन घेऊन आम्ही पुढे निघालो.

वाटेतलं पुढचं आकर्षण होतं – 'संगम'. सिंधु आणि झंस्कार या नद्यांचा मनोहर संगम या ठिकाणी दिसतो. पर्यटक मोठ्या संख्येने इथे भेट देत असतात. इथल्या वेगवान प्रवाहात राफ्टींगचा थरार अनुभवतात. आम्हीदेखील थांबून या ठिकाणाचा आनंद घेतला.

इथून थोडंसं पुढे जाताच अजून एक आश्चर्यकारक ठिकाण आहे – मॅग्नेटिक हिल – अर्थात, 'गुरुत्वाकर्षणाला आव्हान देणारा डोंगर'! इथे रस्त्यावर एक ठरावीक ठिकाणी वाहन जर उतारावर न्यूट्रलमध्ये उभं केलं तर ते हळूहळू वरच्या दिशेने सरकतंय असं दिसतं! जणू काही एखादी अदृश्य चुंबकीय शक्ती वाहनाला खेचून नेत आहे. खरं म्हणजे हे एक ऑप्टिकल इल्यूजन आहे – आसपासच्या पर्वतरांगांच्या रचनेमुळे आणि रस्त्याच्या उतारामुळे आपल्याला तो उतार चढासारखा भासतो. पण हा अनुभव इतका रोमांचक असतो, की इथे थांबून तो घेतल्यावाचून राहवत नाही.

लेह जवळजवळ येत होतं. शहरात शिरण्यापूर्वी आधी पत्थर साहिब गुरुद्वाराचं दर्शन घेतलंच पाहिजे. पत्थर साहिब गुरुद्वारा शीख धर्मियांसाठीच नव्हे, तर सर्वच प्रवाशांसाठी अत्यंत पूजनीय स्थान आहे. स्थानिक आख्यायिकेनुसार, लडाखमधील एका राक्षसाने एक मोठी शीळा गुरू नानकजींवर ते ध्यानस्थ असताना त्यांच्या दिशेने ढकलली. त्या शीळेचा त्यांना स्पर्श होताच ती शीळा मेणासारखी मऊ झाली. गुरु नानकजी त्यात सामावून गेले आणि त्या शीळेवर त्यांच्या शरीराची आकृती उमटली. रागाच्या भरात त्या राक्षसाने शीळेवर जोरात लाथ मारली. पण त्याचा पायही त्यात रुतला. आजही त्या शीळेवर गुरूजींच्या पाठीचा आकार आणि राक्षसाच्या पायाचे ठसे भक्तांना गुरुद्वारात पाहायला मिळतात. दर्शन आणि त्यानंतर इथल्या लंगरमधल्या स्वादिष्ट भोजन-प्रसादाने आम्ही तृप्त झालो.

दिवसभर इतके निरनिराळे समृद्ध, सुखद अनुभव घेतले होते, की स्वतःच्याच भाग्याचा हेवा वाटत होता. खरंतर दिवसभर नव्हे, तर श्रीनगरहून निघाल्यापासूनचा प्रत्येकच दिवस खास होता, अनुभव-श्रीमंत करणारा होता.

आता नजर अंतिम पडाव खारदुंग लावर होती. त्याच्या अफाट उंचीचं दडपण होतंच; पण आत्तापर्यंत पार केलेल्या तीन खिंडी आश्वस्त करत होत्या. लेह आणि नुब्रा व्हॅली यांना जोडणारी खारदुंग ला खिंड समुद्रसपाटीपासून १७,५८२ फूट (५,३५९ मीटर) उंचीवर आहे. हा रस्ता जगातील काही सर्वांत उंच रस्त्यांपैकी एक आणि भारतातील तिसऱ्या क्रमांकाचा सर्वांत उंच रस्ता म्हणून ओळखला जातो.

खारदुंग लाच्या दिशेने

सकाळी लवकर खारदुंग लाच्या दिशेने मार्गक्रमण सुरू केलं. अंतर किलोमीटरमध्ये ४० असलं तरी चढण जबरदस्त होती. रूक्ष पहाडातली खडी चढण, उन्हाचे चटके, विरळ ऑक्सिजन हे घटक आव्हान अधिक खडतर करत होते. नेटाने पेडल मारत पुढे जात होतो. लेहपासून साधारण २२ किलोमीटरवर असलेल्या साउथ पुलूच्या थोडं अलीकडे मात्र मला अतिशय थकवा आला. सायकल चालवणं अशक्य झालं. ऑक्सिजनची कमतरता असल्याने अनावश्यक शारीरिक श्रम केले, मोहीम पूर्ण करण्याचा अट्टाहास केला तर जिवावर बेतू शकतं, हे लक्षात घेऊन मी जड अंतःकरणाने माझी सायकल मोहीम थांबवण्याचा निर्णय घेतला. केवळ काही किलोमीटर राहिले असताना मोहीम सोडणं त्रासदायक होतं. पण, श्रीनगरपासून इथवर केलेला सायकल प्रवास माझा मला सुखावून गेला होता, आत्मविश्वास देऊन गेला होता. भविष्यात अजून असेच अनेक प्रवास नक्कीच करायला मिळतील या भावनेने त्या अतिभव्य हिमालयाला वंदन करून, त्याने इथपर्यंत सुखरूप यायची परवानगी दिली याबद्दल कृतज्ञता व्यक्त करून मी थांबले. आमच्या सहाय्यक वाहनामध्ये सायकल टाकून खारदुंग ला टॉपपर्यंत गेले.

थोड्याच वेळात, संघातील सदस्य आपापल्या सायकलींवरून तिथे येऊन पोहोचले. 'खारदुंग ला टॉप – 18,380 ft – Highest Motorable Road' हा फलक पाहताच, माझ्या डोळ्यांत अश्रू उभे राहिले आणि माझे हृदय एका गहन तृप्तीच्या भावनेने भरून गेले! माझी नसली, तरी चंद्रशेखर आणि एकादशीची मोहीम पूर्ण झाल्याबद्दल आम्ही जल्लोष केला. कमाल म्हणजे, उमेश सरांनी लेह-खारदुंग ला-लेह सायकल राईड केवळ सात तासांत पूर्ण केली, तेही पाण्याच्या एका बाटलीवर! कारण सहाय्यक वाहन आमच्याबरोबर होतं. ज्या सायकलने ही मोहीम पूर्ण करण्यात साथ दिली तिला खास स्टाइलने उचलून घेत आम्ही भरपूर फोटो काढले आणि लेहकडे परतीचा प्रवास सुरू केला. सायकल मोहीम संपली तरी आम्ही लडाखमध्येच आणखी एक धाडस करणार होतो – झंस्कार भागातल्या १७,००० फुटांवर नेणाऱ्या मारखा व्हॅलीचा ट्रेक! इतक्या सायकलिंगनंतरही आम्ही हा ट्रेकचा आनंद घेत तो यशस्वीरीत्या पूर्ण केला.

आता, परत वळून मी जेव्हा या प्रवासाकडे बघते तेव्हा समजतं, की श्रीनगर-लेह-खारदुंग ला हा प्रवास फक्त अंतर पार करण्याचा नव्हता, तर स्वतःच्या जिद्दीवर, सहनशक्तीवर आणि स्वप्नांवर विश्वास ठेवण्याचा होता; आणि थोडक्यासाठी एखादी गोष्ट हातातून निसटली तरी त्याची खंत न करता जे केलं आहे ते कमी नाही याचंही भान देत मला पुढच्या मोहिमेसाठी आश्वस्त करणारा होता!

❋❋

श्रीनगर : कंगन रूटवरचं खीर भवानी मंदिर

झिरो पाईंट, झोजि ला : ११६४९ फूट

उंचावरचे वळणावळणाचे अवघड घाट रस्ते

फोटू ला टॉप, १३४७९ फूट

खारदुंग ला टॉप, १७९८२ फूट

नामिक ला टॉप, १२१९८ फूट

इंदूरचे सुहृद : शिल्पा वहिनी आणि किरण दादा

परिक्रमा उचलताना : कन्या भोज

गोमुख घाट, ममलेश्वर : संकल्प उचलताना

ॐकारेश्वर : प्रवासाची सुरुवात

गजानन महाराज आश्रम : प्रयाणाच्या तयारीत

नर्मदालय : आदरणीय भारतीताई ठाकुर

नर्मदा परिक्रमा

बीज अंकुरले!

आता सायकलिंग माझ्यासाठी केवळ व्यायाम नव्हता, तर ती माझी एक साधना – एक सवय, एक शोध, आणि दररोज स्वतःला आव्हान देण्याचा मार्ग होता! २०२३मध्ये पुणे ते शेगाव असा तीन दिवसांचा सायकल प्रवास केला आणि त्या प्रवासात मला सुचेता पंचनदीकर भेटल्या. त्या मातेने सायकलवरून संपूर्ण नर्मदा परिक्रमा केली होती. त्यांची कथा, त्यांचं तेज, आणि त्यांच्या डोळ्यांतील अवर्णनीय समाधान – ही प्रतिमा माझ्या मनात खोलवर कोरली गेली. त्याच क्षणी एक विचार मनात रुजला, हळुवार वाढत गेला, आणि ठाम होत गेला – 'आपणही सायकलवर नर्मदा परिक्रमा करायची.' अंतरंगात कुठेतरी एक नवीन कळी उमलली होती – स्वातंत्र्याची, उत्सुकतेची, आणि स्वतःकडे नव्याने पाहण्याची!

याच वर्षी म्हणजे नोव्हेंबर २०२३मध्ये 'सिंहगड ग्रुप'मधले दिवेकर काका आणि त्यांचे मित्र रवींद्र डावखरे पायी परिक्रमेसाठी निघाले. पंचाऐंशी दिवस चालत त्यांनी परिक्रमा पूर्ण केली. मार्च २०२४मध्ये परत आल्यावर त्यांनी परिक्रमेनिमित्त कन्यापूजन आणि भोजन ठेवलं होतं. तेव्हा त्यांच्या चेहऱ्यावरची कृतार्थता पाहून आपणही परिक्रमा करायला पाहिजे, हा विचार प्रबळ होऊ लागला. 'सिंहगड ग्रुप'मध्ये दर गुरुवारी त्यांच्याशी होणाऱ्या संभाषणामुळे विचार हळूहळू निर्धारात बदलत गेला.

२०२५मध्ये परिक्रमा करण्याबाबत मन अगदी स्पष्ट आणि निश्चयी होतं. या वेळी माझ्यात एकच आवाज सतत घुमत होता – काहीही झालं तरी ही परिक्रमा करायचीच! तशी तयारी २०२४च्या ऑक्टोबरपासूनच सुरू केली. नोव्हेंबर २०२४मध्ये सायकल ग्रुपवर मेसेज केला – 'परिक्रमेची तयारी करते आहे. कुणाला जमणार आहे का यायला?' परंतु वेळ काढून इतके दिवस बरोबर येऊ शकणारं कुणीच नव्हतं. 'आपण निर्धार केला आहे तर जाऊ या... एकटं तर एकटं!' 'हो की नाही' याच्या मधल्या खेळात अडकून अनिश्चितपणात गुंतण्यापेक्षा

स्पष्टपणे 'हो' किंवा 'नाही' असं उत्तर मला स्वतःकडून द्यायला आवडतं. कारण एकदा 'हो'चा कौल दिला की मग कोणत्याही अडचणींवर मार्ग शोधत पुढे जाता येतं, हे एव्हाना मला समजलेलं होतं. त्यामुळे 'एकटी का दुकटी' हा विचार सोडून दिला.

नियोजन करताना...

या संदर्भात यूट्यूबवर उपलब्ध असलेले व्हिडिओ पाहायला सुरुवात केली. यापूर्वी कोविड काळात धुळ्याच्या डॉक्टर प्रशांतचंद्र पाटील यांचं सायकलवरून परिक्रमा केल्याच्या अनुभवाचं पुस्तक वाचलं होतं. पण तेव्हा हा विचार डोक्यात नव्हता, कारण तेव्हा सायकलिंग मी नुकतंच सुरू केलं होतं. पण, त्यामुळे एक साधारण कल्पना आली होती.

आता मात्र मला ठरवून अभ्यास करायला पाहिजे होता. रोज या संदर्भात किमान दोन-तीन व्हिडिओ तरी मी पहायचेच. अनुभव सांगणारा प्रत्येक जण, प्रत्येकाचे मार्ग, प्रत्येक छोटी कथा – माझ्या नियोजनासाठी जणू मार्गदर्शक नकाशा ठरू लागली. सुचेता पंचनदीकर यांच्याबरोबरदेखील बोलणं झालं. मार्ग कसा असणार, कुठून सुरुवात करायची, किती अंतर, कोणती निवास व्यवस्था – हे सर्व एकत्र जोडणं सुरू झालं. मला जाणवलं की, हा प्रवास विषयानं आध्यात्मिक आणि मनाने भक्कम असण्याचा कस पाहणारा असला तरी नियोजनाच्या टप्प्यावर तो बारीकसारीक तपशिलांचा कठीण खेळ आहे.

माझी इच्छा होती – नदीकाठाने, छोट्या गावांमधून, नर्मदेच्या अखंड सान्निध्यातून प्रवास करायचा; हायवेचा वेग नको, नदीकाठची शांतता आणि खऱ्या आश्रमांचा स्पर्श हवा. पण नदीकाठाचा मार्ग म्हणजे अनिश्चितता – लहान रस्ते, अपरिचित गावं, निवासाची मर्यादित सोय, आणि अनेक तांत्रिक अडचणी. हा प्रवास मला एकटीने करावा लागणार होता. आणि इथेच माझ्यात शंकेची छोटीशी कंपनं निर्माण झाली – मी खरंच परिक्रमा करायला समर्थ आहे का... एकटीने इतका मोठा मार्ग पार करता येईल का?

'नर्मदा मैया असताना शंका-कुशंका कशाला?' असा स्वतःला धीर देत मी निष्ठेने तयारी करत होते. परिक्रमेचे व्हिडिओ पाहताना प्रत्येकाकडून ऐकलेलं *'एक निरंजन, दो सुखी, तीन में खटपट, चार दुखी'* - हे वचन अनुभवायला सिद्ध होत होते. परिक्रमा हा नुसताच रस्त्याचा प्रवास नसून आत्मशोधाचा प्रवास असतो आणि स्वतःमधलं 'निरंजन' अर्थात जे काही शुद्ध, पवित्र, आणि कोणत्याही दोषांपासून मुक्त आहे त्याचा अनुभव घ्यायला कदाचित एकट्यानेच जायला हवे असेल. शिवाय, 'मी हे करायचा कधीच प्रयत्न केला नाही', असं म्हणत खंत करायची वेळ माझ्यावर यायला नको होती. गेलो... आणि वाटेत अगदी काही झालंच तर सायकल गाडीत टाकून आणू परत! अशा विचाराने तयारी करत होते.

मार्गाची आखणी करणं हे प्रवासासाठी महत्त्वाचं होतंच; त्याचबरोबर वाटेवर लागणाऱ्या आश्रमांची माहिती असणंही आवश्यक होतं. म्हणून त्यांच्या संपर्क क्रमांकांची माहिती गोळा करून आश्रमांना फोन करायला सुरुवात केली. फोनवर बोलताना एका बाबाजींचे शब्द मनात घर करून गेले –

''इथे तुझ्याकडे नुसती एक स्त्री म्हणून कोणी पाहत नाही, सर्व जण तुला 'मैयाच्या रूपात' पाहतात. शक्य तेवढी सगळी मदत मिळेल, चिंता करू नकोस. बरेच आश्रम जोडलेले असतात, त्यांनाही मी तुझ्याविषयी सांगू शकतो.''

या संभाषणामुळे माझी भीती जणू कमी झाली आणि आंतरिक निर्णय अधिक ठाम झाला. ३०००हून अधिक किलोमीटरचा हा प्रवास नक्कीच सोपा असणार नव्हता. जसजसे व्हिडिओ पाहत होते, वेगवेगळ्या लोकांशी बोलत होते, तसतसा हळूहळू माझा आत्मविश्वास वाढायला लागला.

माझी मैत्रीण शामलाच्या परिचयातल्या उपेंद्र शेवडे यांनी सायकलवर दोन वेळा परिक्रमा केली होती. त्यांचा मार्गदर्शक नकाशा (रूट मॅप) मिळाला. उपेंद्र दादांचा मार्ग हायवेजवळचा होता. नदीकाठानेच जायची माझी तीव्र इच्छा असली तरी सुरुवात हायवेवरून करायला हरकत नाही – या निर्णयापर्यंत मी आले. आणि त्यांचाच मार्ग प्रवासासाठी मी निश्चित केला. आश्रमवाले साधारण २५-३० किलोमीटरपर्यंत रस्ता कसा आहे, इतर काही मार्ग आहे का, त्याची परिस्थिती काय आहे, वाटेत कोणत्या प्रकारची मदत मिळू शकेल किंवा नाही, याविषयी सांगू शकतात. त्यांच्या मदतीने पुढे जाताना आधी ठरवलेल्या रस्त्यानेच जाणं होईल असं नव्हतं. पण निदान एक अंदाज, एक रूपरेषा तरी ठरली. २२ जानेवारीला ॐकारेश्वरवरून परिक्रमा सुरू करायची होती आणि त्यासाठी २० जानेवारीला इंदूरला जायला निघायचं, हे निश्चित झालं.

सायकलची बेसिक दुरुस्ती : एक आवश्यक कसब

रूट आणि त्याची माहिती या सगळ्याच्या जोडीला सायकलची टेक्निकल माहितीसुद्धा मला घेणं आवश्यक होतं. सायकलची अगदी बेसिक तरी दुरुस्ती करता यायला पाहिजेच होती. सायकलमध्ये काय बिघाड होऊ शकतो, तो बिघाड ओळखायचा कसा, आणि सोप्या पद्धतीने दुरुस्त कसा करायचा, हे सगळं शिकणं सुरू होतं. चंद्रशेखर सरांनी सायकल रिपेअरिंगचं वर्कशॉप घेतलं – शिफ्टर, ब्रेक, टायर पंक्चर सर्व शिकवलं. देवधर सरांचा सायकल सर्व्हिसिंगमधला नेहमीचा टेक्निकल माणूस अमर कुमावत याने सायकल सर्व्हिसिंग करून दिली. टायर-ट्यूब नवीन टाकून घेतले. हे टायर्स आमच्या ग्रुपने स्पॉन्सर केले होते. मी परिक्रमेला जाते आहे हे देवधर सरांनी सांगितल्यावर त्याला खरोखर कौतुक वाटलं आणि 'परिक्रमेत काही समस्या आली तर मला व्हिडिओ कॉल करा. मी नक्की मदत करेन.' असंही त्याने आवर्जून सांगितलं.

सामानाची जुळवाजुळव

टी-शर्टसाठी एकादशीच्या यजमानांनी ज्यावरून मी परिक्रमावासी आहे हे चटकन लक्षात येईल असा छानसा लोगो तयार करून दिला. माझी मैत्रीण सोनाली खटावकर हिने सायकलिंग जर्सी स्पॉन्सर केल्या.

मला माझं सगळं सामान सायकलवर लादून न्यायचं होतं. ते काटेकोरपणे घेणं आणि भरणं आवश्यक होतं. इथे स्टॅच्यू ऑफ युनिटीच्या सेल्फ सपोर्टेड सायकल सफरीचा अनुभव उपयोगी पडला. सामानाची यादी करताना एकदम मनात चमकून गेलं, की तेव्हा बहुतेक नर्मदा मैया नकळत माझ्याकडून तयारी करवून घेत होती.

जर्सी-ट्रॅक पॅन्टच्या दोन जोड्या, दोन पांढरे ड्रेस – कारण हा परिक्रमावासींचा सर्वमान्य वेश असतो, थंडीसाठी जॅकेट आणि इतर कपडे, मोज्यांच्या तीन जोड्या – मोजे बांबूपासून बनवलेले. कारण हलके आणि धुतले तर लवकर वाळणार, माझे कॉटनचे दोन मोठे स्कार्फ – डोक्याला बांधायला आणि टॉवेलसारखे वापरायला हे सगळं भरून झालं. सर्वांत महत्त्वाचा भाग म्हणजे, वेळ पडल्यास लागणारी औषधं – कैलासजीवन, क्रोसिन, मल्टिव्हिटॅमीन गोळ्या, स्नायूंना आराम मिळण्यासाठी गोळ्या, उलट्या-जुलाब यासाठी गोळ्या, इलेक्ट्रोलाइट

नीट ठेवायला – fast & upच्या गोळ्या – असं सगळं जवळ ठेवलं.

अंथरूण-पांघरूण म्हणजे स्लीपिंग बॅग घेतली – ० ते ५ तापमानासाठी उत्तम आरामदायक; आणि तिच्या आत शिरून झोपून गेलं की मग एक प्रकारची सुरक्षितता वाटते. कारण आश्रमात अगदी मोकळ्या, मोठ्या हॉलमध्ये किंवा जागा मिळेल तसं झोपायला लागतं. सायकलवरून प्रवास करताना पायांना चांगली ग्रिप मिळेल असे बूट, नी-कॅप, डोक्याला स्कार्फ त्यावर हेल्मेट, UV गॉगल्स हीदेखील तयारी झाली. स्लीपिंग बॅगच्या गुंडाळीवर लावायला छोटा फ्लेक्स करून घेतला त्यावर 'नर्मदा परिक्रमा', इमर्जन्सी फोन नंबर, माझा ब्लड ग्रुप असं सगळं प्रिंट केलं होतं. डेकॅथलॉनचा एक छोटा पाउच घेतला – ज्यात फोन, वाटेत लागला तर खाऊ, सायकलची किल्ली असं सामान मावेल आणि तो हँडलजवळ लावायचा ठरवलं.

'तू नक्की करशील!'

जय्यत तयारी झाली. परिक्रमा सुरू करायचा दिवस म्हणजे २२ जानेवारी २०२५ जवळ येऊ लागला. ...आणि एक दिवस देवधर सरांचा ग्रुपवर मेसेज आला – 'ज्योती एकटी परिक्रमेला जाते आहे. तिला निरोप द्यायला सगळे भेटू या.' यातला 'एकटी' हा शब्द वाचून माझ्या पोटात गोळाच आला.

मी सरांना फोन केला... ''सर, जमेल ना नक्की...! तयारी झाली आहे तरीही मला थोडी भीती वाटते आहे!''

''ठरवलं आहेस ना पक्कं... मग तू करशीलच! आणि मैया असताना काळजी नको!'

स्वतः ५० ते ६० हजार किलोमीटर सायकलिंग केलेल्या सरांचे हे शब्द ऐकून मला धीर आला. आपल्या हितचिंतकांचे असे शब्द, त्यांचा विश्वास, अशा नाजूक क्षणी बळ देऊन जातो.

...आणि सहप्रवासी मिळाला!

सायकलवर सामान लावायला कॅरियर आणि पॅनियर पाहिजे होतं. त्यासाठी शिरीष लोणकरांना फोन केला. मी कुठे जात आहे, केव्हा जात आहे, आणि किती किलोमीटरचा प्रवास आहे, याची त्यांनी चौकशी केली. तेव्हा मी परिक्रमेविषयी आणि तिच्या तयारीविषयी सांगितलं. बोलण्याच्या ओघात त्यांना विचारलं, ''सर मी एकटीच जात आहे. तुम्हांला आवडेल का आणि जमेल का यायला बरोबर? मी २० तारखेला निघणार आहे पुण्याहून.''

खरंतर अगदी तीन-चार दिवस राहिले होते मला निघायला. पण तरीही, सर म्हणाले, ''एक-दोन दिवसांत सांगतो तुला काय ते!'' इतक्या कमी वेळात तयारी करून कुणी येईल ही शक्यताच मला धूसर वाटत होती. पण शिरीष सरांचा खरंच फोन आला, ''मी येतो आहे परिक्रमेला तुझ्याबरोबर! फक्त २२ जानेवारीऐवजी २३ जानेवारीला परिक्रमा सुरू करू या का?''

आनंदाने आणि कृतज्ञतेने मन भरून आलं. मैयाला खरंच काळजी आहे आणि ती आपल्याकडून परिक्रमा नक्की करून घेईल याची कुठेतरी खात्री पटली. शिरीष सरांच्या धाडसाला मनोमन प्रणाम केला. इतका खडतर प्रवास करण्याचा निर्णय सहजासहजी कुणी घेणं शक्य नसतं.

पहिला मुक्काम इंदूर

माझं २० जानेवारीचं इंदूरचं तिकीट आधीच काढून झालं होतं. त्यामुळे मी त्या दिवशी, तर शिरीष सर २१ जानेवारीला इंदूरला यायला निघणार होते.

इंदूरला जाताना सायकल व्यवस्थित नेणं फार महत्त्वाचं होतं. राजरतन ट्रॅव्हल्सची माहिती मला कळली होती. त्यांना फोन करून सायकलबद्दल सांगितल्यावर त्यांनी आश्वासन दिलं, की व्हॉल्वोच्या डिक्कीमधून अगदी सुरक्षितपणे तुमची सायकल नेता येईल.

२० जानेवारीचा दिवस उजाडला. रात्री आठ वाजता मी निघणार होते. आता मन अगदी शांत होतं. 'मैया करवून घेईल' या विश्वासाने तिच्यावर सगळं सोडून आपण आपल्या मार्गावर जात राहू!

सायकल ग्रुपची मित्र मंडळी आणि हितचिंतक बस स्टॉपवर निरोप आणि शुभेच्छा द्यायला आले. सायकल बसच्या डिकीत ठेवायला चंद्रशेखरने मदत केली. आणि 'काळजी घे!', 'छान कर!', 'भेटूच आल्यावर अनुभव ऐकायला' अशा सर्वांच्या प्रेमळ निरोपानंतर मी खरंच परिक्रमेला निघाले.

स्लिपर-कोचमध्ये माझ्या सहप्रवासी भगिनी संगीता निंबाळकर यांनी खूप छान सोबत केली. त्या सायकॉलॉजी विषयात पी.एचडी. करत होत्या आणि देवास विद्यापीठात त्यांचा थिसीस सबमिट करायला निघाल्या होत्या. कोणतीही पूर्वओळख नसताना 'परिक्रमा' या विषयाने आमच्या कितीतरी गप्पा झाल्या. सकाळी सातच्या सुमाराला त्यांनी मला आवर्जून जागं केलं. आमची बस तेव्हा सनावदच्या पुलावरून जात होती. अथांग पसरलेल्या मैयाचं सुभग दर्शन मला सकाळच्या रम्य वेळी झालं. मनोभावे तिला नमस्कार केला.

माहेरचं गाव 'इंदूर '

सकाळी नऊच्या सुमारास इंदूरला उतरले. इंदूरशी माझं नातं कितीतरी जुनं! १९८४-८५मध्ये बाबांची बदली श्रीनगरहून नैनितालला झाली तेव्हा मी, स्वाती आणि आई इंदूरमध्ये राहायला आलो होतो. कारण १९६५च्या काळात बाबांनी इथे एक छोटा बंगला बांधला होता. आम्हां दोघींचं कॉलेज शिक्षण, लग्न होईपर्यंतचं वास्तव्य इथंच झालं होतं. त्यामुळे इंदूरशी अनेक रम्य आठवणी जोडलेल्या आहेत.

इंदूरमध्ये मी आमच्या अतिशय जवळच्या, जुन्या सुहृद असलेल्या शिल्पा वहिनींकडे राहणार होते. शिल्पा वहिनी गेली ५० वर्षं इंदूरच्या रहिवासी आहेत आणि इन्कमटॅक्स डिपार्टमेंटमधून ऑफिसर पदावरून रिटायर झाल्या आहेत. त्यांनाही माझ्या परिक्रमेचं अतोनात कौतुक! सकाळी त्या विजयनगर स्टॉपवर मला घ्यायला आवर्जून आल्या होत्या. सामान आणि सायकल गाडीतून उतरवली. सायकलचं समोरचं चाक निखळू लागलं होतं. आधी ते नीट बसवलं; आणि मग सामान शिल्पा वहिनींबरोबर रिक्षात आणि मी मागे सायकलवर असा प्रवास करून घरी पोहोचलो.

शिल्पा वहिनींसोबत वेळ कसा छान गेला ते कळलंच नाही. आम्ही दोघींनी बाजाराची मस्त सफर केली – सराफा बाजारातील खाऊ, छप्पन भोग, पाणीपुरी... जुन्या आठवणींना सुंदर उजाळा मिळाला आणि मन अगदी ताजेतवाने झालं. तिथलं ग्रामदैवत 'खजराना गणपती'च्या दर्शनाला गेलो. आईबरोबर पूर्वी कितीतरी वेळा मी इथे येऊन गेले होते. शार्दूल आणि माझा भाचा – अमल यांच्या जन्मानंतर आईने दोघांच्या नावे सुंदर मोठ्या घंटा इथे अर्पण केल्या होत्या.

गणपतीचं आशीर्वाद घ्यायला मंदिरात पोहोचलो. बऱ्यापैकी गर्दी होती. आम्ही दर्शन-रांगेत उभ्या होतो. आमच्या बोलण्यावरून परिक्रमेविषयी गुरुजींना समजलं. त्यांनी आम्हांला आत बोलावलं आणि प्रेमाने पूजा करवून घेतली. पूजेचा धागा मला आणि सायकल दोघींना बांधला. असा आशीर्वाद मिळाल्याने खूप बरं वाटलं.

दुपारी श्री जितेंद्र खत्री यांच्या ProBikes या सायकलच्या दुकानात गेले. त्यांच्याकडून एकदा सायकलचं फायनल चेकअप करून घेतलं. त्यांच्याकडे भेटलेल्या टेक्निशियन कृष्णा यांनी सायकलींचे गियर्स, ब्रेक पॅड्स, चेन यांची कसून तपासणी केली. आवश्यक वाटणारे बदल करून दिले. कृष्णा स्वतः SR टायटल मिळवलेले, वेस्टर्न घाट सायकलिंग इव्हेंटमध्ये भाग घेतलेले सायकलस्वार आहेत. त्यांच्या नजरेखालून आमच्या सायकली गेल्याने चिंताच मिटली.

ॐकारेश्वरकडे प्रस्थान

दुसऱ्या दिवशी, म्हणजे २२ जानेवारीला शिरीष सरदेखील इंदूरला पोहोचले.

आज दुपारी आम्हांला ॐकारेश्वरला जायला निघायचं होतं. सरवटे बस स्टँडवरून बस निघतात. बसने जाताना सायकली टपावर टाकून न्यायला लागतात. अशाने सायकलींचं सेटिंग हलेल ही काळजी मला वाटत होती. त्यामुळे कॅबने जाण्याचा विचार केला. कृष्णा यांनीच त्यांच्या मित्राची – गौरवची गाडी दिली आणि ते स्वतःदेखील त्या मित्राला घेऊन आमच्याबरोबर निघाले.

मुक्काम ॐकारेश्वर

ॐकारेश्वरला गजानन महाराज आश्रम आहे. तिथे तीन दिवस परिक्रमावासींची मोफत सोय होते. संध्याकाळी आश्रमात जाऊन पोहोचलो. तिथे तुमचा फोटो, आधार कार्ड दिलं की तुम्ही परिक्रमावासी असल्याचं एक ओळखपत्र मिळतं. पुढच्या प्रवासात आश्रमांमधून आसरा घेताना किंवा प्रवासात काही मदत लागली तर हे कार्ड महत्त्वाचं असतं. मी आत जाऊन आम्हां दोघांचं कार्ड बनवून आणेपर्यंत कृष्णा आणि गौरव यांनी आमच्या सायकली असेंबल करून ठेवल्या होत्या. अशी कोणी स्वतःहून मदत करतं, हा अनुभव अनोखा होता! 'परिक्रमावासी' हे बिरुद एकदा लागलं की असे अनेक निःस्वार्थ मदतीचे अनुभव वारंवार येत राहतात. ही माणसाची सेवा नसून परिक्रमावासींमध्ये दिसणाऱ्या नर्मदा मैयाची सेवा असते, हे हळूहळू उमजायला लागलं.

सामान आश्रमात ठेवून आम्ही ममलेश्वर मंदिरात दर्शनासाठी गेलो. नर्मदा नदीच्या दक्षिण तीरावर वसलेलं ममलेश्वर मंदिर हे ॐकारेश्वर ज्योतिर्लिंगाचं अविभाज्य स्वरूप आहे. नदीच्या एका बाजूला ॐकारेश्वर आणि दुसऱ्या बाजूला ममलेश्वर – दोन्ही मिळूनच पूर्ण ज्योतिर्लिंग मानले जाते. प्राचीन स्थापत्य, नर्मदेचा नितळ प्रवाह आणि भोवतालचं आध्यात्मिक वातावरण – या सगळ्यांचा संगम यामुळे ममलेश्वरला एक वेगळेच तेज प्राप्त होतं. परिक्रमावासींसाठी ममलेश्वर मंदिर हे केवळ एक तीर्थस्थान नाही, तर परिक्रमेच्या आरंभाचा आणि संकल्पाचा साक्षीदार आहे. इथे उभं राहिल्यावर मन सहज शांत होतं, आणि पुढील दीर्घ प्रवासासाठी अंतःकरण नकळत तयार होऊ लागतं.

ममलेश्वर मंदिरातून परत येताना वाटेत कुल्हडमधून मिळणाऱ्या गरमगरम दुधाचा आस्वाद घ्यायला थांबलो होतो. तिथे ठाण्याच्या अक्षता पाटील यांचा परिक्रमा ग्रुप भेटला. ते सर्व जण बसने परिक्रमा करून नुकतेच ॐकारेश्वरला पोहोचले होते. त्या आग्रहाने आम्हांला त्यांच्या मुक्कामाच्या धर्मशाळेत घेऊन गेल्या.

सर्वांबरोबर छान गप्पा झाल्या.

''सायकलवरून परिक्रमा करता आहात... किती अनोखा विचार! आणि सामान तुम्ही सायकलवर कसं नेणार... ओझं कसं पेलवणार सामानाचं?'' कुणीसं विचारलं.

''सामानाचं ओझं तसं फार नाहीये. अगदी काटेकोरपणे आवश्यक तेवढंच सामान घेतलं आहे. आपल्या गरजा पूर्ण करण्यासाठी खरोखरच किती मोजक्या गोष्टींची आवश्यकता असते! हेच तर शिकायचं आहे या प्रवासात!'' उत्तर देताना थोडा स्वसंवाद!

या प्रवासात माणसाला नेमके हेच शिकायचे असते : परिक्रमेचा हा एक वेगळाच पैलू आहे – आपली गरज किती कमी करता येते हे शिकण्याची संधी! सुरुवातीला घेतलेलं सामानसुद्धा खरंच हळूहळू कमी होत गेलं. आपल्याला नक्की कशाची आवश्यकता भासते हे एकदा लक्षात आलं की इतर अनावश्यक गोष्टी आपोआपच कमी होत जातात.

मस्त गप्पांनंतर सगळ्यांच्या शुभेच्छा घेऊन आश्रमाकडे निघालो.

गजानन महाराज आश्रमातून दुपारी कार्ड घेतलं तेव्हापासून आम्ही कागदोपत्री 'अधिकृत परिक्रमावासी' झालो होतो. खरं म्हणजे तयारी सुरू केली तेव्हापासूनच मनाने मी परिक्रमावासी झाले होते! आता उद्या सकाळी मार्गक्रमणाला सुरुवात करायची होती. मनात थोडी धाकधूक होतीच! नर्मदेच्या दक्षिण तटावरून आम्ही परिक्रमा सुरू करणार होतो.

परिक्रमेविषयी थोडेसे

नर्मदा परिक्रमा म्हणजे नदीच्या संपूर्ण प्रवाहाभोवती प्रदक्षिणा घालणे आणि अशी प्रदक्षिणा केवळ नर्मदा नदीचीच केली जाते. नर्मदेची परिक्रमा तिच्या दोन्ही काठांनी चालत पूर्ण करतात. कारण नर्मदेचे पाणी हे शिवशक्तीचे मूर्त स्वरूप आहे, आणि त्याला प्रदक्षिणा म्हणजे प्रत्यक्ष परमेश्वराची प्रदक्षिणा मानली जाते. असं म्हणतात, की नर्मदेच्या दोन्ही तीरांवर जवळपास तीन कोटी तीर्थं आहेत. परिक्रमा साधारणपणे दक्षिण तटावरील ॐकारेश्वरला सुरू करून विमलेश्वरजवळच्या तिच्या अरबी समुद्राच्या संगमापर्यंत जाते; आणि नंतर दुसऱ्या तीराने अर्थात उत्तर तटावरून प्रवास करत अमरकंटकला जाऊन मग परिक्रमा जिथून सुरू केली तिथेच परत येऊन पूर्ण होते. हा मार्ग प्राचीन काळापासून निश्चित आहे आणि त्याला अनादी मार्ग असे म्हणतात.

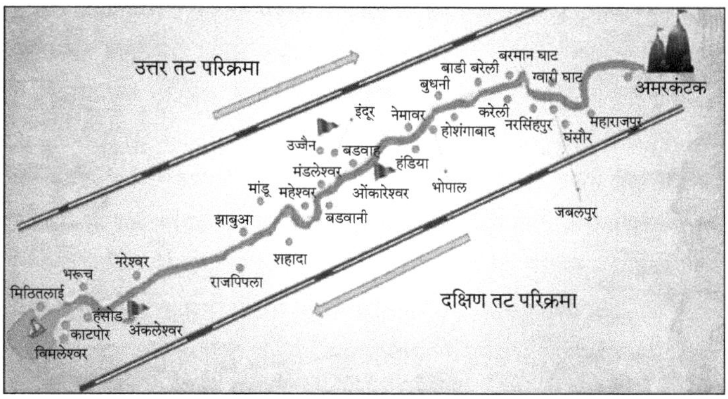

परिक्रमा मार्ग

सर्वप्रथम ही परिक्रमा श्री मार्कंडेय ऋषींनीं अतिशय खडतर तप म्हणून पूर्ण केली, असं सांगितलं जातं. श्री मार्कंडेय ऋषींनी परिक्रमा केली ती इतकी कठोर होती, की त्यांनी श्री नर्मदेला येऊन मिळणाऱ्या सर्व उपनद्या, ओढे, नालेदेखील त्यांच्या प्रवाहातून पार न करता त्यांच्या उगमापर्यंत अथवा विलयापर्यंत जाऊन तिथून ते पार केले होते.

साधारणपणे तीन ते साडेतीन हजार किलोमीटरचा हा प्रवास... आता यथाशक्ती केला जातो. पायी परिक्रमा सर्वांत जास्त प्रचलित असलेली प्राचीन परंपरा आहे. पण सायकलवरून, बसने, कारने, अगदी बाईकवरदेखील परिक्रमा केली जाते. अनेक परिक्रमावासी पैसाही न बाळगता, देवावर आणि नर्मदेच्या मार्गात भेटणाऱ्या लोकांच्या दयाळू हातांवर अवलंबून राहून हा मार्ग पार करतात. परिक्रमेच्या वेळी मागे वळून पाहायचं नसतं, कारण श्रद्धेचा मार्ग सदैव पुढेपुढे प्रवास करायला शिकवतो.

परिक्रमा मार्ग

मोक्षदायिनी माता नर्मदा – भारताच्या आध्यात्मिक परंपरेत अत्यंत पवित्र आणि दिव्य स्थान असलेली नदी आहे. भारतातील इतर कोणत्याही नदीवर पुराण नाही; नर्मदेसाठी मात्र 'नर्मदा पुराणाची' रचना केलेली आहे. नर्मदा मेकल पर्वतावर अवतरली म्हणून ती मेकलसुता ठरली; आणि शिवाच्या तपश्चर्येतून तिचा जन्म झाला म्हणून ती शिवकन्या मानली गेली. नर्मदा म्हणजे फक्त वाहणारे पाणी नसून युगानुयुगे ऋषींच्या तपश्चर्येचे, समाधींचे, अनंत साधकांच्या स्पर्शाचे आणि अटळ श्रद्धेच्या प्रवाहाचे साक्षीदार असलेले एक शक्तिपीठ आहे. तिच्या किनाऱ्यावर घेतला जाणारा प्रत्येक श्वास, प्रत्येक पाऊल भक्ताच्या हृदयात शांतता आणि अंतर्मनातील प्रकाश जागवते. तिच्याभोवती फिरणे म्हणजे स्वतःच्या अहंकाराभोवती फिरणे आणि तो हळूहळू गळून पडणे. त्यामुळे नर्मदा परिक्रमा ही देहयात्रा नसून अंतर्मनाची यात्रा मानली जाते. आणि उद्या सकाळपासून आम्ही या यात्रेसाठी प्रस्थान करणार होतो, मैयाच्या मर्जीने आमचे मार्गक्रमण होणार होते. *नर्मदे हर! हर नर्मदे!*

पहिला पडाव : ॐकारेश्वर ते शालिवाहन आश्रम

२३ जानेवारी २०२५

९६ कि.मी.

पहाटे लवकर उठून आवरून आश्रमातून बाहेर पडलो आणि गोमुख घाटावर पोहोचलो. कालच गुरुजींना सांगून ठेवलं होतं त्यामुळे ते हजर होतेच. त्यांनी आमच्याकडून संकल्प पूजा, कन्याभोज सगळं व्यवस्थित करून घेतलं. गुरुजींनी आम्हांला परिक्रमेचे नियम समजावून सांगितले. मुख्य नियम म्हणजे, नदीचं पात्र ओलांडायचं नाही; आणि वायफळ गप्पा नको, तर 'नर्मदे हर'चा जप सतत झाला पाहिजे. बाकी नियम – जसं की, सफेद वस्त्र धारण करणे, तेल-साबण लावून मैयामध्ये स्नान न करणे, मिळेल ते भोजन स्वीकारणे, सकाळ-सायंकाळ मैयाची मनोभावे पूजा करणे – हे दिनचर्येमध्ये पाळणं आवश्यक असतं.

आम्ही एका छोट्या बाटलीत मैयाचं पाणी भरून घेतलं. रोज या पाण्याची पूजा करायची होती आणि ॐकारेश्वराला पोहोचू तेव्हा यातलं थोडं पाणी तिथे अर्पण करून, तिथल्या नर्मदा कुंडाचं पाणी बाटलीत भरून परत इथेच परिक्रमेची सांगता करायला यायचं होतं.

पूजाविधी यथासांग झाला, अतीव श्रद्धेने नर्मदा मैयाला हात जोडले आणि सायकली काढल्या. आज साधारण १०० किलोमीटरवर असलेला शालिवाहन आश्रम गाठायचा होता. 'नर्मदे हर'चा जप करत सनावद - बेडिया करत सकाळी ११-११.३०च्या सुमारास साधारण ४५ किलोमीटर अंतर पूर्ण करून रावेरखेडीजवळ पोहोचलो.

सायकलवरचे सह-परिक्रमावासी

रावेरखेडीच्या नर्मदेश्वर महाकाल आश्रमाबाहेर तीन सायकली लावलेल्या दिसल्या म्हणून उत्सुकतेने थांबलो. तेवढ्यात एक बाबाजी बाहेर आले आणि म्हणाले, 'मैया भोजन-प्रसादी पा लो.' खरंतर इतक्या लवकर जेवण करावं असं वाटत नव्हतं; पण परिक्रमेचा नियम आहे, की 'समोर आलेल्या अन्नाला नाही म्हणायचं नसतं. नर्मदा मैयाचा प्रसाद म्हणून ते ग्रहण करायचं. जर का तुम्ही नाही म्हणालात तर क्वचित उपाशीसुद्धा राहायची वेळ येऊ शकते!' त्यामुळेच संपूर्ण परिक्रमामार्गात नुसतं 'भोजन' कधीच म्हणत नाहीत, तर 'भोजन-प्रसादी' म्हणतात; आणि त्याला सहसा कुणी नकार देत नाही. जे आपल्याला 'खाऊन घ्या' असं सांगत असतात त्यांना पुढच्या मार्गाचा अंदाज असतो, माहिती असते. पुढे बरंच अंतर काही खायची-प्यायची सोय नाही हे ठाऊक असतं – अर्थात, आपल्याला याची जाणीव खूप उशिरा होते.

या आश्रमात तीन सायकलस्वार भेटले. एकदम तरुण मुलं – बेडिया, डालिखेडीया गावाची – गजेंद्र मंडलोई, संदीप बिर्ला आणि संदीप इर्ला. 'अजून दोन सायकलस्वार तुम्हांला भेटतील' असं त्यांनाही वाटेतल्या गावकऱ्यांनी सांगितलं होतं. त्यांच्याशी छान गप्पा झाल्या. ते पायी परिक्रमेचा मार्ग सायकलवरून करणार होते. काठावरच्या गावांमधून जाताना खडबडीत रस्त्याने जाणं सुकर होईल या विचाराने परिक्रमेसाठी त्यांनी खास MTB सायकल घेतल्या होत्या.

आमच्या सायकली हायब्रिड असल्याने त्यांच्यासारखा प्रवास करणं आम्हांला जरा अवघड होतं. त्यामुळे मग तिथेच त्यांचा निरोप घेतला आणि एकमेकांना शुभेच्छा देऊन पुढे निघालो. पण, मैयाच्या मनातलं कुणी ओळखलं आहे! तिने आम्हां पाच जणांची गाठ आधीच मारून ठेवली होती. त्यामुळे आमची पुनर्भेट झाली, एकत्र परिक्रमा झाली; पण तिने ठरवल्यावेळी!

थोडं पुढे रावेरखेडी गावातून जाताना 'महानंदा आश्रम, ग्राम रावेर' ही पाटी पाहून थांबलो. हा आश्रम ठाण्याचे अशोक म्हात्रे आणि त्यांच्या पत्नी चालवतात. परिक्रमावासींची सेवा म्हणून चहा-नाश्त्याची सोय हे दोघे करतात. त्यांच्याशीही छान संवाद झाला. नुकतंच जेवण झालं असल्याने काही खाणं-पिणं शक्य नव्हतं. त्यांनी प्रेमाने दिलेली सफरचंद घेऊन पुढे निघालो.

थोरले बाजीराव पेशवे समाधी : रावेरखेडी

इथून जवळच श्रीमंत थोरले बाजीराव पेशवे यांची समाधी आहे. मुख्य रस्त्यापासून सात-आठ किलोमीटर आत हे समाधिस्थान आहे. तिथे जाऊन अटकेपार दौड मारलेल्या या वीराला वंदन करायचं, हे आमचं आधीपासून ठरलं होतं. त्यामुळे मग समाधिस्थळाकडे सायकल वळवली.

नर्मदा किनाऱ्याच्या अगदी जवळच समाधिस्थळ आहे. समाधीची सध्याची वास्तू ग्वाल्हेरच्या शिंदे (Scindia) घराण्याने बांधली, असे मानले जाते. ही वास्तू स्थानिक दगडांपासून किल्ल्याच्या स्वरूपात बांधलेली आहे. मध्यभागी एका मोठ्या मोकळ्या आवारात समाधीचा मुख्य चौथरा आहे, ज्याच्या सभोवताली सुंदर कमानदार खिडक्या किंवा व्हरांडे आहेत. इथे पेशव्यांची रक्षा ठेवली आहे, असे मानले जाते.

ब्रिटिश इतिहासकारांनी 'भारताचा सर्वश्रेष्ठ सेनापती' असे वर्णन केलेल्या थोरल्या बाजीराव पेशव्यांचे २८ एप्रिल १७४० रोजी उत्तर भारताच्या मोहिमेदरम्यान वयाच्या अवघ्या चाळिसाव्या वर्षी इथेच निधन झाले.

त्यांच्या इच्छेनुसार त्यांच्या पार्थिवावर नर्मदा तीरावर अंत्यसंस्कार करण्यात आले आणि त्यांच्या स्मृतिप्रीत्यर्थ हे स्मारक उभारण्यात आले.

समाधिस्थळाच्या पलीकडे, कुंपणापासून अगदी दोन-तीनशे फुटांवर नर्मदा नदीचं विशाल पात्र आहे. इथे ती 'रेवा' म्हणून ओळखली जाते. अतिशय स्वच्छ, नितळ पाण्यापाशी आम्ही काही क्षण उभे राहिलो. भर दुपारची नीरव शांतता... मनात विचारांचे काहूर... ही ऐतिहासिक महत्त्वाची वास्तू अशी एकाकी, दुर्लक्षित असावी याचं खूपच वाईट वाटत होतं. ही जागा केवळ एक समाधिस्थळ नसून, मराठा सामर्थ्य, रणनीती आणि राष्ट्रविस्ताराच्या इतिहासाची साक्ष देणारे स्मरणस्थान आहे. त्या ठिकाणी नतमस्तक होताना जाणवलं, की ही परिक्रमा केवळ नदीची नाहीये; तर यानिमित्ताने विस्मृतीत गेलेल्या इतिहासाला वंदन करण्याचीही आहे.

आधुनिक काळातलं तीर्थस्थळ : नर्मदालय

थोड्याशा जड मनाने पुढे कसरावदकडे निघालो. वाटेत लेपा गावी आता अजून एक अशाच आधुनिक काळातल्या तीर्थस्थळाला भेट द्यायची होती – आदरणीय भारतीताई ठाकूर यांचं 'नर्मदालय'! कोविडच्या काळात भारतीताई ठाकूर यांचे व्हिडिओ आणि ऑडिओ मी बऱ्याचदा ऐकायचे. त्यांचं 'नर्मदालय'मधील काम किती महान आहे, याची जाणीव मला तेव्हापासूनच होती. २०१०मध्ये नर्मदा परिक्रमा पूर्ण केल्यानंतर भारती ठाकूर यांनी या संस्थेची स्थापना केली. नर्मदा नदीच्या किनारी असलेल्या विस्थापित आदिवासी लोकांसाठी काम करणे हे त्यांचे उद्दिष्ट आहे; आणि शिक्षण हेच विकासाचे खरे साधन आहे, यावर विश्वास ठेवून त्या आपले काम अविरत करत असतात.

नर्मदालयात २००हून अधिक आदिवासी मुलांना शालेय शिक्षणासोबत सुतारकाम, प्लंबिंग, इलेक्ट्रिशियन, वेल्डिंग, शेती यांसारखी व्यावसायिक कौशल्ये शिकवली जातात, जी त्यांना आत्मनिर्भर आयुष्याकडे घेऊन जातात. इथलाच एक अनोखा उपक्रम म्हणजे 'सोलर ड्रायर'! 'बार्क' (BARC : भाभा अटॉमिक रीसर्च सेंटर)च्या सहकार्याने हा सोलर ड्रायर इथे विकसित करण्यात आला आहे. या तंत्रज्ञानामुळे मिरची आणि टोमॅटो यांसारखा शेतमाल खराब न होता कमी वेळेत आणि स्वच्छपणे वाळवता येतो. यामुळे पिकांचे नुकसान टळते, मालाला चांगला भाव मिळतो, आणि ग्रामीण भागात तरुणांना तसेच महिलांना रोजगाराच्या नवीन संधी उपलब्ध होतात. त्या भागात मुलींना शाळेत फारसं पाठवत नाहीत; म्हणून मग त्यांच्यासाठी संस्थेचा 'Skills on Wheels – कौशल्य रथ' उपक्रम आहे. ठरावीक दिवशी त्या-त्या गावांपर्यंत जाऊन महिला सक्षमीकरणासाठी शिलाई व इतर उद्योग प्रशिक्षण यांसारखे कार्यक्रम यामधून राबवले जातात.

विशेष म्हणजे, समाजातील उदार लोकांच्या मदतीने निधी उभा करत ही संस्था सुरू आहे. आदिवासी आणि ग्रामीण भागातील मुलांना व महिलांना – शिक्षण आणि रोजगाराच्या माध्यमातून – समाजाच्या मुख्य प्रवाहात आणण्यासाठी भारती ताईंनी केलेले अफाट प्रयत्न खरोखरच असाधारण आहेत! ध्येयनिष्ठा आणि माणुसकी याचं दुर्मीळ उदाहरण म्हणजे 'नर्मदालय'!

परिक्रमेचा विचार केल्यापासूनच ज्या नर्मदालयात जाण्याबद्दल मी उत्सुक होते, तिथे जायला परत एकदा मुख्य रस्ता सोडून आम्ही चार किलोमीटर आत गेलो. तिथे पोहोचताच भारतीताईंची भेट झाली. ज्यांना आपण आदर्श मानतो अशा व्यक्तीची भेट होणं ही काय चीज आहे ते अनुभवण्यातूनच कळतं! त्यांनी आमच्याशी

अगदी आपुलकीने संवाद साधत शाळा आणि परिसर दाखवला. आयुष्याकडे, जगण्याकडे किती वेगळ्या आणि अर्थपूर्ण दृष्टीने पाहता येऊ शकतं हे त्यांच्याशी बोलताना सतत जाणवत होतं. त्याग, कष्ट, जिद्द यांचं मूर्तिमंत प्रतीक असलेल्या भारतीताईंच्या भेटीने मी खरोखरच अंतर्यामी सुखावून गेले! आपणही आयुष्यात काय चांगलं करू शकू... हा विचार मनात घेऊनच तिथून बाहेर पडले.

शालिवाहन आश्रम

परत एकदा मुख्य रस्त्याला लागून आम्हांला अंधार पडण्याआधी शालिवाहन आश्रम गाठायचा होता. दिवेलागणीच्या वेळेला जवळपास १०० किलोमीटर अंतर पार करत आम्ही शालिवाहन आश्रमात जाऊन पोहोचलो. इथले प्रमुख 'भंडारी बाबा' यांनी आम्हांला रस्त्यात पाहिलं होतं आणि आम्ही इथे येणार याची त्यांना कल्पना होती. गोड हसून त्यांनी आमचं स्वागत केलं. बाबा अतिशय उत्तम मराठी बोलतात. आश्रमात फक्त तीन-चार परिक्रमावासी होते. कारण परिक्रमा नोव्हेंबरमध्येच सुरू होत असल्याने परिक्रमावासी इथून केव्हाच पुढे गेले होते.

मैयाच्या सान्निध्यातला, सुंदर हिरव्या झाडीतला हा शुभ्र आश्रम अतिशय स्वच्छ आणि प्रसन्न होता. असं मानलं जातं की, इथल्या शिवमंदिरात शककर्ता राजा शालिवाहन यांनी शिवपिंडीची स्थापना करून तपश्चर्या केली. त्यानंतर महादेवाच्या आशीर्वादाने मातीच्या पुतळ्यांमध्ये प्राण फुंकून युद्धात शकहुणांचा पराभव केला. त्याच्या आठवणीप्रीत्यर्थ शालिवाहन शक सुरू केला, जो आपण आजही कालगणनेसाठी वापरतो. नर्मदा पुराणानुसार या ठिकाणाला 'स्वर्ण तीर्थ' म्हणूनही ओळखलं जातं. या मंदिरात अतिशय सुरेख घडीव अशी विविध आकाराची आणि रंगांची शिवलिंग आहेत, जी १२ ज्योतिर्लिंगांचं प्रतीक समजली जातात.

आश्रमासमोर मैयाच्या उत्तर तटावर महेश्वरचा किल्ला आणि बांधीव घाट दिसतो. त्या दिवशी तिकडे बहुतेक कुणी मोठे राजकीय पाहुणे येणार होते म्हणून संपूर्ण घाट विद्युत रोशणाईने उजळलेला होता आणि ते दृश्य विलक्षण सुंदर दिसत होतं. आश्रमात आमचं आसन लावून, हातपाय धुऊन सायंपूजा केली. नर्मदा अष्टक आणि आरती हा आता दिनचर्येचा भाग होता. भंडारी बाबांनी प्रेमाने जेवण रांधलं होतं. आज आम्ही कमी यात्री होतो. परंतु वेळप्रसंगी शंभरहून अधिक परिक्रमावासी इथे येतात आणि इतक्या सगळ्या मंडळींना बाबा स्वतः स्वयंपाक करून वाढतात. मैयावरील श्रद्धेपोटी अशी सेवा करणारे आम्हांला जागोजागी भेटत गेले आणि माणसाचं 'माणूस' म्हणून एक पवित्र दर्शन घडवत गेले.

चविष्ट भोजन-प्रसादी झाली. आपापलं ताट-वाटी-ग्लास धुऊनपुसून जागेवर ठेवला. झोपायची तयारी केली. इथे झोपण्यासाठी डॉर्मिटरीसारखा कॉमन हॉल आहे. आश्रमात अशा प्रकारे राहण्याचा हा माझा आयुष्यातला पहिलाच अनुभव होता.

पर्यटन करायला म्हणून बाहेर पडतो तेव्हा आपण किती शोधून आरामदायक हॉटेल्स घेतो, खाण्यापिण्याचे चोचले करतो; आणि मुख्य म्हणजे, खासगीपणा अतोनात जपतो. पण इथे परिक्रमेत तुम्हांला स्वतःची अशी ओळख नसते. तुमची ओळख ही नावाने – हुद्द्याने नसून केवळ 'परिक्रमावासी' म्हणून असते! अगदी तुमच्या नावानेदेखील तुम्हांला कुणी हाक मारत नाही, खरंतर नाव विचारतही नाहीत. सर्व वयोगटाच्या महिलांना 'मैया', तर पुरुष मंडळींना 'बाबाजी' असं सहजपणे म्हणतात.

आज दिवसभरात याचा अनुभव घेतला आणि इथून पुढे परिक्रमा पूर्ण होईपर्यंत घेणार आहे.आपलं नाव, मूळ गाव, शिक्षण आणि हुद्दा यांसारख्या बाह्य ऐहिक उपाधींचा त्याग कसा करावा – आणि त्याद्वारे आत्म-सुख कसे प्राप्त करावे – हेच नेमके शिकण्यासाठी मी या परिक्रमेला आले आहे.

सगळा भार मैयावर सोपवून आपण आपलं सायकल चालवत राहायचं. 'ती घेईल करून आपल्याकडून' यावर श्रद्धा ठेवायची... अशा विचारांच्या दुनियेत मी पार मग्न होऊन गेले होते.

मैयाला आपली काळजी असते याचा प्रत्ययही मला लगोलग मिळाला. झालं असं की, मी खोबरेल तेलाची बाटली विसरले होते. शिरीष सरांना सांगून ठेवलं, की उद्या गाव लागलं की मला तेल घ्यायची आठवण करा. सकाळी लवकर आवरून निघणार होतो. म्हणून आत्ताच भंडारी बाबांना जरा उद्याचा रस्ता विचारून घ्यावा म्हणून त्यांच्याशी बोलायला गेलो. त्यांनी रस्ता सांगितला, तो लिहूनही घेतला. आता झोपायला जाऊ या म्हणून उठणार; तोच बाबाजींनी एक किट हातात ठेवलं. आश्रमात येणाऱ्या परिक्रमावासींसाठी कुणी दानशूराने त्यांच्याकडे ही नित्योपयोगी वस्तूंची किट्स देऊन ठेवली होती. किट उघडून पहिलं तर त्यात साबण, टूथपेस्ट आणि चक्क खोबरेल तेलाची बाटली होती! ती पाहून आश्चर्य, कृतज्ञता, श्रद्धा अशा कितीतरी भावनांचा कल्लोळ मनात उमटला.

मनोमन मैयाला वंदन करून हॉलमध्ये गेले. स्लीपिंग बॅग पसरून आत शिरले. पहिल्याच दिवशी संकल्प उचलताना स्वतःची वैयक्तिक ओळख बाजूला ठेवून 'परिक्रमावासी' बिरुद घेणं, थोरल्या बाजीरावांची समाधी, नर्मदालय पाहणं, आणि हा शालिवाहन आश्रम मुक्काम, मैयाचं प्रेम अशी बहुरंगी अनुभवमालिका डोळ्यांपुढे सरकत असताना अगदी शांत – गाढ झोप केव्हा लागली ते समजलंसुद्धा नाही.

शालिवाहन आश्रम ते बडवानी

२४
जानेवारी
२०२५

१००
कि.मी.

आश्रम असो, मंदिर असो किंवा कुठलेही मुक्कामाचे ठिकाण; बाथरूमची सोय कधी असेल कधी नसेल, किंवा असली तरी ती कॉमनच असणार, याची पूर्ण कल्पना होती. त्यामुळे पहाटे शक्य तितक्या लवकर, म्हणजे फारशी मंडळी उठायच्या आधीच उठून सकाळचे सर्व नित्यविधी उरकायचे, असं मी आधीच ठरवलं होतं.

त्यानुसार शालिवाहन आश्रमात भल्या पहाटे जाग आली. आवरून घेतलं. तेवढ्यात बाबाजी म्हणाले, ''इथे अगदी जवळ, साधारण अर्धा किलोमीटरवरच सुंदर घाट आहे; तिथे जाऊ या.''

घाटावर पोहोचलो. पहाटेची ती रम्य वेळ... सूर्यमहाराज हळूहळू वर येत होते. वातावरण अतिशय पवित्र आणि शांत होते. घाटावर आणि नदीपात्राच्या आसपास अनेक शिवलिंगे दिसत होती. थोड्या दूरवर, नदीच्या पाण्यात अर्धवट बुडालेल्या अवस्थेत एक प्राचीन, पुरातन आणि सुंदर मंदिर दिसत होतं. त्या दिशेने पाहत असताना बाबाजी सांगू लागले – इथे अशी अनेक मंदिरं आहेत आणि नदीवर जे धरण बांधलं जात आहे, त्यामुळे ही पुरातन मंदिरं हळूहळू पाण्याखाली जात आहेत.

धरणामुळे होणारा विकास आणि येणारी सुबत्ता पाहून सुख मानायचं, की हजारो वर्षांची आपली सांस्कृतिक धरोहर, आपला वारसा पाण्याखाली जात असल्याचं दुःख व्यक्त करायचं – हा प्रश्न मनात घर करून राहिला.

घाटावरची ती रम्य पहाट अनुभवून आम्ही पुन्हा आश्रमात परतलो. बाबाजींनी दिलेला चहा घेतला आणि सायकलींवर सामान लावून आम्ही बडवानीच्या दिशेने निघालो. आज तलवाडामार्गे सुमारे शंभर किलोमीटरचा प्रवास करून बडवानी गाठायचे होते.

...आणि सायकल सुरक्षित राहिली!

दुपारी भोजन-प्रसादीसाठी आम्ही भावसार येथील माँ नर्मदा सेवा समिती येथे थांबलो. हा आश्रम रस्त्यालगतच होता. त्याच्या लोखंडी कुंपणाला टेकून सायकली पार्क केल्या – माझी सायकल पुढे आणि शिरीष सरांची मागे. सायकली लावून आम्ही आश्रमात गेलो. थोडेसे आवरून, हातपाय धुतले आणि मदतीसाठी पुढे गेलो. ज्या आश्रमात आपण थांबतो, तिथे शक्य तेवढी मदत करायची – स्वयंपाक असो, त्याची तयारी असो, वाढायला मदत करणं असो किंवा भांडी आवरणं – हा दंडक पाळायचा असं आम्ही ठरवलं होतं.

भोजन-प्रसादी सुरू असतानाच अचानक रस्त्यावरून एक मोठा, धमाक्याचा आवाज आला. काहीतरी मोठा अपघात झाल्याचं लक्षात आलं. धावतपळत सगळे बाहेर गेलो. दोन मोटरसायकल प्रचंड वेगाने एकमेकांवर समोरासमोर आदळल्या होत्या. धडक इतकी जोरदार होती, की एका मोटरसायकलचे हँडल तिच्या उरलेल्या भागांपासून पूर्णपणे वेगळे होऊन धक्क्याने उडालं होतं आणि ते थेट शिरीष सरांच्या सायकलपासून अगदी काही इंचांवर येऊन पडलं होतं. ते हँडल सायकलवर पडलं असतं, तर कदाचित सायकल पूर्णपणे निकामी झाली असती! सायकल वाचली; जखमींना तातडीने मदतही मिळाली. सायकल वाचली नसती, तर परिक्रमेच्या अगदी सुरुवातीलाच मोठी बाधा आली असती. पण, मैयाच्या कृपेने सायकल वाचली. बहुतेक तिची इच्छा असावी, की आम्ही ही परिक्रमा योग्य रीतीने पूर्ण करावी. या घटनेनंतर, नर्मदा माईंविषयीची श्रद्धा आणि भक्ती अधिकच दृढ झाली.

कपिलेश्वर मंदिर, लोहारा

तलवाडा पार केल्यानंतर लोहारा गाव लागलं. लोहारा गावाजवळ मुख्य रस्त्यापासून थोडं आत कपिलेश्वर मंदिर आहे – अतिशय पुरातन आणि सुरेख! इथेही नर्मदा माई मंदिराजवळूनच वाहते आणि घाटही पाहण्याजोगा आहे. स्थानिक लोककथांनुसार, थोर वैदिक ऋषी कपिलमुनींनी या ठिकाणी तपस्या केली होती, असं सांगितलं जातं. श्रावण महिन्यात तसंच महाशिवरात्रीच्या काळात इथे विशेष उत्सव होतो. नर्मदा अतिशय पुण्यप्रद नदी समजली जाते. त्यामुळे तिच्या पावन तीरावर कितीतरी ऋषी-मुनी तप करत आलेले आहेत; आणि त्यामुळेच बहुधा संपूर्ण परिक्रमेदरम्यान खूप सकारात्मक लहरी जाणवत राहतात. कपिलेश्वराचे दर्शन घेऊन आम्ही बडवानीच्या दिशेने पुढे निघालो.

सिद्धेश्वर मंदिर, बडवानी

१०० किलोमीटरचा यशस्वी प्रवास करून आम्ही सायंकाळी बडवानीला पोहोचलो. आजचा मुक्काम सिद्धेश्वर मंदिरात होता. मंदिरात पोहोचल्यावर सामान लावलं, आवरून जरा ताजेतवाने झालो. तिथे प्रमोद जोशी आणि कुलकर्णी काका – हे दोन नर्मदाभक्त भेटले. ते दररोज संध्याकाळी मंदिरात येऊन परिक्रमेचा मार्गदर्शक नकाशा देतात. त्यामध्ये त्यांनी वाटेत लागणाऱ्या आश्रमांची माहिती, फोन नंबर, आणि पुढील रस्त्याबाबतचे तपशील नोंदवलेले आहेत. आपल्याकडून परिक्रमावासींची सेवा करण्याचा हा खरोखर एक अभिनव आणि उपयुक्त उपक्रम आहे.

याच ठिकाणी अजून एका वेगळ्याच परिक्रमावासीयाची भेट झाली – महेशगिरी बाबा. ते साष्टांग नमस्कार करत परिक्रमा करण्याच्या जिद्दीने निघाले होते. मात्र, ४०० किलोमीटरनंतर त्यांच्या खांद्याला फ्रॅक्चर झाले आणि त्यांना साष्टांग नमस्कार करत परिक्रमा पुढे सुरू ठेवणे शक्य झाले नाही. त्यांच्याशी संवाद साधताना कळले की, ते अतिशय सधन गुजराती कुटुंबातून आले आहेत! हे ऐकून आश्चर्य वाटले – मैयाची अशी कोणती ओढ, अशी कोणती भक्ती असेल, की माणूस आपले सर्व ऐहिक सुख बाजूला ठेवून स्वतःहून अशी कठोर परीक्षा स्वीकारतो! हे अनुभव हळूहळू माझी दृष्टी बदलत होते.

आश्रमात उत्तम, चविष्ट भोजन-प्रसादी झाली आणि आवरून आम्ही लवकरच झोपी गेलो.

सिद्धेश्वर ते बोकराटा

२५ जानेवारी २०२५

४४ कि.मी.

बावनगजा

सकाळी लवकर आवरून आम्ही बोकराटाकडे निघालो. आजचा रस्ता खडबडीत होता; शिवाय, डोंगराळ घाट! निघाल्यानंतर वाटेत बावनगजा हे प्रसिद्ध जैन तीर्थस्थळ आलं. इथे भगवान ऋषभदेवांची अतिशय भव्य मूर्ती तब्बल बावन्न गज (८४ फूट) उंच आहे, म्हणूनच या स्थळाला 'बावनगजा' म्हणतात. ही प्रतिमा साधारणतः बाराव्या शतकातील मानली जाते. संपूर्ण शिल्प एकाच दगडात कोरलेले असून, जैन स्थापत्यकलेतील साधेपणा, स्थैर्य आणि तपश्चर्येची भावना येथे ठळकपणे जाणवते. मंदिर अतिशय सुंदर आहे. आम्ही आजूबाजूचा परिसर, पायथ्याचा भाग फिरून पाहिला. मूर्ती मात्र टेकडीवर होती. बोकराटा गाठायचं असल्यामुळे, आणि सायकलवर सामान असल्यामुळे, इतकी चढण पार करत जाणं आत्ता तरी शक्य वाटत नव्हतं. म्हणून खालच्या परिसराचं आणि दूरवरून दिसणाऱ्या मूर्तीच्या दर्शनावरच समाधान मानून पुढे निघायचं ठरवलं.

आम्ही निघण्याच्याच बेतात असताना, दर्शन करून गाडीने टेकडीवरून खाली येणारे एक कुटुंब अगदी आमच्या शेजारीच थांबले. आमच्याशी छान गप्पा झाल्या. ते जैन कुटुंब होतं – सांगलीचं. गप्पांदरम्यान आम्ही त्यांना म्हणालो, 'वर दर्शनाला जायची इच्छा आहे, पण सायकलवरचं सामान आणि चढण यामुळे ते शक्य होत नाहीये.' त्यांनी आम्हांला आग्रहाने वर येण्यास सांगितलं आणि खरोखरच आपल्या गाडीत बसवून आम्हांला टेकडीवर नेलं. वरच्या परिसराचं आणि मूर्तीचं सुरेख दर्शन घेऊन आम्ही त्यांच्यासोबत खाली आलो. इतक्यावरच त्यांनी आमची साथ सोडली नाही; तर परिक्रमावासी म्हणून त्यांनी आम्हांला गरम पोहे आणि चहा असा नाश्ता प्रेमाने खाऊ घातला. इथे नाश्त्याला 'बालभोग' म्हणतात. तो गरम चहा आणि पोह्यांचा बालभोग घेऊन आम्ही पुढे निघालो.

घाटाने घेतली परीक्षा

आता घाटाचा रस्ता सुरू झाला. ती एक अत्यंत धोकादायक चढण होती. सामानाच्या वजनामुळे सायकल चढवणं केवळ अशक्य झालं होतं. सायकल सतत उलटी मागे येण्याचा धोका होता. अखेर सायकलवरून उतरून, ती ढकलत आम्ही चालू लागलो. रस्ता खडबडीत असल्यामुळे त्रास वाढला होता. मनात एकच चिंता

होती – या चढणीमुळे स्नायूंचा थकवा (Muscle Fatigue) येऊ नये; कारण पुढे अजूनही खूप मोठा प्रवास बाकी होता. देवधर सरांनी निघताना दिलेला सल्ला आठवत होता – जमेल तितकंच अंतर पार करा; अती श्रम करू नका. एकदा मसल फटीग झाला की पुढचा प्रवास फार अवघड होतो.

कशीबशी सायकल ढकलत आम्ही पुढे जात होतो. खांदे भरून आले होते. मात्र, आजूबाजूचा निसर्ग, दाट झाडी, हिरवळ – या सगळ्यांमुळे श्रम थोडे हलके वाटत होते. या अवघड घाटातच आम्हांला एक सायकलस्वार कुटुंब दिसलं. कुटुंबप्रमुख पुरुष सायकल चालवत होता. सायकलच्या मागे एक प्लॅटफॉर्मसारखी रचना होती; त्यावर त्याची बायको आणि तीन लहान मुलं बसली होती, थोडंसं सामानही होतं. एका क्षणी चढावर बायको खाली उतरली आणि मागून सायकल ढकलायला त्याला मदत करू लागली.

ते दृश्य पाहताना त्यांच्या खडतर आयुष्याची जाणीव झाली. कुटुंबासाठी कष्ट करण्याची तयारी त्यांच्या प्रत्येक हालचालीत दिसत होती. सायकलशिवाय त्यांच्याकडे दुसरा पर्यायही नव्हता. आपल्या कुटुंबासाठी शक्य ते सर्व कष्ट ते जोडीने करत होते. कुटुंबाच्या सुखासाठी, भल्यासाठी – कुठल्याही प्रकारचा त्रागा किंवा कंटाळा न करता – माणूस किती अफाट कष्ट सहन करतो, त्याचाच तो एक जिवंत पुरावा होता. त्यांच्याशी थोडंसं बोललो, एक फोटो काढला, आणि आपापल्या वाटेने पुढे निघालो.

पाटी गाव मागे पडलं आणि बोकराटा आलं. ४३ किलोमीटर अंतर पूर्ण झालं होतं. दुपारचे साधारण दोन वाजले होते. ऊन खूप वाढलं होतं. इतक्या तीव्र चढ-उतारांना तोंड दिल्यानंतर आम्ही इतके थकून गेलो होतो, की आज इथेच थांबायचा आम्ही निर्णय घेतला. इथल्या रवी डांगर यांचा नंबर आधीच मिळाला होता. फोन केला. बोकराट्यात आम्हांला 'स्वर्गीय धनाजी धनगर सेवा आश्रम' येथे आश्रय मिळाला. हा आश्रम रवी चालवतात आणि परिक्रमावासींना सेवा देतात. स्वच्छ अशा दोन मोठ्या खोल्या आहेत. शेजारीच त्यांचं कुटुंब राहतं.

एकत्र स्वयंपाक करणारं वैशिष्ट्यपूर्ण गाव : बोकराटा

या गावाचं एक वैशिष्ट्य मनाला फार भावलं... दररोज संध्याकाळी संपूर्ण गाव एकत्र येऊन स्वयंपाक करतं. स्वयंपाकाच्या कामात सर्व वयोगटांतील आबालवृद्ध गावकरी सहभागी होतात. एकत्र स्वयंपाक, एकत्र जेवण – तेही संपूर्ण गावाचं! असं दुर्मीळ दृश्य अजून कुठे पाहायला मिळेल, असं वाटून गेलं. आम्हीही संध्याकाळी या स्वयंपाकात सहभागी झालो – फुलके लाटून दिले. गावकऱ्यांशी मनसोक्त गप्पा झाल्या.

दुपारी लवकर पोहोचल्यामुळे आज छान अंघोळ झाली होती, कपडे धुऊन झाले होते, आणि विश्रांतीही मिळाली होती; त्यामुळे एक वेगळंच समाधान वाटत होतं. एकत्र स्वयंपाक आणि जेवण हा अनुभव तर आजच्या दिवसाची खासियत म्हणायला पाहिजे. एकत्र राहणं, काम करणं, सेवा देणं – हे संस्कार पुढच्या पिढीपर्यंत सहज पोहोचताना दिसत होते. शहरातील धावपळीच्या आयुष्यात कुटुंबात सर्वांनी मिळून जेवणंही जिथे दुर्मीळ होत चाललं आहे, तिथे एकत्र स्वयंपाक करणं तर खूपच मोठी बाब वाटली!

परिक्रमावासी म्हणून सर्व गावकऱ्यांनी अतिशय भक्तिभावाने, प्रेमाने आमच्याशी संवाद साधला. गप्पा मारताना शालिवाहन आश्रमात बाबांनी दिलेल्या किटमधल्या वस्तूही वाटून टाकल्या – तेलाची बाटली सोडून! सध्या मला इतर कशाचीच गरज नव्हती. सामान घेऊन पायी असो किंवा सायकलवर – परिक्रमा करणं खरोखर अवघड आहे, याची आज पुन्हा जाणीव झाली. आज रस्त्यांच्या काठिण्य पातळीचा पहिला अनुभव मिळाला होता. पुढचे रस्ते कसे असू शकतील याची जणू झलकच मिळाली.

तरीही, आमच्या अंतःकरणात एक ठाम विश्वास होता, की वाटेत आम्हांला लाभलेले प्रेम आणि या लोकांकडून मिळालेले मैयाचे आशीर्वाद यांच्या बळावर, आम्ही हा कठीण मार्ग नक्कीच यशस्वीपणे पार करू.

बोकराटा ते वाण्याविहीर

२६ जानेवारी २०२५

११० कि.मी.

बोकराटाचा छान अनुभव घेऊन, नेहमीप्रमाणे पहाटे लवकर आवरून आम्ही मार्गक्रमणाला सुरुवात केली. आजचा टप्पा होता – प्रकाशा - तळोदा - वाण्याविहीर करत अक्कलकुवा – साधारण १२० किलोमीटर अंतराचा!

सकाळी निघाल्यानंतर काही वेळातच सायकलिंगची खरी कसोटी पाहणारा उंच घाट सुरू झाला. साधारण दहा किलोमीटरचा चढ संपल्यानंतर मात्र पुढे दहा-बारा किलोमीटरचा उतार आला. परिक्रमेतील हा पहिलाच मोठा उतार असल्याने, मागे सामान असलेल्या सायकलचा तोल सांभाळणं किती कठीण जातं याची जाणीव झाली. तीव्र हेअरपिन वळणांमुळे उतरताना खूप काळजी घ्यावी लागते. परिणामी, खांद्यांवर चांगलाच ताण येतो. चढासारखाच उतारही वेगळ्या प्रकारे श्रमदायक ठरला.

आगळा प्रजासत्ताक दिन

घाट उतरतानाच वाटेत एक छोटी सरकारी शाळा दिसली. आज २६ जानेवारी – प्रजासत्ताक दिन. शाळेत झेंडावंदनाचा कार्यक्रम सुरू होता. न राहवून आम्ही शाळेजवळ थांबलो. त्या भागातील ही एकमेव शाळा; मुले दूरदूरवरून, काही जण तर घाट पार करून रोज चालत शाळेत येतात. मुख्याध्यापिका, शिक्षक आणि मुलं यांच्याबरोबर आम्हीदेखील प्रजासत्ताक दिन साजरा केला. ''सायकलवर परिक्रमा करताय?'' – हा प्रश्न कौतुकाने आणि आश्चर्याने शाळेतही विचारला गेला. सर्वांबरोबर गप्पा मारायला खरोखर खूप मजा आली.

पुढे रस्त्याच्या कडेला दिसणारी मुले सहजपणे जवळ येत. 'नर्मदे हर' म्हणत गप्पा मारत, कधी चॉकलेट मागत. त्यांना लहानपणापासूनच परिक्रमावासींची सवय असते, त्यामुळे ते अजिबात बिचकत नाहीत. अशा भेटी अपेक्षित असल्याने आम्ही आमच्याबरोबर रेवड्या घेतल्या होत्या. अशी मुलं भेटली की आम्ही त्यांना रेवड्या द्यायचो.

आज आम्ही रस्त्यातल्या एका शेताजवळच आमच्याकडच्या खाऊचा बालभोग केला. त्यानंतरचा रस्ता मात्र सपाट, सुंदर आणि वेग वाढवणारा होता.

दक्षिण काशी : प्रकाशा

लवकरच आम्ही प्रकाशा येथे पोहोचलो. इथे पहिलं बॉर्डर क्रॉसिंग केलं – मध्य प्रदेशातून महाराष्ट्रात प्रवेश! लहानशी का होईना; पण ती एक अचिव्हमेंट वाटली आम्हांला! या भागातली भाषा – गोड, मराठी-हिंदी मिश्र लहेजा – कानाला सुखावणारी!

प्रकाशा हे महाराष्ट्राच्या नंदुरबार जिल्ह्यातील शहादा तालुक्यात तापी नदीच्या काठावर वसलेले एक प्राचीन तीर्थस्थान आहे. १९५०मध्ये या ठिकाणी केलेल्या उत्खननात ताम्रपाषाणयुगीन अवशेष सापडले असल्याने

या गावाचा इतिहास थेट ४५०० वर्षांपर्यंत मागे जातो. या गावाला असलेल्या 'प्रकाशा' या नावाबाबत एक आख्यायिका सांगितली जाते –

प्राचीन काळी पृथ्वीवर सहा महिने रात्र व सहा महिने दिवस असे. तेव्हा महादेवाच्या कायम वास्तव्यासाठी १०८ शिवलिंगे असलेली मंदिरे एका रात्रीत बांधण्याचे काम प्रकाशा येथे सुरू करण्यात आले. मात्र, १०७ शिवलिंगे स्थापन होईपर्यंत पहाटेचा प्रकाश पडला आणि या मंदिराचे काम अपूर्ण राहिले. त्यामुळे या गावाला 'प्रकाशा' हे नाव मिळाले आणि या तीर्थास 'दक्षिण काशी' म्हणून संबोधले जाऊ लागले. असं म्हणतात, की काशीची यात्रा करणाऱ्या भाविकांना प्रकाशा येथे दर्शन घेतल्याशिवाय तीर्थाटनाचे पुण्य मिळत नाही. केदारेश्वर, संगमेश्वर, गौतमेश्वर, पुष्पदंतेश्वर आणि मनसापुरी देवी ही हेमाडपंथी स्थापत्यशैलीतील इथली मंदिरं विशेष प्रसिद्ध आहेत. त्रिवेणी संगम असल्याने बारा वर्षांतून एकदा येणाऱ्या सिंहस्थात इथे यात्रा भरते.

आम्हीदेखील सुप्रसिद्ध संगमेश्वर मंदिरात दर्शनाला जायचं ठरवलं. मुख्य रस्त्यापासून आत साधारण तीन किलोमीटर अंतरावर हे मंदिर आहे. तापी, गोमती आणि गुप्त पुलंदा या त्रिवेणी संगमावर हे मंदिर असल्याने त्याला विशेष महत्त्व आहे. दर्शन घेऊन आम्ही केदारेश्वर मंदिरात आलो.

केदारेश्वर आणि काशी-विश्वेश्वर अशा दोन जोडमंदिरात दर्शन घेतलं. इथेच आज आमची भोजन-प्रसादी झाली आणि पुढे निघालो. मात्र, तळोदा गाठेपर्यंत ऊन चांगलंच वाढलं होतं. दुपारचे साधारण चार वाजले होते, आणि माझ्या बाटलीतील पाणी संपलं होतं. आजूबाजूला पाणी मिळेल असं काहीच दिसत नव्हतं.

पाणी मिळालं

तितक्यात वाटेत एक मोठी शेडसारखी जागा दिसली. त्याच्या गेटबाहेर एक व्यक्ती लहान मुलाला घेऊन उभी होती. 'पाणी मिळेल का प्यायला इथे कुठे?' अपेक्षेने त्याला विचारलं... आणि आश्चर्य! ती शेड म्हणजे चक्क वॉटर कूलिंग प्लांट निघाला. थंडगार पाणी प्यायला मिळालं आणि बाटलीत भरूनही मिळालं.उन्हात मिळालेल्या त्या पाण्याने जीव अक्षरशः सुखावला. गेटबाहेर जो तरुण भेटला त्याच्या मोठ्या भावाचा हा प्लांट होता. हा तरुण पुण्यात आयटी कंपनीत काम करतो. पण त्याचं वर्क फ्रॉम होम असल्याने दोघे मिळून गावात हा प्लांट चालवतात! पाणी हवंसं होतं तेव्हाच बरोबर ते मिळणं हा योगायोग मनाला स्पर्शून गेला.

तिथून पुढे निघून मी वाण्याविहीर या गावाजवळ (अक्कलकुवापासून साधारण नऊ-दहा किलोमीटर आधी) थांबले. अंधार पडू लागला होता आणि अंधारात सायकल न चालवण्याचा आमचा ठाम निर्णय होता. रस्ता अरुंद होता आणि वाहतूकही खूप होती. शिरीष सर थोडे मागे पडले होते, म्हणून मी रस्त्याच्या कडेला थांबून त्यांची वाट पाहत होते.

वाण्याविहीरचा आगळा पाहुणचार

तेवढ्यात रस्ता ओलांडून दोन गृहस्थ माझ्याकडे आले. कोण आहे, कुठून आला आहात, काही मदत पाहिजे का, अशी आस्थेने त्यांनी चौकशी केली. त्यांच्याशी बोलत असतानाच शिरीष सरही आले. त्या दोघांनी आग्रहाने चहापाणी घ्यायला लावलं. बोलता-बोलता समजलं, की गावापासून दहा किलोमीटरवर एक आश्रम आहे. अंधार वाढतच होता, त्यामुळे आता आपण सामानातून दिवे, ब्लिंकर्स काढून मगच पुढे जाऊ, असं आम्ही बोलत होतो.

तेवढ्यात त्यातले एक गृहस्थ सोमराज सोनी म्हणाले, ''तुमची हरकत नसेल तर आज माझ्याच घरी राहा.

परिक्रमावासींची सेवा करण्यात मला खूप आनंद वाटेल.''

क्षणभर काय करावे कळेना! आपल्या शहरात आपण कधीच अशा अनोळखी आमंत्रणावर विश्वास ठेवत नाही किंवा अशा कुणाला सहजी ठेवूनही घेऊ शकत नाही.

शिरीष सरांनी मला विचारलं, ''तुला ठीक वाटत असेल तर आपण राहू यांच्याकडे, नाहीतर जाऊ पुढे.''

काही क्षण विचार केला. परिक्रमेचा एक धडा असतो — माणसावर विश्वास ठेवायला शिकणं. त्या विचाराने अखेर मी होकार दिला.

सोनींच्या घरी गेल्यावर कळलं, की गावात त्यांची ज्वेलरीची तीन दुकानं आहेत, आणि जिथे आमची राहायची सोय केली होती, त्याच इमारतीच्या बेसमेंटमध्ये सोन्या-चांदीच्या दागिन्यांची घडण चालते. एवढा मौल्यवान कारभार असताना तिथे अनोळखी पाहुण्यांवर विश्वास ठेवून त्यांना राहायला जागा देणं, हा अनुभव खरंच थक्क करणारा होता!

थोड्याच वेळात त्यांचा मुलगादेखील घरी आला. आपल्या पत्नीच्या निधनानंतर एकट्याने त्यांनी संसार सांभाळत मुलांना घडवलं होतं. जेवणासाठी आम्हांला त्यांच्या मोठ्या भावाकडे आमंत्रण होतं.

आवरून, सायंपूजा - प्रार्थना करून आम्ही जेवायला गेलो. तिथे तर आश्चर्याची परिसीमा झाली — रांगोळी, पाट, सुरेख पंगत, आठ-दहा जणांचं कुटुंब आमच्या सेवेसाठी उभं... पंचपक्वान्नांचं सुग्रास जेवण! प्रेमाने आग्रह करून वाढत होते सगळे आणि आमचं जेवण झाल्याशिवाय कोणीही जेवणार नाही — अशी भावना!

इतक्या सर्वस्वी अनोळखी व्यक्तींनी निरपेक्षपणे केलेली ही सेवा नेमकी काय म्हणून वर्णावी... हा प्रश्न मनात वारंवार उभा राहत होता. आमच्यावर ठेवलेला हा विश्वास हा खरंतर नर्मदा मैयावरचा विश्वास होता. इतर कोणत्याही गावात, इतर कोणत्याही वेळी आम्ही साधे प्रवासी असतो, तर असा विश्वास, असे प्रेम, असा आदर कदाचित लाभलाही नसता. 'परिक्रमावासी' हे बिरुद आमच्याजवळ नसतं, तर ही दारं, ही मनं इतक्या सहज उघडली गेली असती का? याचं उत्तर मनाला ठाऊक होतं.

नर्मदा मैयाला पुन्हा एकदा वंदन करून, आम्ही भोजनाचा आस्वाद घेतला आणि आदरातिथ्याचा कृतज्ञतापूर्वक स्वीकार केला. मात्र, त्या क्षणी मनात एक स्पष्ट जाणीव उमटली — हा आदर, हा सत्कार आमच्यासाठी नव्हता. आपण केवळ निमित्त आहोत; हा सगळा मान तिचाच आहे. तिची परिक्रमा करत आहोत, म्हणून हे सर्व आपोआप आपल्या वाट्याला येत आहे.

अशा अनुभवांच्या क्षणी 'मी' हा भाव नकळत विरघळत जातो. हे सगळं तिचंच आहे — हा विचार मनात ठामपणे रुजत जातो. अहंकाराची एकेक पायरी शांतपणे गळून पडते आणि मन अधिकाधिक हलकं होत जातं. या परिक्रमेत प्रवास केवळ अंतराचा नसतो; तो माणूस म्हणून घडण्याचाही प्रवास असतो.

वाण्याविहीर ते नेत्रांग (गुजरात)

२७ जानेवारी २०२५

८७ कि.मी.

छान विश्रांती झाल्यामुळे सकाळी लवकरच प्रसन्न मनःस्थितीत जाग आली. रोजच्या दिनक्रमाप्रमाणे सर्व आवरून घेतल्यानंतर सोमराज सोनी आम्हांला गावातील नर्मदा मंदिरात दर्शनासाठी घेऊन गेले. सकाळच्या शांत वातावरणात सुरेख दर्शन झालं. सोनी आम्हांला अगदी हायवेपर्यंत निरोप द्यायला आले होते.

आजचा टप्पा वाण्याविहीर - अक्कलकुवा करत नेत्रांग गाठण्याचा ठरला होता. अक्कलकुवा ओलांडल्यानंतर सागबारा इथे महाराष्ट्राची सीमा ओलांडून आम्ही गुजरात राज्यात प्रवेश केला. दुपारी डेडियापाडा येथे असलेल्या जालाराम आश्रमात भोजन-प्रसादीसाठी थांबलो. हा आश्रम अतिशय सुंदर आणि नीटनेटका आहे. विशेष म्हणजे, येथील बाबा मराठी भाषिक होते. आश्रमाला सुरेख असं किचन गार्डन होतं. साधंच, पण अत्यंत चविष्ट भोजन आम्हांला त्या दिवशी मिळालं. भोजन-प्रसादीनंतर थोडी विश्रांती घेऊन आम्ही पुढे नेत्रांगच्या दिशेने निघालो.

थोडं अंतर कापल्यानंतर शिरीष सरांच्या सायकलमधून अचानक विचित्र खडबड असा आवाज येऊ लागला. नेमका बिघाड काय आहे समजत नव्हतं आणि तो दुरुस्त होऊ शकेल अशी आसपास कुठेही सोय नव्हती. अंकलेश्वरशिवाय दुरुस्ती होणं अवघड असल्याचं सर्वांनी सांगितलं. मात्र, सायकल चालू स्थितीत असल्यामुळे, काळजीपूर्वक आणि हळूहळू चालवतच तब्बल ८७ किलोमीटरचा प्रवास पूर्ण करून आम्ही नेत्रांग येथे पोहोचलो.

नेत्रांग येथे ‘श्री अक्षर पुरुषोत्तम स्वामीनारायण मंदिर – भक्तिधाम’ आश्रमात त्या रात्रीच्या मुक्कामाची व्यवस्था झाली. आश्रम अतिशय स्वच्छ, शिस्तबद्ध आणि सुव्यवस्थित होता. गरम पाण्याची सुविधा असल्यामुळे अंघोळ, कपडे धुणे अशी आवश्यक कामं आरामात करता आली. आश्रमात अनेक मुलं वास्तव्यास असून ती सेवा देत शिक्षणही घेत असल्याचे दिसले. परिक्रमावासीयांची सेवा, तसंच शिस्त आणि शिक्षण यांचा समतोल संस्कार त्या मुलांवर होताना जाणवत होता.

ठरलेल्या दिनक्रमानुसार संध्याकाळी लवकर आवरून, जेवण करून आम्ही रात्री निद्राधीन झालो. पुढील दिवशी विमलेश्वरचा टप्पा गाठायचा असल्याने शरीराला विश्रांती देणं आवश्यक होतं.

दक्षिण तटावरचा शेवटचा थांबा विमलेश्वरकडे

२८ जानेवारी २०२५

१०३ कि.मी.

शिरस्त्याप्रमाणे लवकर आवरून पहाटेच नेत्रांगहून विमलेश्वरच्या दिशेने निघालो. नेत्रांग - वालिया हा टप्पा घेत असताना पुढे रस्त्याचे काम सुरू असल्याचे लक्षात आले. रस्ता अतिशय खराब होता. सर्वत्र गिट्टी पसरलेली होती आणि त्यातून सायकल चालवणे म्हणजे अक्षरशः तारेवरची कसरत होती! काम करणाऱ्या माणसाने सांगितले, की पुढचे दहा-बारा किलोमीटर असेच खराब आहेत. काय करावे हे समजेना! एकाने सुचवले – तीन किलोमीटर मागे जाऊन गावातील आतल्या रस्त्याने पुढे जाता येईल. खडबडीत रस्त्यावरून घसरून पडण्यापेक्षा किंवा सायकलचे नुकसान होण्यापेक्षा आम्हांला मागे फिरून गावातल्या रस्त्याने जाणं योग्य वाटलं. त्यामुळे थोडा वळसा पडला, अंतर वाढलं; पण सुरक्षित मार्ग निवडला.

वालियाच्या थोडं पुढे जाताच निसर्गाचं विलक्षण दृश्य समोर आलं... गावाबाहेरच एक सुंदर तलाव होता. तो गुलाबी रंगांच्या कमळांनी – कदाचित वॉटर लिलीने – पूर्ण भरलेला होता. असा देखावा समोर असताना थांबलो नाही तरच नवल! थोडा वेळ थांबून फोटो काढले, ते दृश्य डोळ्यांत साठवून घेतलं आणि मग पुढे निघालो.

वालियानंतर अखेर अंकलेश्वर गाठलं. मोठं गाव आहे अंकलेश्वर. शिरीष सरांच्या सायकलमधून अजूनही आवाज येत असल्याने इथे दुरुस्ती करून घेणं आवश्यक होतं. सायकल तपासणी झाली, आवश्यक दुरुस्ती झाली. माझी सायकलही स्वच्छ करून घेतली. सायकल दुकानवाला आम्ही परिक्रमावासी आहोत हे कळल्यावर सायकल क्लिनिंगचे पैसे घ्यायला तयारच नव्हता. दोन्ही सायकली स्वच्छ करूनही त्याने एक रुपयादेखील घेतला नाही. परिक्रमावासीयांविषयीचा हा अनुभव पुन्हा एकदा मनाला भिडला.

अंकलेश्वरहून पुढे निघाल्यावर श्रीरामकुंड तीर्थधाम इथे दर्शन घेतलं. हेदेखील एक प्राचीन आणि ऐतिहासिक मंदिर आहे. असं मानलं जातं, की प्रभू श्रीरामाने आपल्या १४ वर्षांच्या वनवासातला काही काळ इथे घालवला होता. या परिसरात एक पवित्र जलकुंड आहे, ज्याला रामकुंड या नावाने ओळखलं जातं. अतिशय सुघड अशा राम पंचायतनाच्या दर्शनाने प्रसन्न वाटलं. तिथून पुढे मग हंसोत रस्त्याला लागलो. सजोद - हंसोत रस्त्यामध्ये कुठेतरी बुलबुलेश्वर मंदिर आहे. 'नर्मदे हर' म्हटलं की कुंडातील पाण्यातून बुडबुडे येतात, अशी माहिती मिळाली होती. मात्र, तिथं जाणं काही जमलं नाही. 'पुन्हा कधी आलो तर नक्की जाऊ, ' या विचाराने पुढे निघालो.

...आणि उसाचा रस मिळाला!

आता दोन्ही बाजूंनी घनदाट झाडीचा रस्ता लागला. थोड्याच वेळात विमलेश्वरकडे जाणारा फाटा आला. एक रस्ता समुद्राकडे वळत होता, तर दुसरा विमलेश्वर गावाकडे. गावाकडे जाणारा रस्ता पुन्हा खडबडीत होता. सावकाश सायकल चालवत होतो. सकाळपासून जवळजवळ १०० किलोमीटर अंतर कापलं होतं. समुद्राजवळ आल्याने दमटपणा वाढत चालला होता. घाम आणि थकवा दोन्हीही जाणवत होते. मनात ठरवलं होतं की, जिथे उसाचा रस दिसेल, तिथे नक्की थांबायचं. आतापर्यंतच्या सायकल प्रवासात उसाचा रस हा हमखास ऊर्जादायी ठरला होता.

आमचं हे बोलणं सुरू असतानाच दहा-पंधरा मिनिटांत एक माणूस भेटला. त्याने चहा प्यायला बोलावलं. विमलेश्वरकडे जाणाऱ्या रस्त्यावर त्याची छोटीशी टपरी होती. परिक्रमावासीयांना नाश्ता आणि जोडीला चहा किंवा उसाचा रस देणं ही त्याची आणि त्याच्या कुटुंबाची सेवा होती. मनातल्या विचारासारखाच, तिथे सुंदर ताजा उसाचा रस मिळाला. 'हवा तेवढा घ्या', असा त्याचा आग्रह होता. मनसोक्त रस पिऊन आम्ही पुढे निघालो. मनात अशी काही इच्छा यायचा अवकाश की मैया खरंच तत्परतेने ती पुरी करते याची प्रचिती मिळत होती.

संध्याकाळी साधारण १०३ किलोमीटर सायकलिंग करून आम्ही विमलेश्वर मंदिरात पोहोचलो. अतिशय सुरेख मंदिर आहे. मंदिरावर भव्य अशी शंकराची पिंडी आणि तीवर पाच फणी नाग आहे. नर्मदा मैयाचा मंदिर परिसर अत्यंत प्रसन्न वाटला. मनापासून प्रार्थना केली – 'मैया, तुझा आशीर्वाद सदैव माझ्याबरोबर राहू दे!'

विमलेश्वर हे परिक्रमा मार्गातलं अत्यंत महत्त्वाचं स्थान आहे, कारण इथून तट परिवर्तन होतं. समुद्रमार्गे बोटीने पलीकडच्या उत्तर तटावर जावं लागतं. पायी, वाहनाने किंवा सायकलवर कोणत्याही मार्गाने जाणाऱ्या सर्व परिक्रमावासीयांना इथूनच बोटीने तट परिवर्तन करावे लागते. त्यामुळे गावात कायम गर्दी असते. येथे दोन

मोठे तंबू उभारलेले आहेत; प्रत्येकी सुमारे ५०० लोकांची सोय होईल इतके मोठे, स्वच्छ तंबू, संलग्न स्वच्छतागृहे – सर्व व्यवस्था नीट राखलेली आहे. नोव्हेंबर ते एप्रिल या परिक्रमा काळात ही व्यवस्था गुजरात सरकारतर्फे चालवली जाते. प्रत्येक परिक्रमावासीयासाठी गादी, चादर, ब्लँकेट, उशी उपलब्ध असते. पलंगांचीही सोय आहे. चार्जिंग पॉइंट्स, महिला-पुरुषांसाठी स्वतंत्र सुविधा, सुरक्षारक्षक – सगळे नीटनेटके.

दक्षिण तट आता संपत होता. उद्या आम्ही इथून बोटीने उत्तर तटावर जाणार होतो. सायंकाळी पूजा करत असताना स्पीकरवरून भजनाचे सूर कानांवर पडले आणि ते ओळखीचे वाटले. नीट ऐकताना लक्षात आलं, की हा तर सुरुवातीला भेटलेल्या तीन सायकलिस्ट – गजेंद्र मंडलोई, संदीप इरला आणि संदीप बिर्ला यांचा आवाज आहे. आवाजाच्या दिशेने गेलो आणि खरंच या मुलांची पुन्हा भेट झाली! अगदी आपलं कुणी जवळचं भेटल्यासारखा आनंद झाला. बोलताना मग सहज ठरलं – चला, इथून पुढे एकत्र प्रवास करू या. कदाचित मैयाची तशी इच्छा असावी म्हणून पुनर्भेट झाली असावी.

दक्षिण तट ते उत्तर तट परिवर्तनाचा दिवस

२९ जानेवारी २०२५

समुद्र प्रवास

आज जाण्याची घाई नव्हती; कारण समुद्राच्या भरतीवर आजची निघायची वेळ अवलंबून होती. तरीही, सवयीने सकाळी लवकर उठून आवरलं. पहाटे पाच किलोमीटर चालत जाऊन बोट कुठून पकडतात ते ठिकाण पाहून आलो. ओहोटीच्या वेळचं दृश्य पाहिलं – दलदलीतून स्थानिक लोक मासे, खेकडे गोळा करत होते. परत आल्यावर निवांत कपडे धुतले, ऊन असल्याने कपडे लवकर वाळलेसुद्धा!

आमच्या त्रिकुटाने आज दुपारची भोजन-प्रसादी ठेवली होती. दाल-बाटी आणि भात असं छान, चवदार जेवण होतं. इथे भातावरची डाळ वेगळी असते आणि बाटीवरची वेगळी... बाटीबरोबरची डाळ थोडी गोडसर आणि दाट – दोन स्वतंत्र चवी, दोन स्वतंत्र अनुभव! या भ्रमंतीत जेवणाचे इतके वेगवेगळे प्रकार आम्ही चाखले; तेही कोणतेही नखरे न करता, कसलीही खोड काढण्याची गरज न भासता! कारण भुकेच्या वेळी आपल्या पानात जे येतं, त्याचं महत्त्व वेगळंच असतं आणि त्याची चव आपोआपच लागते – हा अनुभव आम्ही रोज घेत चाललो होतो.

इथे जेवायला वाढतानाही कुठलीही वायफळ बडबड नसते. अनेक ठिकाणी भजन म्हणत, 'राधेश्याम', 'सीताराम', असं नाम घेत जेवण वाढलं जातं. विशेष म्हणजे, इथे भाताला 'भात', पोळीला 'पोळी', भाजीला 'भाजी' असं सरळ संबोधन नसतं. त्याऐवजी 'भाजीराम', 'रोटीराम' असं म्हणत अन्नालाच देवाच्या रूपात संबोधलं जातं. अगदी मिठालाही इथे 'रामरस' असं सुंदर नाव आहे, तर मिरचीला 'लंका'!

परिक्रमेच्या प्रवासात जिथे-जिथे राहिलो, जिथे-जिथे जेवलो, तिथे ही परंपरा अगदी सहज आणि सर्वसामान्यपणे वापरली जात होती. जे अन्न आपल्याला जगवतं, चालण्याची, सायकल चालवण्याची ताकद देतं – त्या अन्नाबद्दल आदर व्यक्त करण्यासाठी त्याला 'राम' जोडण्याची ही परंपरा कदाचित इथेच खोलवर नांदत असावी, असे वाटले.

आणखी एक गंमत म्हणजे, आश्रमात किंवा भोजन-प्रसादीच्या वेळी आपल्याला विचारला जाणारा पहिला प्रश्न असतो – ''आप कितने मूर्ती है?'' म्हणजे 'तुम्ही किती लोक आहात?', असे विचारण्याऐवजी परिक्रमावासीयांना 'मूर्ती' म्हणून संबोधले जाते. माणसात देव पाहण्याची ही दृष्टी परिक्रमेच्या वाटेवर मला अनुभवायला मिळाली आणि थोडीशी आत्मसातही करता आली.

यामुळे इथलं अन्न अधिक चवदार लागतं. पण त्याहून महत्त्वाचे म्हणजे, ते मनाला तृप्ती देतं. आज आपल्या पानात अन्न आहे, याचं एक आगळंच समाधान असतं. आणि या अन्नाच्या शक्तीवरच आपण चालत असो, सायकलवर असो – ज्या कुठल्याही प्रकारे परिक्रमा करत असू – त्याचा पुढचा प्रवास शक्य होत राहतो, हे हळूहळू अधिक स्पष्टपणे उमगत गेलं.

जलप्रवास

बोटीची वेळ होईपर्यंत सगळ्यांनाच वाट पाहणं भाग होतं. परिक्रमा करणारे सर्व मोटरसायकलवाले, कारवाले, पायी किंवा सायकलवरचे प्रवासी – सगळ्यांना इथे बोटीनेच पलीकडे जावं लागतं. त्यांची वाहनं गाडी-रस्त्याने पलीकडच्या तटावर नेऊन देण्याची सोय गावात अगदी नाममात्र पैशांमध्ये केलेली आहे. माझं वाहन खराब होईल का... चोरीला जाईल का... अशी कुठलीही शंका मनात येत नाही. एकमेकांवरच्या विश्वासावरच हे सगळं चालत असतं. कारण जर कोणी स्वतः गाडीने किंवा सायकलवर नदी ओलांडायचं ठरवलं, तर नदी ओलांडली गेल्यामुळे परिक्रमा खंडित होते – आणि हे कुणालाच मान्य नसतं.

साधारण बारा-साडेबारा वाजताच्या सुमारास अनाउन्समेंट झाली, की दुपारी अडीच-तीनच्या दरम्यान भरती येणार आहे. जेवण आटोपून आम्ही लगेच बोटीच्या ठिकाणाकडे निघालो. सकाळीच ते ठिकाण पाहून ठेवलं होतं, त्यामुळे कुठे जायचं याबद्दल संभ्रम नव्हता. ते तिघं, आम्ही दोघं, आमच्या पाच सायकली आणि सगळं सामान घेऊन आम्ही धक्क्यावर पोहोचलो. तिथे आधीच बरीच गर्दी होती; पण बोटी पुष्कळ असल्याने चिंता करण्याचं काहीच कारण नव्हतं. अखेर आमची बोट लागली.

बोटीतून जाण्यासाठी तिकीट काढावं लागतं. इथेही एक सुंदर प्रथा पाहायला मिळाली : समजा, एखाद्याकडे बोट तिकिटाचे पैसे नसतील, तर आजूबाजूचे लोक एकत्र येऊन त्याच्यासाठी पैसे जमा करतात आणि त्याचं तिकीट काढून देतात.

सामान आणि सायकलींसकट आम्ही बोटीत चढलो. सामान डेकवर टाकलं, आणि मुलं पटकन उड्या मारून डेकवर जाऊन बसली. बोटवाल्याला वाटलं, की 'या बाई डेकवर कशा चढतील...', म्हणून तो म्हणाला, ''ताई, तुम्ही खालीच बसा.'' मुलांनी मात्र, ''तुम्ही वर या... आम्ही उडी मारायला मदत करतो, '' असा आग्रह केला. आणि मग पाण्यावर झुलणाऱ्या त्या बोटीवर उडी मारायची कसरत करत मी डेकवर जाऊन पोहोचले.

साधारण तीन-साडेतीन तासांचा हा समुद्र-प्रवास होता. बोट सुरू होताच आजूबाजूला असलेले सीगल्स हजारोंच्या थव्याने बोटीबरोबर उडायला लागले. कारण बोटवाले किंवा प्रवासी त्यांना मुरमुरे देतात. आपण

टाकलेले मुरमुरे ते हवेतच अतिशय चपळाईने टिपतात, दमले की थोडा वेळ पाण्यावर बसतात, आणि विश्रांती झाली की पुन्हा आपले देखणे पंख पसरून बोटीबरोबर उडू लागतात.

एक गंमत आम्ही पाहिली : समुद्र-प्रवासाच्या साधारण मध्यबिंदूवर आल्यावर या तटावरचे सीगल्स आपापल्या दिशेने परत जातात, आणि पलीकडच्या तटावरचे सीगल्स बोटीभोवती फिरायला लागतात! पक्ष्यांमधला असा समजूतदारपणा पाहून आश्चर्य वाटलं.

उन्हं आणि वारा भरपूर होता; समुद्रावरची हवा थोडी तीव्र वाटत होती. पण 'नर्मदे हर'च्या घोषात, भजनांच्या ठेक्यात आमची बोट पाणी कापत पुढेपुढे जात होती. साधारण मध्यभागी आल्यावर काही क्षण बोट थांबली. इथे नर्मदा आणि समुद्र एकमेकांना भेटतात, असं मानलं जातं. संकल्पाच्या वेळी भरून आणलेलं मैयाचं पाणी थोडंसं या ठिकाणी अर्पण केलं जातं आणि इथलं थोडं पाणी बाटलीत भरून घेतलं जातं. मग पूजा-आरती करून प्रसाद अर्पण केला जातो. आम्हीदेखील पूजा-प्रार्थना केली आणि तिथलं थोडंसं पाणी आमच्या बाटलीत भरून घेतलं.

उत्तर तटावर

सरत्या सायंकाळी आमचा समुद्र-प्रवास संपून आम्ही उत्तर तटावर पोहोचलो. सामान उतरवलं. मंदिरात राहताना रोज सलवार-कमीज घालायचा आणि टिकली लावायची हे पथ्य मी आवर्जून पाळत होते – जे पुण्यात राहताना खरंतर क्वचितच घडतं. त्यामुळे मी सलवार-कमीज घातलेला होता. आता त्या वेशात सायकल कशी चालवायची, हा प्रश्न पडला. कपडे बदलायला जागा नव्हतीच. शेवटी, सामानाला बांधलेल्या नाड्या वापरून सलवार पायावर घट्ट बांधून घेतली आणि बोटीतून उतरून पुन्हा सायकलवर स्वार झालो.

आता आम्ही मिठीतलईकडे निघालो. मिठीतलई या विलक्षण विहिरीच्या आजूबाजूचं पाणी खारं आहे; विहिरीतलं पाणी मात्र अतिशय गोड! इथे थांबून हात-पाय धुतले, पाणी प्यायलो, आणि पुढे निघालो. साधारण अकरा-बारा किलोमीटर प्रवास करून आम्ही सुवा गाव गाठलं.

आज आमच्या परिक्रमेचा ६०० किलोमीटरचा टप्पा पूर्ण झाला होता. सुवामध्ये आम्ही सिंगनाथ महादेव मंदिरात आश्रय घेतला. या गावाचं वैशिष्ट्य म्हणजे – प्रत्येक घरात किमान दोन परिक्रमावासीयांच्या जेवणाची सोय निष्ठेने केली जाते. अख्खं गाव हे व्रत पाळत असतं. सायंपूजा आवरून भोजन-प्रसादी झाली आणि आजचा दिवस सुफल संपूर्ण झाला.

विमलेश्वरपासून सुरू झालेला प्रवास – त्यातला मोठा भाग बोटीचा, थोडा भाग सायकलचा – अनुभवांच्या खजिन्यात आणखी एका मौल्यवान रत्नाची भर घालून संपन्न झाला. परिक्रमेतील या समुद्र-प्रवासाबद्दल विविध अनुभव – काही सुखद, काही थोडेसे घाबरवणारे – तयारी करताना ऐकले होते, व्हिडिओमध्ये पाहिले होते. आज हा प्रवास प्रत्यक्ष केला.

समुद्राच्या लाटांवर डोलणाऱ्या नावांमध्ये घुमणारा 'नर्मदे हर'चा घोष, भजनांचा नाद, देशाच्या नाना प्रांतांतून केवळ नर्मदा मातेच्या ओढीने एकत्र जमलेले लोक – या सगळ्यांत एक वेगळंच अद्वैत जाणवलं... आणि त्याला जोड मिळाली ती सुंदर सीगल्सची! ते सगळं दृश्य मनाच्या कप्प्यात कायम जपून ठेवावं, असंच होतं.

उत्तर तटावरचा पहिला प्रवास : सुवा ते नारेश्वर

३० जानेवारी २०२५

९० कि.मी.

आजपासून आम्ही नर्मदेच्या उत्तर तटावरचा प्रवास सुरू केला. सकाळी लवकर सुवा गावातून निघालो आणि आज सायकल वळवली ती नारेश्वरच्या दिशेने. सुवा - वेगणी - हिंगलोट - दहेज बायपास - जालोर - नारेश्वर असा मार्ग आदल्या दिवशीच बघून ठेवला होता. या संपूर्ण प्रवासात मार्गदर्शकाची जबाबदारी माझ्याकडे असल्यामुळे, मुक्काम असेल तिथे संध्याकाळी आश्रमात, मंदिरात किंवा आजूबाजूच्या लोकांना विचारून, आणि गुगल मॅपवर पाहून दुसऱ्या दिवसाचा मार्ग निश्चित करून ठेवायची सवयच झाली होती.

आता आमच्यासोबत तरुण त्रिमूर्ती असल्याने हे काम अजूनच इंटरेस्टिंग आणि थोडंसं सोपंही झालं होतं. सुवा ते नारेश्वर असं साधारण ९० किलोमीटरचं अंतर पार करायचं होतं.

सुवावरून निघालो तेव्हा पहिल्या साधारण २० किलोमीटरपर्यंत रस्ता बऱ्यापैकी खराब होता. गिट्टी पसरलेली, भयंकर धूळ, सायकल चालवताना त्रासदायक परिस्थिती! दहेज बायपासवरून भरूचकडे जाता येत होतं; पण भरूचला न वळता आम्ही सरळ पुढे निघालो.

वाटेत नीलकंठेश्वर महादेव इथे दुपारची भोजन-प्रसादी घेतली. आम्ही निघायच्या बेतात असतानाच एक गृहस्थ आले. 'नर्मदे हर!' असं म्हणून त्यांनी संवाद सुरू केला. आम्ही सायकलवर परिक्रमा करतो आहोत, हे आमच्या गप्पांमधून त्यांना कळलं, तसं त्यांनी खिशातून चक्क ५०० रुपयांची नोट काढून दक्षिणा म्हणून द्यायला पुढे केली.

अनोळखी व्यक्तीकडून असे पैसे घेण्याची आपल्याला सवय नसते. त्यामुळे मी त्यांना म्हटलं, ''मी खरंच इतके पैसे नाही घेऊ शकत. तुम्ही मला दहा रुपये द्या, ते मी आनंदाने घेईन.''

पण ते काही ऐकायलाच तयार नव्हते. म्हणाले, ''मैया, किमान १०० रुपये तरी घ्या. सायकलवर असा अवघड प्रवास करणं म्हणजे शिवधनुष्य उचलण्यासारखंच आहे. तुम्ही ते उचलायचा प्रयत्न करत आहात याचं मला खूप कौतुक वाटतंय. ही माझी नर्मदा मैयावरची भक्ती समजा आणि तिच्याकरिता ही दक्षिणा घ्या.''

अशा प्रसंगांमधून हळूहळू एक गोष्ट उमजत गेली – जेव्हा लोक प्रेमाने काही देतात, ते मला ज्योती म्हणून देत नसतात. ते परिक्रमावासीयांमध्ये नर्मदा मैया पाहत असतात. ती स्वतः तुमच्यासोबत चालत असते, तुमची काळजी घेत असते. तुम्हांला त्रास झाला तर तो तिला होणारा त्रास असेल. तिला त्रास होऊ नये, तिची सेवा घडावी, या भावनेतून लोक परिक्रमावासींना पैसे, वस्तू, सेवा देत असतात.

म्हणूनच पूर्वीच्या काळी एकही रुपया न घेता, कोणतंही सामान न घेता परिक्रमा केली जायची. आजच्या काळानुसार आमच्याकडे थोडेफार पैसे होते – साधारण पाच-सहा हजार रुपये. पण, अगदी खरं सांगायचं तर, परिक्रमा पूर्ण करून आम्ही पुन्हा ओंकारेश्वरला आलो, तेव्हा आमचा खर्च जवळजवळ शून्य होता, साधारणपणे बरोबर नेलेले सगळे पैसे शिल्लक होते. माणसाच्या गरजा किती कमी असतात, आणि मैया कशी काळजी घेते, याची अनुभूती वारंवार येत होती. परिणामी, आयुष्यातील ज्या गोष्टींना आपण विनाकारणच अवास्तव महत्त्व दिले होते, त्या गोष्टी प्रत्यक्षात किती क्षुल्लक होत्या, याची मला जाणीव होऊ लागली.

असे परिक्रमेसारखे प्रवास आयुष्याकडे पाहण्याचा एक वेगळाच दृष्टिकोन देतात. 'माणूस' म्हणून आपल्याला थोडंसं उन्नत करतात, आपल्यातला चांगुलपणा वाढवतात.

ती मैया होती का ?

याच ठिकाणी नीलकंठेश्वर घाटावर मला एक अतिशय विलक्षण अनुभव आला. घाट खूप सुंदर होता. नर्मदा दर्शनासाठी पायऱ्यांवरून खाली उतरत असताना, तिथे एक आठ-नऊ वर्षांची छोटी मुलगी बसलेली होती – अतिशय गोड, आणि काहीशी वेगळीच, तेजस्वी!

मी जात असताना तिने थांबवून अचानक मला विचारलं, ''आप कुंभ मेले में गये है?''

मी म्हणाले, ''नहीं, छोटी मैया! मैं तो परिक्रमा कर रही हूँ, इसलिए नहीं गई.''

ती पुढे म्हणाली, ''आपने भूरी आँखों वाली मोनालिसा को देखा है क्या?''

मी उत्तर दिलं, ''कुंभ मेले में नहीं गई, लेकिन हाँ – रिल्स में मैंने उसको देखा है।''

आश्चर्य वाटून मी तिला विचारलं, ''लेकिन आपको ये मोनालिसा कैसे पता?''

ती हसून म्हणाली, ''मैं तो सब कुछ जानती हूँ।'' आणि तिथून निघून गेली.

त्या मुलीशी बोलल्यानंतर आत कुठेतरी खोलवर काहीतरी जाणवलं. तिच्यात एक वेगळंच आकर्षण होतं. आत्तापर्यंत प्रवासात गावोगावी अनेक मुलं भेटली होती – त्यांना चॉकलेट, रेवड्या देणं, 'नर्मदे हर' म्हणत थोड्या गप्पा – हे नेहमीचं होतं. हिच्याशी बोलल्यावर मात्र काहीतरी वेगळं वाटलं. त्या बाबाजींनी दिलेली शंभराची नोट तिला अर्पण करता आली, याचं समाधान मला मिळालं.

मनात एकच विचार आला... ही छोटी मैया म्हणजे नर्मदा मैयाच असावी बहुधा! परिक्रमेत किमान एकदा तरी मैया दर्शन देते, असं म्हणतात. कदाचित हेच तिचं दर्शन असेल, असं मला मनोमन वाटत राहिलं. त्या क्षणाचा अनुभव शब्दांत मांडणं माझ्यासाठी कठीण आहे. ही पूर्ण परिक्रमाच खरंतर अनुभव नसून अनुभूती असते.

हा आनंद मनात साठवून आम्ही पुढे निघालो. वाटेत 'परमपिता शिव परमात्मा अनुभूती धाम' – ब्रह्माकुमारी आश्रमात थोडा वेळ थांबलो. अतिशय शांत, सुंदर परिसर, बागसुद्धा नेटकी राखलेली... मनाच्या प्रसन्नतेमध्ये भरच पडली!

इथून पुढे रस्ता अगदी छान डांबरी रस्ता सुरू झाला. सायकली जोशात वेगाने पळू लागल्या.

वाटेत ठिकठिकाणी 'नर्मदा नदी का मीठा पीने का जल' असं लिहिलेले प्याऊ होते. दुपारचं ऊन असल्याने बाटलीतलं पाणी गरम व्हायचं. उरलेलं पाणी झाडांना घालून, अशा ठिकाणी थंड पाणी भरून घेत आम्ही पुढे जात होतो. हा पायी परिक्रमेचाही मार्ग आहे. नोव्हेंबरमध्ये परिक्रमा सुरू झाल्याने, या रस्त्यावर बरेच पायी जाणारे परिक्रमावासी भेटत होते. दोन्ही बाजूंना भरपूर झाडी, गुळगुळीत रस्ता – सायकल चालवणं खूप सुखद वाटत होतं.

फूलवाट

जानोर गावाजवळून जाताना दोन्ही बाजूंना गुलाबाची शेती लागली. गेंदेदार लाल गुलाबांनी फुलून गेलेली शेती म्हणजे 'देखा एक ख्वाब तो ये सिलसिले हुए। दूर तक निगाहों में है गुल खिले हुए।' हे गाणं प्रत्यक्ष साकार होताना पाहणं!

प्रवास आणि फुलं... दरवळणारा सुगंध... रस्ता जणू आज काव्यमय झाला होता.

पण, हा सुगंधी प्रवास पुढे जाऊन पुन्हा एका अत्यंत खराब मातीच्या रस्त्यावर आला. इतका खराब, की सायकलचं चाक मातीत रुतत होतं. कशीबशी सायकल ढकलत आम्ही पुढे जात राहिलो.

नारेश्वर आणि श्रीरंग अवधूत महाराज

संध्याकाळी, दमलेले आणि थकून गेलेले आम्ही ९० किलोमीटरचे अंतर कापून नारेश्वरला पोहोचलो. इथे नारेश्वर महादेवाचं एक अतिशय सुंदर आणि प्राचीन मंदिर आहे. तिथेच आम्ही रात्री मुक्काम केला. नारेश्वरची महती अतिशय प्राचीन आहे. असं म्हणतात की, फार वर्षांपूर्वी येथे कपर्दीश्वराचे मंदिर होते. नर्मदेच्या पुरामुळे ते मंदिर पडले आणि पिंड खाली जमिनीत गेली. नारोशंकर नावाच्या व्यक्तीच्या स्वप्नात एकदा श्री शंकरांनी येऊन सांगितले की, 'मी जमिनीत गाडला गेलो आहे. मला बाहेर काढून जीर्णोद्धार कर!' त्याप्रमाणे नारोशंकरांनी ती पिंड बाहेर काढून त्याची प्रतिष्ठापना केली. येथे गणपतीने उग्र तपश्चर्या केली होती, अशी भाविकांची श्रद्धा आहे.

काळाच्या ओघात नारेश्वर निबिड अरण्यात रूपांतरित झाले. आपल्या गुरूंच्या इच्छेनुसार दत्त संप्रदायातील एक थोर सत्पुरुष श्रीरंग अवधूत महाराज (१८९८ ते १९६८) यांनी इथे तपश्चर्या केली. नारेश्वर नंदनवनाप्रमाणे सिद्ध तपोभूमीत रूपांतरित केले. गुजरात राज्यात त्यांनी श्रीदत्त संप्रदायाचा फार मोठ्या प्रमाणावर प्रचार आणि प्रसार केला. श्रीरंग अवधूत स्वामी महाराजांच्या परम पावन वास्तव्याने पुनीत झालेल्या आश्रमात जाऊन आम्ही त्यांच्या समाधीचं मनोभावे दर्शन घेतलं. प्रार्थना भवन, मातृकुटीर, स्वामींनी ज्याच्या खाली तपश्चर्या केली तो कडुनिंबाचा वृक्ष हे सगळं पाहताना मनात आपोआपच भक्तितरंग उमटत होते. सर्वच परिसर अतिशय स्वच्छ, सुंदर आणि प्रसन्न आहे.

परिक्रमेचा आजचा दिवसदेखील संस्मरणीय ठरला. गुलाबांचा रस्ता, मैयाने दर्शन दिलं असावं ही अनुभूती, आणि दत्तांचं पवित्र ठिकाण – नारेश्वर! माझ्या समृद्धीमध्ये भर पडली!

नारेश्वर ते गरुडेश्वर

३१ जानेवारी २०२५

८८ कि.मी.

सकाळी लवकर आवरून आम्ही नारेश्वर महादेवाचे दर्शन घेतले. मंदिराजवळच्या रंगसेवा घाटावर नर्मदा मातेच्या दर्शनासाठी गेलो. या घाटावर नर्मदा नदीची १५ नावे कोरलेली एक वैशिष्ट्यपूर्ण पाटी दिसली. दर्शन व पूजा करून आम्ही गरुडेश्वरकडे मार्गस्थ झालो.

नारेश्वरकडून गरुडेश्वरकडे जाताना वाटेत चानोद गाव आलं. अतिशय सुंदर आणि नीटनेटके असे सहा घाट या गावाला लाभले आहेत. यातला ऐतिहासिक घाट मल्हारराव घाट, सुमारे १००० वर्षांपूर्वीचा आहे. घाटाचं हे नाव अहिल्याबाई होळकर यांचे सासरे मल्हारराव होळकर यांच्या नावावरून ठेवलं आहे. या घाटासमोरच स्वामीनारायण मंदिर आहे, तर डावीकडे कुबेर भंडारी मंदिर. स्टॅच्यू ऑफ युनिटीची सायकल सफर करताना या मंदिरात दर्शन घेऊन मग आम्ही दक्षिण तटावर सायकली ठेवून उत्तर तटावर बोटीने कुबेर भंडारी मंदिरात दर्शनासाठी आलो होतो – त्या आठवणी पुन्हा जाग्या झाल्या.

चानोद धार्मिकदृष्ट्याही अत्यंत महत्त्वाचे ठिकाण आहे. येथे नर्मदा, ओरसंग आणि गुप्त सरस्वती यांचा त्रिवेणी संगम मानला जातो; म्हणूनच याला 'दक्षिण प्रयाग' असेही म्हणतात. प्रयागप्रमाणेच येथे अस्थी-विसर्जन व पूर्वजांसाठी विधी केले जातात. परिसरात अनेक प्राचीन व सुंदर मंदिरं आहेत – काशी विश्वनाथ महादेव, शेषनारायण, कल्पेश्वर महादेव, अन्नपूर्णा माता, चंडिका माता, गंगनाथ महादेव इत्यादी. शांतपणे सर्व मंदिरांचे दर्शन घेत आम्ही पुढे निघालो.

कुबेर भंडारी मंदिरात पोहोचलो तेव्हा भोजनाची वेळ संपली होती. मात्र, आम्ही सायकलवर परिक्रमा करतो आहोत हे कळताच भंडार प्रमुखांनी आमच्यासाठी खास प्रसादाची व्यवस्था केली.

कुबेर भंडारी हे सुमारे अडीच हजार वर्षांपूर्वीचं प्राचीन मंदिर मानलं जातं. नवरात्र, महाशिवरात्र आणि दिवाळी येथे मोठ्या प्रमाणावर साजरी केली जाते. कुबेर हा संपत्तीचा देव असल्याने येथे सलग पाच अमावास्यांना येऊन दर्शन घेतल्यास धनसंपत्ती, समृद्धी टिकून राहते, अशी मान्यता आहे. धनत्रयोदशीला तर खास इथली माती घेण्यासाठी भाविक गर्दी करतात. ही माती घरी तिजोरीत ठेवल्यास धनधान्याची, संपत्तीची कमतरता भासत नाही, असे सांगितले जाते.

पौराणिक कथेनुसार, कुबेर हा रावणाचा भाऊ होता. रावणाने सर्व देवांचा पराभव करून त्यांना बंदिवासात टाकले होते; त्याचप्रमाणे त्याने आपल्या भावाची - कुबेराची - सर्व संपत्तीही हिरावून घेतली. या अपमानानंतर कुबेराने कठोर तपश्चर्या करून भगवान शंकरांची आराधना केली. त्यांच्या तपश्चर्येने प्रसन्न होऊन श्रीशंकरांनी कुबेराला 'तू जगाच्या संपत्तीचा धनपाल होशील!' असा वर दिला. तेव्हापासून कुबेर 'धनसंपत्तीचा देव' म्हणून ओळखला जाऊ लागला. म्हणूनच, आजही कुबेर भंडारी मंदिरातून मिळालेले तांदूळ व सुपारी आपल्या घरात ठेवल्यास, त्या घरात सुख-समृद्धी नांदते, अशी श्रद्धा आहे.

मंदिर अतिशय स्वच्छ, शांत आणि देखणे आहे. सुंदर घुमट, सोनेरी छत, आकर्षक झुंबरं, आणि काचेवरची कलाकुसर यांमुळे मंदिराचा अंतर्भाग भारावून टाकतो. किल्ल्यासारख्या द्वारातून आत प्रवेश केल्यानंतर समोरच एक पिंपळवृक्ष आहे आणि त्याच्या भोवती बारा ज्योतिर्लिंगांच्या प्रतिकृती स्थापलेल्या आहेत.

कुबेर भंडारी मंदिराच्या पलीकडे घाट आहे. त्या घाटाकडे जाताना वाटेत एक गुहा लागते, जी कुबेर गुहा म्हणून ओळखली जाते. या गुहेत कुबेराने स्थापन केलेले शिवलिंग आहे, ज्याला ऋणमुक्तेश्वर मंदिर म्हणतात. जगाचा धनपाल कुबेराची कृपादृष्टी आणि परमार्थाचा अधिष्ठाता श्रीशंकर यांचा आशीर्वाद ज्याला लाभतो, तो सर्व प्रकारच्या ऋणातून मुक्त होतो – या भावनेतून ऋणमुक्तेश्वर हे नाव अत्यंत सार्थ वाटतं.

कुबेर भंडारी मंदिरात दुपारची भोजन-प्रसादी घेऊन आम्ही घाटावर गेलो. समोरच्या काठावर नीलकंठेश्वर धाम, पोईचा मंदिर – जे स्वामीनारायण मंदिर म्हणूनही ओळखलं जातं ते दिसत होतं.

पहिलं पंक्चर

या परम पावन आणि प्राचीन मंदिरांचे दर्शन घेऊन प्रसन्न मनाने आम्ही पुढे बुजेठाकडे निघालो. आता कच्चा रस्ता सुरू झाला होता. अचानक, वाटेतच माझ्या सायकलचं मागचं टायर पंक्चर झालं. प्रवास सुरू केल्यापासून हे माझ्या सायकलचं पहिलंच पंक्चर होतं. मी लगेच दुरुस्तीला लागले. अगदी सराईतपणे चाक काढलं, पंक्चरला पॅच लावला आणि चाक पुन्हा व्यवस्थित बसवलं. मला अगदी सहजपणे पंक्चर काढताना पाहून शिरीष सर आश्चर्याने बघत होते. वेळप्रसंगी आपण स्वतः अशी दुरुस्ती नीट करू शकतो, हे उमजल्यामुळे माझा मात्र आत्मविश्वास अधिकच वाढला. शिरीष सरांनी तर पंक्चर काढतानाची माझी ॲक्शन कौतुकाने कॅमेऱ्यात अचूक पकडली.

तिलकवाडा

या मार्गावर येणारं तिलकवाडा हे परिक्रमेतलं अत्यंत महत्त्वाचं ठिकाण आहे. इथूनच चैत्र महिन्यात 'उत्तरवाहिनी नर्मदा परिक्रमा' केली जाते. बडोद्याजवळ गरुडेश्वर परिसरात मंगरोल - तिलकवाडा - रामपुरा - मंगरोल असा नर्मदा नदीचा प्रवाह उत्तर दिशेने वाहतो. नदीचे उत्तरवाहिनी रूप अत्यंत पुण्यदायी मानले जाते. वाराणसीतसुद्धा वरुण घाटापासून अस्सी घाटापर्यंत गंगा उत्तरवाहिनी आहे, त्यामुळे तो घाटही अत्यंत पुण्यप्रद मानला जातो; तसंच काशी क्षेत्रालाही विशेष महत्त्व आहे. तिलकवाडा परिसरातील सुमारे १४ किलोमीटरची नर्मदेची उत्तरवाहिनी परिक्रमा केल्यास पूर्ण नर्मदा परिक्रमेचं पुण्य मिळतं, अशी मान्यता आहे. नर्मदा पुराणामध्ये आणि स्कंद पुराणामध्ये बळी राजाची एक कथा आहे. त्यामध्ये साक्षात नर्मदा मैयाने ही खात्री दिली आहे. अशा या तिलकवाडाला मारुती धाम मंदिरात दर्शन घेऊन आम्ही पुढे मार्गक्रमण सुरू ठेवलं.

देवदर्शन, पंक्चर काढणे – त्याकरिता सायकलवरचे सामान उतरवणे आणि पुन्हा लावणे – या सगळ्यांत बराच वेळ गेला. आज आम्हांला गरुडेश्वरला पोहोचायचं होतं. अजून बरचं अंतर राहिलं होतं, त्यामुळे आज मात्र प्रथमच आम्ही सायकल वेगाने पळवली.

परिक्रमेत पहिल्यांदाच आज अंधार पडल्यानंतरही प्रवास करण्याची वेळ आली. संध्याप्रकाशात थोड्या वेगाने पुढे गेलो. मात्र, सुरक्षेची पूर्ण काळजी घेण्यासाठी सायकलला लाईट्स आणि ब्लिंकर्स लावलेलेच होते. पार अंधार झाल्यावर आम्ही अखेर गरुडेश्वरला पोहोचलो आणि टेंबे स्वामी आश्रम गाठला.

श्री क्षेत्र गरुडेश्वर

साक्षात श्री शंकरांच्या कृपेने स्थापन झालेलं हे स्थान विशेष पुण्यप्रद मानलं जातं. असे म्हटले जाते की, प्राचीन काळी येथे गजासुर नावाचा एक बलाढ्य राक्षस राहत असे, ज्याने गरुडाशी घनघोर युद्ध केलं होतं. त्या युद्धात गजासुर मरण पावला. मात्र, त्याची हाडं नर्मदेत वाहून गेल्यामुळे त्याचा देह पवित्र झाला. मग नर्मदा नदीत तपश्चर्या करून गजासुराने भगवान शंकराची भक्ती केली. प्रसन्न झालेल्या शंकरांनी त्याला वरदान देत सांगितले की, 'तू इथे गरुड लिंगाची स्थापना कर. जे कोणी भक्तगण या ठिकाणी स्नान, देवपूजा, तर्पण किंवा दान करतील, त्यांची पापं नष्ट होतील आणि विशेष पुण्य लाभेल.' अशा रीतीने नर्मदेच्या उत्तर किनारी गरुडेश्वर क्षेत्र निर्माण झालं. इथे नारदेश्वर महादेवाचंही प्रसिद्ध मंदिर आहे. या ठिकाणी नारद मुनींनी तपश्चर्या करून हरिहराला प्रसन्न केल्यावर लिंग स्थापित केले होते, जे 'नारदेश्वर महादेव' म्हणून प्रसिद्ध आहे.

श्री वासुदेवानंद सरस्वती (टेंबे) स्वामी महाराज

गरुडेश्वर हे दत्त संप्रदायासाठी अत्यंत महत्त्वाचं स्थान आहे. परमहंस श्री वासुदेवानंद सरस्वती (टेंबे स्वामी) यांचा हा प्रमुख आश्रम आणि समाधिस्थान आहे. टेंबे स्वामी महाराज इथे आल्यावर वेदांत, धर्म, ज्योतिषशास्त्र, आयुर्वेद, भक्ती अशा विविध विषयांवर प्रवचनं देत साधकांना मार्गदर्शन केलं. इथल्या श्री दत्तमंदिरात मध्यभागी श्री दत्तप्रभु तसेच त्यांच्या उजवीकडे पू. आद्य शंकराचार्य, तसेच डावीकडे विद्यादायिनी सरस्वती मातेची मूर्ती आहे. या तिन्ही मूर्ती संगमरवरी आहेत. समाधीसमोर श्री स्वामीजींच्या निर्गुण पादुकांचे मंदिर आहे. १९१४मध्ये स्वामींनी गरुडेश्वर येथे नर्मदा मातेच्या कुशीत समाधी घेतली. प्रत्येक दत्तभक्तांसाठी गरुडेश्वर हे श्रद्धास्थान आहे आणि त्यांच्या समाधीच्या जागी आजही श्रद्धाळू येऊन भक्तिभावनेने पूजा-अर्चा करतात. आश्रम-परिसर अतिशय पवित्र, सकारात्मक ऊर्जेने भरलेला आहे.

टेंबे स्वामी आश्रमात

इथे आम्हांला भुसावळचे मिलिंद हातकर भेटले. मिलिंद रेल्वेमध्ये सीनियर असिस्टंट लोको पायलट म्हणून गेली आठ-नऊ वर्षं कार्यरत आहेत. वय चाळिशीच्या आत, शिक्षणाने मेकॅनिकल इंजिनिअर आणि पुढे एमबीए केलेले. नोकरी आणि इतर नित्यक्रम सुरू असताना त्यांनी एक अत्यंत वेगळा निर्णय घेतला – साधी, नॉन-गिअर सायकल घेऊन, विना चप्पल नर्मदा परिक्रमेवर निघण्याचा!

मिलिंद यांनी जंगलातील अवघड असा शूलपाणीचा प्रदेश सायकलवरून पार केला होता. आश्चर्याची गोष्ट म्हणजे, अडीच हजार किलोमीटरचा प्रवास करूनही त्यांच्या सायकलला एकदाही पंक्चर झालं नव्हतं! भुसावळला असणाऱ्या माझ्या मामेभावाने मला आधीच त्यांच्या परिक्रमेबद्दल सांगितलं होतं आणि त्यांचा मोबाईल नंबरही दिला होता. भावाकडून त्यांची प्रगती अधूनमधून समजत होती त्यामुळे ते आमच्या साधारण दोन दिवस पुढे आहेत, असा अंदाज होता. ...आणि आज अखेर भेट झाली!

मिलिंद यांनी नांदुरा गावातील महाराजांकडून दत्त संप्रदायाची दिक्षा घेतली आहे. त्यांच्या घरातच दत्त मंदिर असल्याने दत्तभक्तीकडे त्यांचा साहजिकच ओढा आहे. आमच्या परिक्रमा मार्गात येणारी धार्मिक स्थळं, घाट, आश्रम, – काय पाहावे, कुठे थांबावे – याची त्यांना अतिशय सखोल माहिती होती. आता इथून पुढे ते आमच्याबरोबर जोडले गेले. दररोज ते नर्मदा मैयाची अतिशय देखणी, मनोभावे पूजा करत असत आणि गोड आवाजात नाना भजनं गात असत. त्यांची ओळख, सहवास हा मला या प्रवासात सापडलेला आनंदाचा एक ठेवाच होता!

गरुडेश्वरच्या आश्रमातच अनेक मराठी परिक्रमावासी भेटले. त्यातल्याच पुण्याच्या वैद्य काकांबरोबर छान गप्पा झाल्या. त्यांनी आम्हांला मनापासून शुभेच्छा दिल्या, आणि पुण्यात परतल्यावर भेटायचे ठरवून आम्ही निरोप घेतला.

गरुडेश्वरचा आश्रम अत्यंत स्वच्छ, शांत आणि सुंदर आहे. इथली सर्व व्यवस्था अत्यंत नीटनेटकी आहे – समाधी मंदिर, पूजा व्यवस्था, नर्मदा मैयाचा घाट – सगळंच सुरेख आणि प्रसन्न वातावरण निर्माण करणारं आहे. इथे आल्यानंतर, प्रवास सुरू केल्यापासून खूप दिवसांनी मराठी भाषा कानांवर पडली, आणि मनाला एक वेगळंच समाधान लाभलं. आपल्या आयुष्यात आपली मातृभाषा किती महत्त्वाची आहे, हे माझ्या लक्षात आलं.

गरुडेश्वर ते उमरी

१ फेब्रुवारी २०२५

८५ कि.मी.

गरुडेश्वरहून आम्ही सकाळी लवकरच प्रवास सुरू केला. पुढचा टप्पा होता उमरी. उमरीकडे जाताना वाटेत सप्तमातृका मंदिर आणि गौतमेश्वर महादेव मंदिरात थांबून दर्शन घेतलं. थोडं पुढे गेल्यावर, उजव्या बाजूला, आम्हांला केवडियाकडे, म्हणजेच 'स्टॅच्यू ऑफ युनिटी'कडे जाणारा रस्ता दिसला. अगदी त्याच क्षणी, आमच्या मागील 'स्टॅच्यू ऑफ युनिटी सायकल प्रवासा'दरम्यान आम्ही गरुडेश्वर आणि परिक्रमा मार्गाच्या किती जवळ येऊन पोहोचलो होतो, याची मला प्रकर्षाने जाणीव झाली.

हिरवी वाट

उमरीकडे जाताना एका गावात रस्ता विचारला असता, गावकऱ्यांनी सांगितलं – ''आप इस नहर के रास्ते से जाइए.'' त्यांच्या सांगण्यानुसार आम्ही त्या नहर, म्हणजे पाण्याच्या कालव्याच्या बाजूने जाणाऱ्या रस्त्याने निघालो. आणि जणू काही पृथ्वीवरचं हिरवं नंदनवन असावं असा अनुभव त्या प्रवासात आला...

एका बाजूला दाट, हिरवीगार झाडी... दुसऱ्या बाजूला खळखळ वाहणारं पाणी... मधून जाणारा स्वच्छ, शांत रस्ता... आणि अजिबात गर्दी नाही! अत्यंत निवांतपणे निसर्गसौंदर्याचा आस्वाद घेत आम्ही सायकल चालवत होतो. इतकं छान वाटत होतं आणि इतकी शांतता होती, की मी सायकल चालवता-चालवता आजूबाजूचा परिसर, रस्ता आणि वातावरण यांचा व्हिडिओदेखील चित्रित केला.

दररोजचा प्रवास वेगवेगळा असायचा – नवे रस्ते, नवे अनुभव, नवी दृश्यं. भटकंतीत अशी काही अनवट, सुंदर ठिकाणं आपोआप सापडत होती. जर गाडीने, झटपट किंवा फक्त हायवेने परिक्रमा केली असती, तर या सगळ्या शांत, निसर्गरम्य जागांना कदाचित मी मुकले असते, याची प्रकर्षाने जाणीव झाली.

याच नहरच्या रस्त्यावर एक छोटंसं नीलकंठेश्वर महादेव मंदिर लागलं. बराच प्रवास झालेला असल्याने त्या देखण्या, शांत मंदिरात थांबून दर्शन घेतलं. थोडासा विसावा घेतला आणि मग पुन्हा ताजेतवाने होऊन पुढच्या प्रवासाला सुरुवात केली.

यानंतर नहरचा रस्ता सोडून आम्ही उजव्या बाजूच्या, उमरीकडे जाणाऱ्या मुख्य रस्त्याने निघालो. हा रस्ता सुंदर, प्रशस्त आणि दोन लेनचा होता. सुरुवातीला रस्त्याच्या दुतर्फा दाट झाडी होती. ती झाडी संपताच पुढे सुबक, काळजीपूर्वक आखलेली शेतजमीन दिसू लागली. पुढे बऱ्याच अंतरापर्यंत आमच्यासमोर कोबीची शेती पसरली होती. समान अंतरावर, अत्यंत शिस्तबद्ध पद्धतीने त्या कोबीने, जणू काही हिरव्या रंगाच्या अगणित छटांनी विणल्याप्रमाणे, एका भव्य गालिच्यासारखा अप्रतिम नमुना तयार केला होता! डोळे भरून पाहतच राहावं असं ते एक अविस्मरणीय दृश्य होतं! कितीही वेळ त्याकडे पाहिलं तरी मन भरतच नव्हतं!

ते सौंदर्य न्याहाळताना, शेतकरी-बांधवांविषयी मनात पुन्हा एकदा कृतज्ञता दाटून आली. 'अन्नदाता' ही संज्ञा किती अर्थपूर्ण आहे, हे त्या क्षणी प्रकर्षाने जाणवलं. धान्य पिकवणं, शेती करणं – हे केवळ काम नाही, तर ती एक निर्मिती आहे; आणि ती किती विलक्षण देखण्या रीतीने केली जाते, याचं सजीव दर्शन इथे घडलं.

'देखणे ते हात, ज्यांना निर्मितीचे डोहाळे' —ही काव्यपंक्ती जणू त्या हिरव्या शेतात सगुण साकार झालेली दिसत होती.

मोटरसायकलवरचे परिक्रमावासी

उमरीकडे जाताना वाटेत मोटरसायकलवर परिक्रमा करणारे भुसावळचे चेतन चौधरी आणि त्यांचे मित्र भेटले. गंमत म्हणजे, ते दोघेही भुसावळच्या माझ्या मामेभावाला, तसंच मिलिंदलाही ओळखत होते. जग खरंच किती लहान आहे, आणि माणसांची वर्तुळं किती सहज एकमेकांत गुंफली जातात, याची पुन्हा एकदा जाणीव झाली.

ते दोघेही रेल्वेत नोकरीला होते. दीर्घकालीन सुट्टी मिळणं शक्य नसल्यामुळे त्यांनी मोटरसायकलवरून परिक्रमा करायचं ठरवलं होतं. पण, कधीतरी पायी परिक्रमा नक्की करू, असा त्यांचा ठाम निर्धार होता. आम्ही सायकलवरून परिक्रमा करत आहोत, हे ऐकून त्यांना खरंच आश्चर्य आणि मनापासून कौतुकही वाटलं!

''आम्ही गाडी चालवूनसुद्धा दमतो आणि तुम्ही सायकलवरून हा प्रवास करता... खरंच कमाल आहे!'' हे त्यांचे शब्द ऐकून आमचं बळ अजून थोडंसं वाढलं.

शेवटी काय; तर, मैया सगळ्यांची सोय करते आणि सगळ्यांची काळजी घेते. म्हणूनच, प्रत्येकाने आपापल्या परीने, आपल्या क्षमतेनुसार परिक्रमा करावी, या भावनेतूनच आम्ही एकमेकांचा निरोप घेतला आणि पुन्हा आपापल्या मार्गाला लागलो.

मुक्काम उमरी

संध्याकाळ होत आली तसं आजचा साधारण ८५ किलोमीटरचा प्रवास पूर्ण करून आम्ही उमरी गाठलं. उमरी हे छोटंसं गाव आहे. इथे एक साधासुधा, लहानसा आश्रम होता, तिथे आमच्या मुक्कामाची सोय झाली. आश्रम स्वच्छ आणि नीटनेटका होता. मात्र, इथे वॉशरूमची सोय नव्हती.

आता संध्याकाळ झाली होती आणि पुढचा आश्रम साधारण दहा-बारा किलोमीटर अंतरावर होता, त्यामुळे आम्ही इथेच मुक्काम करायचा निर्णय घेतला.

स्वच्छतागृह उपलब्ध आहे की नाही, ही बाब आता माझ्यासाठी फारशी चिंतेची राहिली नव्हती. कारण, परिक्रमा प्रवासादरम्यान मी परिस्थितीशी जुळवून घ्यायला हळूहळू शिकले होते. ज्या ठिकाणी स्वच्छतागृह उपलब्ध नसे, तिथे आता मी एक सवयच लावून घेतली होती – ती म्हणजे, ब्रह्ममुहूर्तावर – म्हणजेच पहाटे साधारण साडेतीन-चार वाजता –इतर कोणीही जागे होण्यापूर्वीच आपल्या सर्व वैयक्तिक गरजा उरकून घेण्याची!

परिणामी, अशा किरकोळ सोयीसुविधांची उपलब्धता किंवा अनुपलब्धता यामुळे फारसा काही फरक पडेनासा झाला. उलट, अशा ठिकाणी वावरताना पुन्हा एकदा एका विशिष्ट सत्याची प्रकर्षाने जाणीव झाली – ती म्हणजे, शहरात वावरताना किंवा शहरी पर्यटनाचे बेत आखताना, आपण अशा बाबींवर प्रमाणापेक्षा जास्तच लक्ष केंद्रित करत असतो. तरीही, जेव्हा एखादी व्यक्ती मनापासून काहीतरी करण्याच्या उद्देशाने खरोखरच कटिबद्ध असते, तेव्हा हे अडथळे तिला मुळी अडथळे वाटतच नाहीत. ते अगदीच नगण्य ठरतात; कारण आपले अंतिम उद्दिष्ट हे निःसंशयपणे त्या अडथळ्यांपेक्षा कितीतरी पटीने महान असते. परिणामी, अशा अडचणींवर मात करणं हे, अगदी नकळतपणे, अत्यंत सहजसाध्य होऊन जातं.

उमरी ते निसारपूर

२ फेब्रुवारी २०२५

८८ कि.मी.

नेहमीप्रमाणे पहाटे साडेतीन-चारलाच मी आवरून घेतलं. आणि साधारण सहा वाजता उमरीवरून निसारपूरकडे निघालो. पुढे शूलपाणीच्या उत्तर तटावरील चढणीचा घाट रस्ता लागला. आमची प्रचंड दमछाक झाली; सायकलचा वेग खूपच कमी होता. दही गावाकडे जाताना अलीकडे 'परमपूज्य संत श्री श्री १००८ कमलदास बाबा, पुण्यनगरी धार (मध्य प्रदेश)' असं लिहिलेली कमान दिसली. श्री श्री १००८ कमलदास बाबा हे नर्मदा परिक्रमेच्या मार्गावरील श्रद्धास्थान मानले जाते.

कमानीतून आत जाताच एक गृहस्थ हाक मारत म्हणाले, ''मैया, रुकिये... छाछ लाया हूँ!'' हे बाबाजी ५० लीटरचे चार कॅन मोटारसायकलवर लावून दररोज दहा किलोमीटरवरच्या गावातून ताक आणतात. सकाळी दहा ते दुपारी चारपर्यंत परिक्रमावासींना ताक देत राहतात. घाट चढून थकलेल्या आम्हांला ते गोड, सुमधुर ताक अक्षरशः अमृतासारखं वाटलं!

एक ग्लास, दोन ग्लास असा इथे हिशेब नसतो. 'जितना चाहे, उतना लो' असा त्यांचा प्रेमळ आग्रह असतो. पिढ्यान्‌पिढ्या चालत आलेल्या अशा निरपेक्ष सेवाभक्तीसमोर मनोमन नतमस्तक व्हावंसं वाटत राहतं.

ताक पिऊन पुढे निघालो. थोड्याच अंतरावर एक आश्रम लागला. आम्हांला पाहताच बाबाजींनी 'नर्मदे हर' केलं आणि थांबवलं. ते नुकतेच कुंभमेळा करून परत आले होते. कुंभमेळ्यातील त्यांच्या अनुभवाबद्दल आमचे थोडक्यात संभाषण झाले. परिक्रमावासीयांना काहीतरी दिल्याशिवाय पुढे पाठवायचं नाही, हा इथला शिरस्ता! बाबाजींनी स्वतःच्या हाताने ताक करून प्रेमाने आम्हांला घ्यायला लावलं. आम्ही नुकतंच ताक पिऊन आलो होतो; परंतु त्यांना नकार देणं मात्र निव्वळ अशक्य होतं. एकंदरीत आजची आमची सकाळ एकदम ताकमय झाली!

बाबाजींचा निरोप घेऊन पुढे निघालो आणि लगेचच हिरव्यागार शेतीचा सुंदर पट्टा लागला. रस्त्याच्या दुतर्फा हरभऱ्याची हिरवीगार शेतं डोलत होती. मोसम असल्याने हरभऱ्याच्या शेंगांमध्ये दाणे गच्च भरले होते. इथले शेतकरीदेखील परिक्रमावासीयांना शक्य ती मदत करत असतात. त्यांनी हाक दिल्यावर आम्ही तत्परतेने शेतात उतरून हरभरे तोडून, सोलून खाल्ले – किती गोड आणि रसाळ दाणे!

त्या हरभऱ्याच्या शेतात बसून खाताना पुन्हा जाणवलं – आपल्या या अन्नदात्यांमुळेच रोज पोटात अन्न जातं, शक्ती मिळते आणि जीवन चालतं. बळीराजाविषयी मनात उमटलेली कृतज्ञता शब्दांत मावणारी नव्हती.

मी, शिरीष सर आणि आमचे तरुण त्रिमूर्ती असा आमचा मस्त प्रवास सुरू होता. प्रत्येक जण आपापल्या गतीने चालला होता. एकत्र असूनही गप्पा-टाइमपास असं काहीच नव्हतं. आम्ही सोबत होतो; पण स्वतंत्र – आपापल्या विचारांत, आपापल्या 'नर्मदे हर'च्या जपात मग्न!

आता, सोबत तीन तरुण मुलं असल्याने प्रवास अधिकच सुलभ वाटू लागला होता. संदीप स्वतःचं गॅरेज चालवत असल्याने दुरुस्तीत एक्स्पर्ट – सायकलमध्ये काही बिघाड झाला तरी अजिबात टेन्शन नव्हतं. मुलं तरुण असल्याने भराभर पुढे जात; गजेंद्र मात्र अनेकदा काळजीपोटी मी दिसेपर्यंत थांबायचा. साधारणपणे एकमेकांना लवकर गाठता येईल इतकं अंतर आम्ही राखत होतो – कोणी फार मागे नाही, कोणी फार पुढेही नाही.

आजचा मुक्काम खेडापती हनुमान मंदिर इथे होता. अतिशय सुंदर, प्रसन्न अशा हनुमान मूर्तीचं दर्शन घेतलं आणि सगळा थकवा निघून गेला. रात्रीची भोजन-प्रसादी घेतली आणि दिवसभराच्या प्रवासाने थकून आम्ही लवकरच निद्राधीन झालो.

विमलेश्वर महादेव मंदिर

त्रिमूर्ती भेट, विमलेश्वर : (डावीकडून) संदीप बिर्ला, गजेंद्र मंडलोई, संदीप इर्ला

विमलेश्वर : तट परिवर्तनाच्या तयारीत

बुजेठाकडे जाताना पहिलं पंक्चर

गरुडेश्वर आश्रम

कोबीचे पोपटी गालिचे

हिरवागार हरभरा

ताज्या टोमॅटोसोबत केलेला बालभोग

डही गांव : मधुर ताकसेवा

मका कणीस खरपूस भाजून भोजनप्रसादी

शूलपाणीच्या वाटेवर

निसारपूर ते महेश्वर

३ फेब्रुवारी २०२५

१०६ कि.मी.

आमचा पुढचा टप्पा होता – अहिल्याबाई होळकरांचं महेश्वर.

सकाळी आश्रमातून निघताना बाबाजींनी प्रेमाने चहा दिला आणि बालभोग म्हणून शेव आणि बुंदीची प्रत्येकी दोन-दोन पाकिटं बांधून दिली.

संदीपकडे कायमच चुरमुरे आणि रतलामी शेवेची पाकिटं असायची. एक-दोन पाकिटं तरी तो राखीव ठेवायचाच; कारण वाटेत कधी खायला मिळेल, कधी नाही, याचा नेम नसतो. अशा वेळी ही साधीशी सुकी भेळ आमच्यासाठी फार उपयोगी ठरायची.

आश्रमातून निघालो आणि थोड्याच अंतरावर एक मैया चालत जाताना दिसल्या. त्यांनी आम्हांला थांबवलं आणि म्हणाल्या, ''आज सोमवार आहे, तर कृपया तुम्ही माझ्याकडून चहा पिऊनच जा!''

इथे चहा पिताना एक मजेशीर गोष्ट हळूहळू लक्षात येऊ लागली – एम.पी. स्पेशल, म्हणजे मध्य प्रदेश स्पेशल 'मिठो चाय'! अतिशय गोड असा चहा इथे हमखास मिळायचा.

ते समजल्यावर आम्ही शक्य तिथे विनंती करायचो – ''माझ्यासाठी आणि शिरीष सरांसाठी फिकी चाय आणि मुलांसाठी मिठो चाय.''

त्या मैयांनी मोठ्या आनंदाने, आमच्या आवडीनुसार चहा करून दिला. थंडी असल्यामुळे त्यांनी स्कार्फ घट्ट गुंडाळून घेतलेला होता; त्यामुळे त्यांचं मुखदर्शन झालं नाही. परंतु त्यांची उबदार माया, सोमवारच्या श्रद्धेसारखीच, मनात मात्र खोलवर उतरली.

मैयांचा चहा घेऊन पुढे निघालो. वाटेत बाबाराम मंदिर लागलं – अगदी अयोध्येसारखंच! त्याच दिवशी अयोध्येत श्रीराम मंदिराचं उद्घाटन होत होतं आणि आम्हांलाही इथे श्रीरामांच्या दर्शनाचा योग आला.

अनोखा सूर्योदय!

श्रीराम दर्शन करून पुढे निघालो, तेव्हा एक अतिशय सरळसोट रस्ता समोर आला. रस्त्याच्या दुतर्फा दाट झाडी आणि त्या सरळ रस्त्याच्या शेवटी – जणू रस्त्यातूनच उगवतोय असा सूर्य!

तो उगवता सूर्य आपल्या प्रवासाला बळ देतोय, अशी एक खोल जाणीव त्या क्षणी झाली.

ती एक सुंदर सकाळ... अंधाराकडून प्रकाशाकडे नेणारी, आम्ही मनात साठवत होतो. प्रत्येक जण आपापला स्वतःचा प्रवास करत होता – स्वतःला स्वतःकडे परत आणणारा! सूर्याच्या सोनेरी किरणांनी तो सगळा प्रवास अधिकच उजळून गेला.

मैया लेकरांची काळजी घेते!

आपापल्या विचारांत सायकल चालवताना पुनःपुन्हा जाणवत होतं, की आमची परिक्रमा छान व्हावी म्हणून कितीतरी लोक मनापासून आम्हांला हातभार लावत होते. चहा, ताक यांना कधी 'नाही' म्हटलं, तर किमान बिस्किटाचा एखादा छोटासा पुडा तरी देणारच! अनोळखी लोकांकडून मिळणारं इतकं निःस्वार्थ प्रेम आणि त्यातला गोडवा अनुभवायला मिळणं खरंच दुर्मीळ आहे. खरंतर वर्षानुवर्षं परिक्रमावासी इथे येत असतात,

तरीही लोकांची वागणूक तशीच प्रेमळ आणि आपुलकीची असते. आवर्जून थांबवून 'किमान घोटभर चहा तरी घ्या!' अशी त्यांची मनापासून इच्छा असते. ...आणि आम्ही त्याला नकार दिला, तर ते म्हणायचे, ''तुम्ही नाही म्हणालात तर मग आम्हांला परिक्रमेचं पुण्य कसं मिळणार!''

सतत भेटणाऱ्या, आमची काळजी घेणाऱ्या अशा माणसांमुळे असं वाटू लागायचं, की आपण पुन्हा एकवार लहान झालो आहोत! जसं लहान मुलांना आपल्या दिवसाची, उदरनिर्वाहाची कसलीही चिंता न करता निवांतपणे आपले उद्योग करता येतात, तसंच आम्ही इथे नर्मदा मैयेची लहान मुलं झालो होतो. तिच्या कुशीत आनंदाने सायकलवर बागडत होतो. तिच्या परिसरात जे भरभरून प्रेम मिळत होतं, त्याचा आनंद घेताना सतत जाणवत होतं, की आपलं कितीही वय झालं तरी मायेची भूक ही कायम जागीच असते.

अशा विचारांत अनेकदा माझे डोळे भरून यायचे. माझ्या आईची वात्सल्यमूर्ती पुन:पुन्हा आठवायची. मैयाकडून, या सगळ्या लोकांच्या रूपातून जणू आजी-आईचं प्रेम माझ्यावर उधळलं जात आहे, असं मला मनोमन वाटायचं. इथली माणसं अतिशय साधीसुधी, कदाचित खरंतर गरीबच परिस्थितीतली; पण परिक्रमावासीयांना आपल्याकडून काहीतरी दिलंच पाहिजे, आपल्या परीने त्यांची सेवा केलीच पाहिजे, ही देण्याची श्रीमंत भावना मात्र सार्वत्रिक होती.

चिखलदा - बुद्धेश्वर मंदिर

जाताजाता वाटेत चिखलदा लागलं. इथे अतिशय प्राचीन असं नीलकंठेश्वर मंदिर आहे – सप्तर्षींची ही तपोभूमी मानली जाते. याच परिसरात बुद्धेश्वर महादेवाचं मंदिर आहे. धरणाच्या पाण्याच्या पातळीमुळे ते मंदिर पाण्यात जाताना, धरणाच्या अथांग जलाशयात हळूहळू गडप होताना दिसत होतं. इथे एक श्रीयंत्र आणि एक गुहा आहे, असं सांगितलं जातं. पांडवांनी याच ठिकाणाहून नर्मदा परिक्रमेची सुरुवात केली होती, अशी कथा प्रचलित आहे. भारतातील तिसऱ्या क्रमांकाचं प्राचीन मंदिर म्हणूनही या मंदिराकडे पाहिलं जातं. मात्र, धरणाच्या पाण्यामुळे ही अमूल्य, ऐतिहासिक आणि पवित्र मंदिरं आज नर्मदेच्या पोटात हळूहळू गडप होत चालली आहेत.

ताज्या टोमॅटोंचा खास बालभोग

तिथून पुढे निघालो तेव्हा भूक लागली होती, कारण आज बालभोग (नाश्ता) झाला नव्हता; आणि आजूबाजूला खायला मिळेल असं एकही ठिकाण दिसत नव्हतं. वाटेत लालबुंद, पिकलेल्या टोमॅटोची भरगच्च शेती लागली. एका शेताजवळ रखवालदार उभा होता. त्याला विचारलं, ''आम्ही इथे आत, झाडाखाली बसून थोडं खाऊ का?'' तो लगेचच 'हो' म्हणाला.

आम्ही 'हुश्श!' करून जरा टेकतो न टेकतो तोच, तो रखवालदार आमच्यासाठी शेतातून नुकतेच तोडलेले ताजे, रसरशीत, लालबुंद टोमॅटो घेऊन आला. आमच्याकडचे चुरमुरे, शेव आणि त्याच्यासोबत हे ताजेताजे टोमॅटो – असा हा नाश्ता! शेतात बसून, मातीचा गंध, हिरवळ, आणि मोकळेपणा अनुभवत खाण्याचा आनंद आम्ही मनसोक्त लुटला. असा क्षण, असा स्वाद, असं सुख आपल्या रोजच्या आयुष्यात मिळणं किंवा निर्माण करणं जवळजवळ अशक्यच! 'सुख... सुख... म्हणतात ते यालाच', असं त्या क्षणी मनात आलं.

भोजन-प्रसादीला मिळाली भाजलेली कणसं

समृद्ध शेतीचा प्रदेश असल्याने थोडं पुढे जाताना आता आम्हांला गहू-ज्वारीची शेतं लागली; जोडीला अर्थातच हरभरा होताच! गजेंद्रने एका शेतातून प्रत्येकाच्या नावाचं एक अशी पाच कणसं घेतली आणि थोडासा हरभरादेखील तोडला.

पुढे दुपारी जेवणाची वेळ झाली तेव्हा टवलाई गावात आम्ही तो हरभरा - कणसं जरा भाजून घेतली. त्या दिवशी तेच आमचं दुपारचं जेवण होतं. आपण हॉटेलमध्ये किंवा इतरत्र पैसे देऊन हुरडा पार्टी करतो, गावरान जेवण करतो – त्याहीपेक्षा हा ताजा-ताजा, थेट शेतातून मिळालेला मेवा फारच भारी वाटला!

महेश्वर मुक्काम

जवळजवळ १०६ किलोमीटर अंतर पार करून संध्याकाळी आम्ही महेश्वरला पोहोचलो. आजचा मुक्काम वृद्धकालेश्वर मंदिरात होता. घाटाजवळच असलेल्या या मंदिराच्या परिसरात खुल्या मंडपात राहण्याची सोय होती. तिथे आम्ही आमची आसनं लावली.

आज इथे विशेष गर्दी होती, कारण दुसऱ्या दिवशी माघ शुक्ल सप्तमी (रथसप्तमी) अर्थात, नर्मदा जयंतीच्या निमित्ताने महेश्वरमध्ये मोठा उत्सव साजरा केला जातो. नर्मदा जयंतीच्या निमित्ताने जवळजवळ प्रत्येक घाटावर काही ना काही कार्यक्रम सुरू होते. सर्व जण आपापल्या परीने, आपल्या श्रद्धेनुसार आणि क्षमतेनुसार मैया प्रकट दिन साजरा करत होते. त्या संध्याकाळी संपूर्ण परिसर भक्ती, उत्सव आणि नर्मदेच्या भक्तीने भारलेला वाटत होता.

महेश्वर

मध्य प्रदेशात पवित्र नर्मदा नदीच्या काठावर वसलेले महेश्वर हे आध्यात्मिकता, इतिहास आणि कलात्मक वारसा यांचा एक सुंदर संगम आहे. या शहराचा इतिहास थेट हैहयवंशी राजा सहस्त्रार्जुनपर्यंत मागे जातो, ज्याने रावणाचा पराभव करण्याची कामगिरी बजावली होती. त्या काळी महेश्वर हे त्याची राजधानी 'महिष्मती' म्हणून ओळखले जात असे. अठराव्या शतकात, हे शहर मराठा साम्राज्याच्या महान शासिका, राजमाता अहिल्याबाई होळकर यांची राजधानी बनले.

महेश्वर किल्ला, रेखीव घाट, आणि राजराजेश्वर मंदिरासारखी प्राचीन शिवमंदिरं, तसंच अहिल्या माता मंदिर, यामुळे इथले वातावरण अत्यंत शांत व भक्तिभावपूर्ण वाटतं.

इतिहासाइतकंच महेश्वर आपल्या पारंपरिक महेश्वरी साड्यांसाठी जगप्रसिद्ध आहे. स्वतः अहिल्याबाईंनी या हातमाग कलेला राजाश्रय दिला आणि आजही येथील विणकर ती परंपरा जपत आहेत.

मी याआधी २०१८मध्ये महेश्वरला येऊन गेले होते. त्या भेटीतली एक खास आठवण आजही माझ्यासोबत आहे – इथली एक सुंदर साडी! तेव्हा मी काळ्या रंगाची महेश्वरी सिल्कची साडी घेतली होती. ही साडी मी इंदूरला ब्लॉक प्रिंट करून घेतली होती. ब्लॉक प्रिंटचे नमुने पाहताना मला पक्ष्यांचं एक डिझाइन खूप आवडलं. तेव्हाच त्या प्रिंट करणाऱ्या कारागिराने सांगितलं, की साधारण महिनाभरापूर्वीच त्याने सुप्रसिद्ध अभिनेत्री विद्या बालन यांच्यासाठी अगदी याच नक्षीची एक काळी साडी तयार केली होती.

ती ब्लॉक प्रिंट केलेली साडी आजही माझ्या अत्यंत आवडीची आहे. प्रत्येक वेळी ती नेसताना महेश्वरची ती शांत नदीकाठची गल्ली, हातमागाचा आवाज आणि तिथले कलाकार यांची आठवण मनात अलगद उमटते.

महेश्वर ते बडवाह

४ फेब्रुवारी २०२५

६३ कि.मी.

महेश्वरच्या घाटावर भल्या पहाटे, उगवत्या सूर्यनारायणाच्या साक्षीने आम्ही नर्मदा जयंती दिनी मैयाची पूजा-आरती केली. त्या शांत पहाटे केलेली पूजा-आरती ही एक विलक्षण अनुभूती होती. मन अतिशय शांत, तरंगरहित झालं होतं आणि आत्मिक समाधानाची अनुभूती मिळत होती.

महेश्वर घाटाच्या अगदी समोर, नदीच्या दुसऱ्या तीरावर, शालिवाहन आश्रम दृष्टीस पडत होता. अवघ्या दहा दिवसांत तब्बल १,००० किलोमीटर प्रवास पूर्ण करून, आज अखेर आम्ही या घाटावर येऊन पोहोचलो होतो! आमच्या प्रवासाच्या अगदी पहिल्याच दिवशी, दुसऱ्या बाजूला असलेल्या शालिवाहन घाटावरून – लखलखत्या दिव्यांनी उजळून निघालेल्या – महेश्वर घाटाची एक झलक आम्हांला दिसली होती.

नर्मदा जयंतीच्या शुभ मुहूर्तावर महेश्वरमध्ये आमचं असणं हा एक अत्यंत परमानंददायी अनुभव होता – तो क्षण आनंदाने ओतप्रोत भरलेला होता, आणि त्याच वेळी, या सुखद योगायोगाबद्दल मनात एक प्रकारचा विस्मयही दाटून आला होता. प्रार्थना करत असताना, मला याची तीव्र जाणीव झाली की, केवळ मैयाच्या कृपेनेच हा संपूर्ण प्रवास किती सहजतेने आणि निर्विघ्नपणे पार पडला होता. खरं सांगायचं तर, मला या प्रवासात त्रास असा जाणवलाच नाही. या दहा दिवसांत निसर्गाची आणि मैयाची – अशा दोन्ही दैवी कृपांचा जो अनुभव मी घेतला होता, त्या आठवणी माझ्या हृदयात सतत उचंबळून येत होत्या आणि त्या भावनेने माझ्या डोळ्यांतून आपोआपच अश्रू वाहू लागले.

आवरून मग आम्ही महेश्वरचा राजवाडा पाहिला, राजराजेश्वर मंदिरात दर्शन घेतलं. या मंदिरात ११ दिवे वर्षानुवर्षं अखंड तेवत आहेत.

आता, पुढे बडवाहकडे निघालो. बडवाहकडे जाताना, महेश्वरपासून सुमारे दहा किलोमीटर अंतरावर असलेल्या सहस्त्रधार येथे थांबून तेथील दर्शन घेतलं.

सहस्त्रधार

पौराणिक कथेनुसार, महिष्मती (आताचे महेश्वर) नगरीचा प्रतापी राजा कार्तवीर्य अर्जुन, आपल्या अद्वितीय सामर्थ्यासाठी प्रसिद्ध होता. त्याला भगवान दत्तात्रेयांच्या कृपेने हजार भुजा प्राप्त झाल्या होत्या. या अपार शक्तीच्या गर्वात त्याने एकदा आपल्या हजार भुजांच्या बळावर नर्मदा नदीचा प्रवाह रोखण्याचा प्रयत्न केला. परंतु माता नर्मदा कोणाच्याही बळाने अडवली जाणारी नव्हती. राजा सहस्त्रबाहूच्या प्रयत्नांनंतर नर्मदा नदी एका प्रवाहात न अडकता खडकांमधून हजारो लहान-लहान धारांमध्ये विभागली गेली आणि ती अधिक वेगाने वाहू लागली. या असंख्य धारांमुळेच या स्थळाला 'सहस्त्रधार' असे नाव प्राप्त झाले.

आजही सहस्त्रधार येथे नर्मदा नदी अनेक प्रवाहांत विभागलेली, प्रचंड वेगाने, आणि गर्जना करत वाहताना दिसते. त्यामुळे ही कथा केवळ पौराणिक नाही, तर त्या भूभागाच्या भौगोलिक रचनेशीही सुसंगत भासते. नर्मदेच्या अजेय प्रवाहाचे आणि तिच्या दैवी स्वरूपाचे प्रतीक म्हणून सहस्त्रधारचे विशेष महत्त्व मानले जाते.

सहस्त्रधारच्या परिसरातच, नर्मदा नदीच्या पावन तटावर श्री शिवदत्त धाम हे एक महत्त्वाचं आध्यात्मिक स्थळ आहे. या मंदिरात एकमुखी आणि सहा भुजा असलेली दत्तात्रेयांची वैशिष्ट्यपूर्ण मूर्ती आहे. परंपरेने दत्तात्रेयांचं त्रिमुखी रूप अधिक परिचित असलं, तरी येथे भगवान दत्त एकमुखी, शांत आणि तपस्वी स्वरूपात विराजमान असल्याचं दर्शन घडतं.

सहस्त्रधारांनी झेपवणाऱ्या नर्मदा मातेचं आणि भगवान श्री दत्तांचं दर्शन घेऊन आम्ही बडवाहच्या दिशेने सायकली वळवल्या.

भामपुरामधील पाहुणचार

आज वाटेत भामपुरा नावाचं गाव लागलं. गजेंद्रची मोठी बहीण अनिता दिदी इथे राहते. तिने आग्रहाने आम्हां सगळ्यांना घरी येण्याचं आमंत्रण दिलं होतं. आम्ही तिच्या घरी पोहोचलो आणि दृश्य पाहून अक्षरशः स्तब्ध झालो – जवळजवळ संपूर्ण गाव आमच्यासाठी तिथे जमलेलं होतं!

त्या गावातील स्त्रियांना ही गोष्ट खरोखरच अत्यंत विस्मयकारक वाटली की, मी – एक स्त्री – सायकलवरून नर्मदा परिक्रमा करत होते. ज्या स्त्रिया घुंगट (पदराचा बुरखा) पाळत असत आणि जुन्या चालीरीती व परंपरांचे काटेकोरपणे पालन करत असत, त्यांच्यासाठी एखाद्या स्त्रीने परिक्रमा पूर्ण करण्यासाठी सायकलवरून इतका प्रचंड मोठा पल्ला गाठणे – ही कल्पनाच त्यांच्या कल्पनाशक्तीच्या पलीकडची होती! त्या माझ्या जवळ येत असत आणि अत्यंत मनापासून व प्रांजळपणे, आपल्या स्वतःच्या शब्दांत आपला विस्मय आणि कौतुक व्यक्त करत असत.

तो क्षण माझ्यासाठी अत्यंत वेगळा आणि अंतर्मुख करणारा होता. एकीकडे मी स्वतःमध्ये अनुभवत असलेली स्त्रीशक्ती आणि दुसरीकडे घुंगटच्या आड दडलेली; पण तितकीच सक्षम स्त्रीशक्ती – या दोन रूपांमधलं द्वंद्व माझ्या मनात सुरू झालं.

अनिता ताईंनी प्रेमाने पोहे आणि मिठाई असा सुंदर नाश्ता आम्हांला आग्रहाने खाऊ घातला. 'आपण साक्षात मैया स्वरूप आहात!' असं म्हणत त्यांनी मला साडी नेसवली. त्या क्षणी मन खरोखरच भरून आलं.

आम्ही मुलांबरोबर कायम एकत्र असल्यामुळे आणि ते आमच्या बरोबरचे फोटो-व्हिडिओ नेहमी शेअर करत असल्यामुळे, मला आणि शिरीष सरांना गावातले सगळे जण आधीच ओळखत होते. 'मैया और बाबाजी भी हमारे साथ हैं, ' असं मुलं आवर्जून सांगायची. त्यांच्या परिवारात, गावात तसंच आसपासच्या किमान दहा गावांत आम्ही 'ज्योती जिजी' आणि 'शिरीष बाबा' म्हणून ओळखले जाऊ लागलो होतो.

सगळे जण आमची आवर्जून चौकशी करत होते. गजेंद्रच्या गावकऱ्यांनीही, 'परिक्रमा पूर्ण झाल्यावर आमच्या गावी काही दिवस तरी राहून मगच पुढे जा', असा आम्हांला प्रेमाने आग्रह केला. त्या आपुलकीत, त्या स्वीकारात, आणि त्या नात्यांमध्ये नर्मदा परिक्रमेचं खऱ्या अर्थाने सार्थक झाल्यासारखं वाटत होतं.

दालियाखेडियाच्या गावकऱ्यांची भेट

अनिता दीदींच्या घरच्यांचा आणि गावकऱ्यांचा प्रेमळ निरोप घेऊन आम्ही पुढे खयगाव येथील रामेश्वर आश्रमात पोहोचलो. इथून समोरच, बरोबर पलीकडे दक्षिण तटाव दालियाखेडिया – हे मुलांचं गाव स्पष्टपणे दिसत होतं. त्यांच्या घरचे तब्बल ३०-४० जण खास आम्हांला भेटण्यासाठी बोटीने नदी पार करून इथे आले होते!

इथे एक अतिशय सुंदर आणि मनाला स्पर्शून जाणारी प्रथा आवर्जून पाळली जाते : बोटीतून नदी पार करताना कुणीही पायात चप्पल घालत नाही. मातेवरून – नर्मदेवरून – आपण बोटीतून प्रवास करणार आहोत, त्यामुळे आपल्या चपलेचा स्पर्श तिला नको, या भावनेतून प्रेमाने ही प्रथा पाळली जाते. नदीला आपल्या भावविश्वात, श्रद्धेत किती खोल आणि किती महत्त्वाचं स्थान आहे, हे मला अशा छोट्या-छोट्या प्रसंगातून पुन:पुन्हा जाणवत होतं.

> नर्मदेला इथे कुणीही सहज 'नर्मदा' असं म्हणत नाही! एक तर 'माँ' म्हणतात किंवा आदराने 'नर्मदाजी' म्हणतात. आयुष्याचा - जगण्याचा आधारस्तंभ तीच आहे, ही भावना इतकी खोलवर रुजलेली आहे, इतकी पिढ्या न पिढ्या मानली जात आहे, की तिला यथायोग्य मान दिलाच पाहिजे, ही जाणीव त्यांच्या वागण्यातून, आचारातून सतत व्यक्त होत राहते. ती केवळ एक नदी नाही, तर त्यांची खरीखुरी आई आहे. आणि म्हणूनच, हा मान तिला मनापासून दिला जातो. यात कोणताही आव नाही, कोणतीही सक्ती नाही; ही श्रद्धा लादलेली किंवा कृत्रिम नसून, ती उत्स्फूर्त, नैसर्गिक आहे आणि ती हृदयाच्या अगदी गाभाऱ्यातून उगम पावते.

इंदूरहून निघताना खूप थंडी होती, म्हणून मी काही गरम कपडे घेतले होते. पण आता थंडी बरीच कमी झाली होती आणि हे कपडे पुढे फारसे लागतील असं वाटत नव्हतं. मग गजेंद्रच्या मदतीने गावातल्या गरजू लोकांना ते कपडे देऊन टाकले.

इतक्यात गजेंद्रच्या घरच्यांनी आमच्यासाठी खास आणलेला खाऊ बाहेर काढला. त्यांनी सगळ्यांसाठी पोहे आणि कचोरी आणली होती. आमचे जेवण आटोपले; त्यानंतर, तिथे जमलेल्या गावातील स्त्रिया एकेक करून, मी जिथे बसले होते त्या दिशेने माझ्याकडे येऊ लागल्या. त्यातील प्रत्येकीने मला आदराने नमस्कार केला आणि त्यांना जमेल तितकी रक्कम – मग ती १००, ५०० असो किंवा ५० – मला दिली.

एव्हाना एक गोष्ट मला पूर्णपणे समजली होती – हा नमस्कार मला, ज्योतीला नव्हता, हे पैसेही मला नव्हते. माझ्या मार्फत ते नर्मदा मातेला आपलं प्रेम, भक्ती पोहोचवण्याचा प्रयत्न करत होते. गजेंद्रही वारंवार म्हणत होता, ''तुम्ही 'नाही' म्हणू नका. हे सगळे तुमचे हक्काचे पैसे आहेत... तुमच्यातल्या मैयाला दिलेले आहेत.''

बघता-बघता चक्क साडेतीन-चार हजार रुपयांची रक्कम जमा झाली. हे पैसे स्वत:साठी वापरणं मला शक्यच नव्हतं. कारण ही वैयक्तिक कमाई नव्हती – ती मैयाला दिलेली देणगी होती. काय करावं, याचा विचार करताना मग असं ठरवलं, की हे पैसे सुट्टे करून, दहा-दहा रुपयांत बदलून घेऊ या, आणि वाटेत जिथे-जिथे देता येतील तिथे-तिथे देत जाऊ या.

या सगळ्या साध्यासुध्या, भोळ्याभाबड्या लोकांनी मला मैयाच्या रूपात पाहणं – ही खरंतर माझ्यावर आलेली एक फार मोठी जबाबदारी होती... आणि ही जबाबदारी मला आणखीनच नम्र करून गेली. परिक्रमेत तुमचं जे परिवर्तन होत जातं, ते बहुतेक अशाच पद्धतीने घडत असावं, असं मला वाटलं.

या संपूर्ण परिक्रमेत ज्या ज्या व्यक्ती भेटत गेल्या, त्यांच्या तोंडून 'मैया...' अशी मला मारलेली हाक ऐकणं कानाला फार गोड वाटायचं. त्या हाकेतलं निखळ, निष्पाप प्रेम प्रकर्षाने जाणवत होतं. आणि आपण त्या प्रेमाला पात्र ठरलं पाहिजे, ही जाणीव मनात अधिकाधिक तीव्र होत चालली होती.

अशाच अनुभवांतून आपल्यात बदल आपोआप घडतात, असं मला वाटलं. हे सगळं अनुभवत असताना, परिक्रमेच्या सुरुवातीला मनात जी थोडीशी भीती, थोडीशी काळजी होती, तिचा मागमूसही आता उरला नव्हता. अशा भीती आणि काळजीच्या भावना मनात कशा येतात आणि कशा निघून जातात, याचंच मला आता नवल वाटत होतं. आणि मन... ते मात्र खूप हलकं, शांत आणि मोकळं झालं होतं!

बडवाहची नर्मदा जयंती

सगळ्यांचा निरोप घेऊन आम्ही पुढे बडवाहच्या दिशेने निघालो. बडवाहला हरी ओम आश्रमात आमचा मुक्काम होता. इथे नर्मदेच्या तटावर अतिशय सुंदर असा खेडी घाट आहे. घाटावर नर्मदा जयंतीचा उत्सव मोठ्या भक्तिभावाने साजरा होत होता. सुंदर रांगोळ्या रेखलेल्या होत्या, मैयाला दीपदान केलं जातं होतं. देखणं स्टेज उभारलेलं होतं, तिथे सतत नर्मदाष्टक, आरती सुरू होती. संपूर्ण परिसर भक्तिरसाने भारलेला होता.

आजच्या दिवशी मैयाला साडी अर्पण करण्याचा सोहळा सर्व घाटांवर होतो. जवळजवळ ३०० मीटर लांबीची साडी या किनाऱ्यापासून ते पलीकडच्या किनाऱ्यापर्यंत मैयाच्या पात्रावर अलगद पसरली जाते! अतिशय सुरेख असा हा सोहळा आम्ही इथे पोहोचायच्या थोडा वेळ आधीच झाला होता.

आम्हीदेखील इथल्या नर्मदाष्टकाच्या गजरात सहभागी झालो. कापूर-आरती केली. आरती फिरवत असताना पुन्हा एकदा आमच्या थाळीत पैसे जमा झाले. 'मैयाला दिलेले हे पैसे तुम्हांला घ्यावेच लागतात' असं आग्रहाने सांगितलं गेलं. या सगळ्या प्रसंगांतून पुन्हा एकदा जाणवलं, की इथे काहीही वैयक्तिक राहत नाही; सगळं तिचं असतं.

मैया... मला ही परिक्रमा पूर्ण करू दे!

पूजा-आरती झाल्यावर आम्ही थोडा वेळ स्टेजच्या बाजूला बसलो. बसायची खूप छान सोय केलेली होती. एकंदरीत वातावरण इतकं भक्तिभावाने आणि श्रद्धेने भरलेलं होतं, की त्याचा आस्वाद घेतल्याशिवाय आश्रमाकडे जावंसंच वाटत नव्हतं. थोडा वेळ तिथेच बसून राहिलो, त्या क्षणात पूर्णपणे हरवून गेलो.

नंतर उठून आश्रमाकडे जायला निघालो. पाच-सहा पावलं चाललो, ना चाललो, तोच माझ्या डाव्या पायात विलक्षण अशी चमक आली. पाय जणू दुमडायला लागला... चालताच येईना. गजेंद्र ताबडतोब माझ्याजवळ आला.

''काय झालं, जिजी? माझा हात पकडा... सावकाश चला!'' असं म्हणत त्याने मला आधार दिला.

त्याच्या आधाराने मी हळूहळू आश्रमात पोहोचले. बहुतेक मसल फटीग झाला असावा. विविध प्रकारचे रस्ते, चढ-उतार, आणि हजार किलोमीटरहून अधिक अंतर — या सगळ्यांचा कुठेतरी परिणाम होऊन ही दुखापत झाली असणार... ही दुखापत मला चांगलीच पुरणार... हे माझ्या तेव्हाच लक्षात आलं.

पण, यातून मैया निभावून नेईल, याची कुठेतरी खात्री होती. आश्रमात परत आल्यावर मनात विचारांचा कल्लोळ सुरू झाला... झोप येईना... त्या रात्री मी फक्त एवढीच प्रार्थना करत होते — 'मैया... मला ही परिक्रमा पूर्ण करू दे!'

मी आणि गजेंद्र रोज झोपण्यापूर्वी पुढच्या दिवसाचं रूट मॅपिंग करून ठेवायचो. गुगलची मदत तर असायचीच; पण त्याचबरोबर आश्रमातल्या आणि वाटेत भेटलेल्या लोकांबरोबर गप्पा मारूनही रस्ता ठरवून घेत असू. आश्रमातले, गावातले लोक पुढच्या साधारण पंचवीस-तीस किलोमीटरपर्यंतचा रस्ता, वाटेत येणारी गावं, कुठे कुठले आश्रम लागतील, काय पाहता येईल – ही सगळी माहिती अत्यंत आपुलकीने सांगायचे. ती सगळी माहिती आम्ही नीट लिहून ठेवायचो आणि त्याप्रमाणे दुसऱ्या दिवशी मार्गदर्शन करत राहायचो.

असं केल्यामुळे साधारण दहा-बारा किलोमीटरचं अंतर तरी वाचायचं. अनेकदा शॉर्टकट्स मिळायचे. हे शॉर्टकट्स म्हणजे मुख्य रस्ते नव्हे, तर अगदी आतले रस्ते असायचे. सायकल जाईल की नाही, वाट काटेरी आहे का, चिखल आहे का, ... अशा सगळ्या बारकाव्यांची फारशी माहिती नसायची.

कधीकधी दोन शेतांच्या मधल्या बांधावरून आमची वाट जायची. शेतात स्प्रिंकलर सुरू असले, तर अंगावर पाण्याचे थंड, सुखद तुषार उडत राहायचे. कधी चिखल लागायचा आणि मग सायकल ढकलत न्यावी लागायची; तर कधी ती वाट इतकी अरुंद असायची, की तोल सांभाळला नाही, तर थेट खाली शेतात धपकन पडण्याचीही भीती वाटायची. पण, या सगळ्या अडचणींमधूनही एकंदरीत प्रवास विलक्षण सुंदर, रसरशीत आणि अनुभवांनी भरलेला असायचा.

त्या दिवशी हा सगळा प्रवास माझ्या डोळ्यांसमोर अगदी तरळत होता. दुखापतीमुळे मला त्या प्रवासाला अजिबात मुकायचं नव्हतं. मनाशी ठाम निर्धार केला होता – प्रवास पूर्ण करायचाच! कारण, मैयाची कृपा आपल्यावर असेल, तर आपण नक्कीच हे करू शकतो, ही श्रद्धा मनात खोलवर रुजलेली होती.

असा सगळा विचार करत असताना त्या दिवशी एक गोष्ट प्रकर्षाने लक्षात आली – काही माणसं आपल्या आयुष्यात का येतात, याचं कारण नंतर उमगतं. प्रत्येकाची आपल्या जीवनात काही ना काही भूमिका ठरलेली असते. मैयालाही कदाचित माझ्या त्रासाची काळजी असावी. म्हणूनच, बहुधा ती तीन तरुण मुलं आमच्या आयुष्यात, आमच्या परिक्रमेत आली. त्यांनी अगदी सहजपणे आमच्याबरोबर जुळवून घेतलं.

आम्ही दोघेही – शिरीष सर आणि मी – वयाने आणि अनुभवाने ज्येष्ठ असल्यामुळे त्यांनी प्रेमाने, आपुलकीने आमची काळजी घेतली. कधी न विचारता मदत, कधी शब्दांत धीर, तर कधी फक्त सोबत – हे सर्व अगदी नैसर्गिकपणे घडत गेलं. परिक्रमेदरम्यान, ब्रह्मा-विष्णू-महेशाची आठवण करून देणारी ही त्रयी आपल्या समूहात सामील करणारी खुद्द नर्मदा माताच होती, असं वाटतं. त्यांच्या सहवासात, हा प्रवास खरोखरच थोडा अधिक सुरक्षित, थोडा अधिक दिलासादायक आणि अत्यंत अर्थपूर्ण बनला.

बडवाह ते जयंती माता मंदिर

५ फेब्रुवारी २०२५

६४ कि.मी.

सकाळी लवकरच आवरून आम्ही खेडी घाटहून जयंती माता मंदिराकडे निघालो. वाटेत नागेश्वर मंदिरात थांबून श्रीशंकराचं दर्शन घेतलं. इथेच आम्हांला एक मराठी मैया भेटल्या. त्यांनी फार आग्रहपूर्वक फरसाणची पाकिटं बालभोग म्हणून दिली. त्यांचा तो मायेचा आग्रह मनाला स्पर्शून गेला.

बडवाहपासून साधारण अडीच-तीन किलोमीटर अंतरावर छोटी जयंती माता मंदिर आहे. बडवाह सोडल्यावर अवघ्या अर्धा किलोमीटरवरच जंगलाचा रस्ता सुरू झाला. अतिशय दाट झाडी, निसर्गाचं अगदी अनादी आणि अलौकिक रूप समोर उभं होतं... नदीच्या अगदी जवळूनच रस्ता जात होता... रस्ता खराब असला तरी खळखळणारं पाणी, पक्ष्यांचं कूजन, झुळझुळणारा थंड वारा, आणि त्यात मंद गतीने पुढे सरकणारी आमची सायकल – या सगळ्यांनी तो प्रवास विलक्षण सुंदर केला होता.

आमच्याव्यतिरिक्त, त्या रस्त्यावर नजर जाईल तिथवर कोणीही दिसत नव्हते. अशी प्रत्येक सकाळ आमच्या अनुभवांच्या खजिन्यात मौल्यवान रत्नांची भर घालत होती. साधारण ३५-४० मिनिटांचा प्रवास केल्यावर चोरल नदी आली. तिच्यावरचा पूल ओलांडला आणि नदीच्या दुसऱ्या किनाऱ्यावर, छोटी जयंती माता मंदिर दिसलं.

इतकं रम्य आणि शांत वातावरण होतं, की मंदिरापर्यंत केव्हा पोहोचलो, ते कळलंच नाही! आदल्या दिवशी नर्मदा जयंती झाली होती, आणि त्यानिमित्त हे मंदिर खऱ्या फुलांनी भरगच्च सजवलेलं होतं. त्या फुलांचा मंद, प्रसन्न सुगंध संपूर्ण परिसरात दरवळत होता.

हे मंदिर साधारण सहा-सातशे वर्षांहून अधिक प्राचीन आहे. स्थानिक मान्यतेनुसार, जयंती माता ही पांडवांची कुलदेवी असून हे स्थान एक महत्त्वाचं शक्तिपीठदेखील मानलं जातं.

येथील पुजारी रामस्वरूप शर्मा यांच्याशी संवाद साधताना त्यांनी मंदिराचा ऐतिहासिक संदर्भ सांगितला. बडवाहचे शासक राणा हमीरसिंह हे या मंदिराचे संस्थापक होते. त्यामुळेच ही देवी राणा घराण्याची कुलदेवी मानली जाते. देवीची मूर्ती वाघावर स्वार झालेल्या स्वरूपात आहे – वाघ हे तिचं वाहन मानलं जातं. विशेष म्हणजे, हा मंदिर परिसर दाट अरण्याने वेढलेला असल्यामुळे, आजही येथे पाणी पिण्यासाठी वाघ येतो. शिवाय, मंदिराशेजारील ओढा उन्हाळ्यातही कधीच आटत नाही.

या देवीच्या मूर्तीचं आणखी एक वैशिष्ट्य म्हणजे, दिवसभरात तिच्या रूपाचं होणारं त्रिविध दर्शन! मूर्तीचं बारकाईने निरीक्षण केल्यास असं जाणवतं की, सकाळी ती बालरूपात अवतरल्यासारखी भासते; दुपारच्या वेळी तिच्या मुखमंडलावर तारुण्याचं एक तेजस्वी कांतिवलय झळकत असल्याचं दिसतं; तर सायंकाळी तिचं शांत, सौम्य आणि वात्सल्यपूर्ण रूप मनाला भावून जातं.

या मंदिरामध्ये, चैत्र महिन्यात तसेच नवरात्रीच्या काळात देवीचा उत्सव अत्यंत भव्य प्रमाणावर साजरा केला जातो. शिवाय, माघ शुद्ध अष्टमीचा दिवस हा मातेचा प्रकटदिन म्हणून अत्यंत श्रद्धेने आणि उत्साहाने पाळला जातो.

जयंती माता मंदिरात दर्शन व बालभोग करून पुढे निघाल्यावर वाटेत जैतगडचा प्राचीन किल्ला लागला. अतिशय भग्नावस्थेत असलेला हा किल्ला आजही आपल्या इतिहासाची साक्ष देत उभा होता.

आजचा आमचा संपूर्ण प्रवास जंगलातून होणार होता. रस्ता पूर्णपणे जंगलातला – शांत, घनदाट आणि थोडासा गूढ वाटणारा!

वाटेत अचानक एक शाळकरी मुलगा सायकलवरून जाताना दिसला. अंगात शाळेचा युनिफॉर्म, पाठीवर दप्तर – सगळं अगदी नीटसं. जंगल खरंच खूपच घनदाट होतं आणि अशा रस्त्याने कसा जात असेल हा...!

त्याच्याशी बोलावं, त्याचं जगणं जाणून घ्यावं अशी तीव्र इच्छा मनात निर्माण झाली; पण तो इतक्या वेगाने सायकल चालवत होता, की हाक मारून थांबवणं काही शक्य झालं नाही. विशेष म्हणजे, त्याची सायकल गिअरची नव्हती, तरीही तो आश्चर्यकारक वेगाने पुढे जात होता!

थोडं पुढे गेल्यावर तोच मुलगा – विनोद – रस्त्याच्या कडेला थांबलेला दिसला. त्याच्या सायकलची चेन अचानक निघाली होती... आणि माझी त्याच्याशी बोलण्याची इच्छा खरंच पूर्ण झाली.

विनोद हा शाळेत शिकणारा, साधा मुलगा... दररोज तरानिया ते बदेल असा साधारण १० किलोमीटर सायकल-प्रवास करून शाळेत जाणारा... ती सायकलसुद्धा त्याला शाळेकडून मिळालेली होती. दुर्गम ठिकाणी राहूनही शिक्षणासाठी कष्ट घेणारा गुणी विनोद मला 'इच्छा तेथे मार्ग' या म्हणीचं खरंखुरं उदाहरण वाटला.

पिपरी गावातून पुढे जात असताना रस्त्याच्या उजव्या बाजूला एक छोटंसं मंदिर लागलं. त्या मंदिरावर 'लव-कुश जन्मस्थळ' असं लिहिलेलं होतं. बडवाह ते छोटी जयंती माता मंदिर हा संपूर्ण जंगल परिसर 'सीताबन' म्हणून ओळखला जातो. श्रीरामचंद्रांनी त्याग केल्यानंतर माता सीता वाल्मिकी ऋषींच्या आश्रमात होत्या. त्यामुळे इथे जंगलात लव-कुशांचा जन्म झाला असावा, असं मानलं जातं.

एकूणच, परिक्रमेच्या संपूर्ण मार्गावर अशा पौराणिक कथांच्या खुणा जागोजागी आढळतात. प्रत्येक ठिकाण आपल्याला आठवण करून देतं, की ही भूमी अनेक महान राजे, तपस्वी आणि ऋषी-मुनी यांच्या तपश्चर्येने पावन झालेली आहे.

मंदिरात जाऊन दर्शन घेतलं. तिथे लव-कुश, माता सीता आणि महर्षी वाल्मिकी यांच्या अप्रतिम मूर्ती होत्याच; पण त्याव्यतिरिक्त आणखी एका गोष्टीने माझं लक्ष पूर्णपणे वेधून घेतलं... या मंदिरात वाघ आणि बिबट्या यांच्याही बसलेल्या अवस्थेतील मूर्ती होत्या – आणि विशेष म्हणजे, त्याही भरपूर हार-फुलांनी सजवलेल्या, अत्यंत श्रद्धेने पूजलेल्या! माझ्या संपूर्ण आयुष्यात आणि आजवरही मंदिरात प्राण्यांच्या मूर्ती पाहण्याची ही पहिलीच आणि एकमेव वेळ होती. ते दृश्य पाहून मला या गोष्टीची मनापासून जाणीव झाली की, निसर्ग, वन्यजीव आणि श्रद्धा यांच्यातील अतूट नातं या ठिकाणी किती सहजतेने जपलं गेलं आहे.

आजचा आमचा रस्ता म्हणजे खरंतर जंगलातली एक अरुंदशी पायवाटच होती. वेळोवेळी सायकल हातात घ्यावी लागत होती. अशाच या वाटेवर आम्हांला काही पायी चालणारे परिक्रमावासी भेटले. त्यातल्या एका मैयाशी गप्पा मारताना सहज विचारलं, ''तुम्ही कुठल्या?'' तर, उत्तर आलं – ''इंदूर''

ते ऐकताच मी चटकन विचारलं, ''तुम्ही प्रज्ञा का?''

आणि आश्चर्य म्हणजे... ती खरंच प्रज्ञाच होती!

माझी अतिशय जवळची मैत्रीण सुषमा सोनी हिची प्रज्ञा ही वर्गमैत्रीण. सुषमा माझ्याबद्दल प्रज्ञाला नेहमी कौतुकाने सांगायची. 'मी नर्मदा परिक्रमा सायकलवरून करणार आहे' असा मी प्रज्ञाला मेसेज केला तेव्हा समजलं, की ती पायी परिक्रमा करते आहे. तेव्हा मी सहजच म्हटलं होतं, 'वाटेत भेटू या आपण.' पण मधल्या काळात ते प्रत्यक्षात काही घडलं नव्हतं.

आणि आज... अशा या निर्जन पायवाटेवर... कोणतीही पूर्वसूचना न देता...आम्ही अचानक एकमेकींसमोर उभ्या होतो! हा खरोखरच विलक्षण योगायोग होता. त्या क्षणी झालेला आनंद शब्दांत मांडणं कठीण आहे. आमच्या भरपूर गप्पा झाल्या. पण, आपण अनोळखी आहोत असं एक क्षणभरही आम्हांला वाटलं नाही. जणू काही ही आधीच ठरलेली भेट होती!

पुढे जाता-जाता हळूहळू अंधार दाटू लागला होता आणि मनात नकळत काळजी वाढू लागली होती. जंगलातला अंधार खरंतर थोडासा घाबरवणारा असतोच. आसपास नाना प्रकारच्या किड्यांचे आवाज ऐकू येऊ लागतात... पायाखाली पाचोळा तुडवताना होणारा चुरचुर आवाज घाबरवतो... आणि इतकं घनदाट जंगल असलं की जंगली प्राणी असणं अगदी स्वाभाविकच!

हळूहळू आमच्या मनातली भीती थोडीशी वाढत चालली होती. 'मंदिर अजून किती दूर असेल...' असा विचार पुनःपुन्हा मनात येत होता.

आणि तेवढ्यात – एक विलक्षण अनुभव आला. हवेत अचानक उदबत्तीचा मंद सुवास दरवळला. त्या वासाचा अर्थ स्पष्ट होता – कुठलं तरी मंदिर नक्कीच आसपास असणार... आणि तिथे सांजवेळची दिवाबत्ती झाली असणार! पण तरीही, माणसांची चाहूल, प्रकाश, आवाज – अशी कोणतीही खूण आजूबाजूला दिसत नव्हती... जंगल तसंच शांत, गूढ होतं!

आमचं धैर्य टिकवण्यासाठी संदीप म्हणाला, ''मैया का संदेश है... अब मंदिर पास में है।''

आणि खरंच... अगदी साधारण एक किलोमीटर पुढे जाताच बडी जयंती माता मंदिर अखेर नजरेस पडलं. त्या क्षणी मनावरचं दडपण हलकं झालं, भीतीचं सावट दूर झालं, आणि पुन्हा एकदा जाणवलं – या प्रवासात मैया आपल्याला सतत योग्य वेळी, योग्य संकेत देत पुढे नेत आहे.

मंदिर अगदी छोटंसं, पण अत्यंत देखणं होतं. राहायचीही नीट सोय होती. संपूर्ण परिसरात जाळ्या लावलेल्या होत्या – मंदिर, स्वयंपाकघर, मंडप – सगळं नीटनेटकेपणे बंदिस्त आणि सुरक्षित केलेलं होतं.

जवळच वाहतं पाणी होतं. परिसर स्वच्छ, हिरवागार आणि अत्यंत देखणा होता. त्या शांत वातावरणात मनसोक्त अंघोळ झाली, कपडे धुतले गेले. दिवसभराच्या प्रवासाचा शीण हळूहळू अंगातून उतरू लागला.

बाबाजींनी प्रेमाने भोजन-प्रसादी खाऊ घातली. दिवसभराच्या श्रमांमुळे शरीर थकलं होतं आणि डोळे आपोआप मिटायला लागले होते.

झोपायच्या आधी बाबाजींनी आवर्जून सांगितलं – ''ज्या मंडपात झोपणार आहात, तिथल्या सगळ्या खिडक्या आणि गेट व्यवस्थित बंद करून घ्या!''

त्यांच्या सूचनेप्रमाणे आम्ही काळजीपूर्वक सगळं तपासून बंद केलं. जंगल परिसरातलं ते छोटंसं मंदिर, बाहेर दाट अंधार, आणि आत सुरक्षिततेची भावना – या सगळ्यांच्या कुशीत आम्ही अगदी निश्चिंतपणे, सुखाने गाढ झोपी गेलो.

बडी जयंती माता मंदिर ते रेतिया

६
फेब्रुवारी
२०२५

५२
कि.मी.

पहाटे लवकर उठून आम्ही आवराआवर केली. देवीचं दर्शन घेतलं आणि बाबाजींनी प्रेमाने तयार ठेवलेला चविष्ट पोह्यांचा बालभोग घेतला. गरमगरम पोहे खात असताना बाबाजींशी गप्पा सुरू होत्या, तेव्हा त्यांना सहज विचारलं, ''इथे इतक्या ठिकाणी जाळ्या का लावलेल्या आहेत?''

खरंतर, त्याचं एक कारण आम्हांला सकाळीच लक्षात आलं होतं. परिसरात माकडांची संख्या खूपच होती. गजेंद्रच्या सायकलला लावलेली बॅग माकडांनी उचकून पाहिली होती. आतले कपडे आणि वस्तू त्यांनी खाली टाकून दिल्या होत्या.

परंतु, बाबाजींनी सांगितलेलं दुसरं कारण ऐकून मात्र अंगावर काटा आला! ते म्हणाले, ''मंदिराजवळच्या मोकळ्या जागेत एके रात्री बिबट्या येऊन गेला होता. केवळ एकदाच नव्हे, तर याआधीही दोन-तीनदा तो परिसरात दिसला होता. काही दिवसांपूर्वी इथलं एक कुत्रंही बिबट्याने पळवलं होतं.''

हे ऐकून क्षणभर शांतता पसरली. जंगलात राहण्याचा आमचा हा पहिलाच अनुभव होता. मनात एक विचार चमकून गेला... ही बिबट्याची गोष्ट काल रात्रीच कळली असती, तर कदाचित डोळ्याला डोळा लागलाच नसता!

त्या क्षणी, 'अज्ञानात सुख असतं' ही म्हण किती खरी आहे, याची मला अत्यंत तीव्रतेने जाणीव झाली.

लक्कडकोट जंगल आणि चहा

रेतियाकडे जाताना पुढचे साधारण १५ किलोमीटर पूर्णपणे लक्कडकोटच्या जंगलातून जाणारे होते. रस्ता अतिशय खराब होता – खरंतर तो रस्ता नाही, तर पाऊलवाटच होती. आज धुकं इतकं दाट होतं, की आम्ही सहसा निघायचो तसं सकाळी सहा वाजता निघणं निव्वळ अशक्य होतं. परिणामी, त्या दिवशी आम्ही पावणेसातच्या सुमारास निघालो.

निघताना गजेंद्र ठामपणे म्हणाला, ''आता पुढचे किमान सात किलोमीटर आपण अजिबात थांबायचं नाही. सात किलोमीटर झाले की आपल्याला नक्कीच चहा मिळेल.''

मी ग्रुपमध्ये सर्वांत मागे होते. एके ठिकाणी सगळे थांबलेले दिसले. मी तिथे पोहोचले आणि पाहिलं तर ते सगळे साधारण २०-२२ वर्षांच्या एका तरुणाशी काहीतरी बोलत होते. बोलताना समजलं, की त्याचं नाव राहुल चौहान असून तो पामखेडीला माँ नर्मदा सेवा कुटीर आश्रमात राहतो. परिक्रमावासीयांची सेवा म्हणून तो दररोज आश्रमातून चहा आणि बिस्किटं घेऊन याच ठिकाणी येऊन थांबतो.

चहा-बिस्किटं घेत असताना माझी नजर सहजच माझ्या गारमिनकडे वळली. आणि काय आश्चर्य... त्यावर अगदी बरोबर सात किलोमीटर अंतर दिसत होतं! मी लगेचच गजेंद्रचं लक्ष या गोष्टीकडे वेधलं. तोसुद्धा क्षणभर अवाक् झाला!

आमच्या प्रवासात असे अगणित योगायोग घडतच होते. पण मग प्रश्न उभा राहिला : याला केवळ योगायोग म्हणावे, की मग मैया खरोखरच आमच्या पाठीशी होती, यावर विश्वास ठेवावा... इतके सारे योगायोग केवळ योगायोगानेच घडू शकतात का?

सश्रद्ध मनाला मात्र अशा प्रत्येक घटनेतून मैयाचं अस्तित्व प्रकर्षाने जाणवत होतं – जणू ती कुठेतरी अदृश्यपणे आमचा हात धरून चालत होती.

नकलांच्या साथीत जंगलातला प्रवास

घनदाट जंगल होतं. जंगलातले वेगवेगळे आवाज सतत कानांवर पडत होते. पानांची सळसळ... अज्ञात पक्ष्यांचे आवाज... कधी कुठूनतरी येणारा हालचालींचा भास... हे सगळं ऐकताना मनाच्या एका कोपऱ्यात थोडीशी भीतीही डोकावू लागली होती.

नेमक्या त्याच वेळी मुलांनी वातावरण हलकं करण्यासाठी विविध प्रकारच्या विक्रेत्यांच्या नकला करायला सुरुवात केली –भाजीवाले, धार लावणारे, भांडीवाले... एकामागून एक रंगतदार नकला सुरू झाल्या. त्या सहज, निरागस विनोदांमुळे आमची भीतीची भावना नकळत मागे पडली आणि आम्ही झरझर अंतर कापत पुढे गेलो.

साधारण १५ किलोमीटरनंतर फॉरेस्ट डिपार्टमेंटची एक चौकी लागली. तिथे थोडंसं थांबलो. फॉरेस्ट डिपार्टमेंटच्या कर्मचाऱ्यांबरोबर बसून चहा, फरसाण आणि मुरमुरे –इथे त्यांना परमल म्हणतात –यांचा आस्वाद घेतला. गप्पा रंगल्या, त्यात वेळ कसा गेला ते कळलंच नाही!

जंगलातून एकाकी प्रवास करताना वाटलेल्या अनामिक भीतीपासून सुरू झालेला हा प्रवास, माणसांच्या सहवासामुळे आणि मनमोकळ्या हसण्यामुळे सहजतेत कधी बदलला – ते कळलंच नाही!

मी तर प्रेशर पंप वापरून माझी सायकल धुणार आहे!

लक्कडकोटच्या जंगलाचं एक ठळक वैशिष्ट्य म्हणजे, इथली सगळी माती लाल आहे. रस्ता पूर्णपणे जंगलातला, पायवाटेसारखा असल्यामुळे आमच्या सायकली त्या लाल मातीने अक्षरशः बरबटून गेल्या होत्या. त्या स्वच्छ धुणं आता फारच गरजेचं झालं होतं.

पामाखेडीच्या माँ नर्मदा सेवा कुटीर आश्रमात पोहोचल्यावर आम्ही दुपारची भोजन-प्रसादी घेतली. परिक्रमावासीयांना आराम करता यावा म्हणून इथे तट्ट्याची आणि पानांनी शाकारलेली अतिशय सुरेख, कुटीरांची व्यवस्था होती. कुटीरांत अगदी गाद्यासुद्धा अंथरलेल्या होत्या. खरं सांगायचं तर, आम्ही प्रचंड दमलो होतो. कच्च्या, खडबडीत रस्त्यावरून सातत्याने सायकल चालवल्यामुळे खांदे अक्षरशः दुखायला लागले होते. त्यामुळे थोडा वेळ तरी आराम करायचाच, असा आम्ही निर्णय घेतला.

आम्ही विश्रांती घेत असतानाच संदीपने तिथल्या हातपंपावरून पाणी काढून त्याची सायकल थोडीफार धुऊन काढली. आराम करून उठल्यावर त्याची स्वच्छ झालेली सायकल माझ्या नजरेस पडली आणि सहजच माझ्या तोंडून निघालं, 'आता, मी तर प्रेशर पंप वापरूनच माझी सायकल धुणार आहे!'

थोड्या विश्रांतीनंतर आम्ही पुढच्या प्रवासाला सुरुवात केली. साधारण दहा मिनिटं पुढे गेल्यावर एक मोटरसायकल दुरुस्तीचं गॅरेज दिसलं. अर्पण प्रजापती या तरुणाचं ते गॅरेज होतं. त्याच्याकडे खरोखरच प्रेशर वॉटर पंप होता. तो दिसताच आम्ही सगळ्यांनीच आपापल्या सायकली तिथे धुऊन घेतल्या. ...आणि प्रेशर वॉटर पंपाने सायकल धुण्याची इच्छा खरोखरच पूर्ण झाली! मैया आपल्या लेकरांच्या मनातल्या गोष्टी सहज पूर्ण करत असते... दुसरं काय!

अर्पणने आमच्या सायकलींचं नीट ऑइलिंगही करून दिलं. परिक्रमावासी आहोत हे पाहून त्याने अगत्याने सर्वांना चहा दिला. इथेही पुन्हा तोच अनुभव आला – परिक्रमावासीयांच्या सायकली धुणं, ऑइलिंग करणं यासाठी पैसे घेणं मला मान्य नाही, असं तो वारंवार सांगत राहिला. आणि खरंच, त्याने एक रुपयाही घेतला नाही.

खरं सांगायचं तर, संपूर्ण प्रवासात जिथे-जिथे सायकलींचं काम झालं, तिथल्या कुठल्याच व्यक्तीने आमच्याकडून पैसे घेतले नाहीत – गाव लहान असो किंवा मोठं; ही सेवा, आपुलकी, श्रद्धा मनाला खूप भिडणारी होती.

अर्पणला मनापासून शुभेच्छा देऊन आणि त्याचे आभार मानून आम्ही पुढच्या प्रवासाला निघालो.

धर्मेश्वर धाम

वाटेत पिपरास गाव लागलं. इथे परिक्रमा मार्गावरचं एक अतिशय महत्त्वाचं मंदिर - धर्मेश्वर धाम आहे. इथे साक्षात धर्मराज युधिष्ठिराने शिवलिंगाची स्थापना केली अशी कथा आहे; म्हणून या मंदिराचं नाव धर्मेश्वर. युधिष्ठिर आपल्या बंधूंसह शिवलिंगाची स्थापना आणि पूजा करत आहे, हे दर्शवणारं सुरेख चित्र गाभाऱ्याच्या भिंतीवर लावलेलं आहे.

धर्मेश्वर धामचं दर्शन घेऊन आम्ही पुढे रेतियाकडे निघालो. रेतिया आता जवळ आलं होतं. दातुनी नदीकडे जाणारा आतला रस्ता आम्ही पकडला. पुढे नदी पार करण्यासाठी बोटीतून जायचं होतं. इथले नावाडीदेखील परिक्रमावासीयांकडून पैसे घेत नाहीत!

देखणं गाव : रेतिया

आम्ही पाच जण, आमच्या पाच सायकली, एक मोटरसायकलस्वार आणि नावाडी – असे सगळे मिळून एका बोटीत बसलो. नदीच्या या काठापासून त्या काठापर्यंत एक मजबूत दोर बांधलेला आहे. त्यालाच धरून-धरून बोट पुढे नेली जाते. नदीचा प्रवाह अतिशय वेगवान असल्याने हा दोर अत्यावश्यक असतो.साधारण पाच मिनिटांत पलीकडचा काठ गाठला.

पलीकडच्या काठावर उतरून आम्ही जरा शेव-चुरमुरे खात होतो, तेवढ्यात तिथे एक मुलगा आला. तो गजेंद्रला म्हणाला, ''इथले शंकरजी कारागीर आहेत, ते परिक्रमावासीयांची राहायची सोय करतात.'' आम्ही गावाकडे निघालो आणि तिथे पोहोचलो तेव्हा अगदी मोहून गेलो... इतकं विलक्षण सुंदर गाव आम्ही आयुष्यात कधीच पाहिलं नव्हतं!

स्वच्छ, शुभ्र रंगाची ओळीने असलेली घरं, झाडांचे बुंधे आणि त्यांची आळी लालचुटुक गेरूने रंगवलेली – जणू एखाद्या चित्रकाराने अत्यंत प्रेमाने रंगवलेलं गाव! रस्ते इतके नीटनेटके, की चित्रात काढल्यासारखे भासत होते! इथलं एक खास वैशिष्ट्य म्हणजे, दर दिवाळीपूर्वी संपूर्ण गाव एकत्र येऊन सगळी घरं एकसारखी रंगवतं – एक अद्भुत सामूहिक सौंदर्यदृष्टी आणि आपुलकीची भावना तिथे ठायीठायी जाणवत होती.

आम्ही शंकरजींच्या घरी पोहोचलो. ते एक अत्यंत आतिथ्यशील कुटुंब होतं. त्यांनी आम्हांला अंघोळीला गरम पाणी दिलं. आमची अंघोळ आणि पूजा होते आहे तोवर त्यांनी आमच्यासाठी गरमगरम दाल-बाटीचं जेवण

तयार केलं. शंकरजींचं कुटुंब हे एक मोठं, संयुक्त कुटुंब होतं. त्यांची लहान नात इतकी गोड होती, की तिचे लाड पुरवताना आमचं मनच भरत नव्हतं.

संपूर्णपणे अनोळखी असलेल्या या कुटुंबात राहताना क्षणभरही असं वाटलं नाही, की ही माणसं आपल्याला परकी आहेत. उलट, त्यांनी आम्हांला पूर्णपणे आपल्या कुटुंबामध्ये सामावून घेतलं. 'परिक्रमावासी' म्हणून त्यांनी दिलेला प्रेमळ आदर, जिव्हाळा आणि आपुलकी आगळीच होती. हा अनुभव आयुष्यात पुन्हा कुठे मिळेल असं मला खरंच वाटत नाही.

रेतिया ते नीलकंठ

७ फेब्रुवारी २०२५

७२ कि.मी.

सुफलाम् भूमी

शंकरजी आणि त्यांच्या प्रेमळ परिवाराचा निरोप घेऊन आम्ही पहाटेच नीलकंठकडे निघालो. कालच्या त्या अगत्यशील मुक्कामानंतर पुढचा प्रवास सुरू करताना मनात कृतज्ञतेची आणि समाधानाची भावना भरून राहिली होती. हा संपूर्ण प्रदेश अतिशय समृद्ध शेतीसाठी ओळखला जातो. 'गव्हाचं कोठार' म्हणून प्रसिद्ध असलेला हा भाग, काळजीपूर्वक जपलेल्या विस्तीर्ण शेतांनी आणि श्रमशील शेतकऱ्यांच्या मेहनतीने फुललेला दिसत होता. नजरेत भरणारी हिरवाई, रांगेत उभी असलेली पिकं – या सगळ्यांतून या भूमीची सुपीकता ठळकपणे जाणवत होती.

रेतिया सोडून पुढे जाताच वाटेत चिया सीड्सची शेती दिसू लागली. शहरांमध्ये भरपूर भावाने विकले जाणाऱ्या या चिया सीड्सची हल्लीच या भागात मोठ्या प्रमाणावर लागवड होऊ लागली आहे. सुरुवातीला केवळ प्रयोग म्हणून काही शेतकऱ्यांनी लागवड सुरू केली होती; पण बाजारपेठेतील मागणी आणि अनुकूल हवामान यामुळे हे पीक इथे चांगलंच फोफावलं. आज या भागात चिया सीड्सची शेती भरभराटीला आलेली दिसते – काळानुरूप बदल स्वीकारणाऱ्या ग्रामीण शेतीचं हे एक उत्तम उदाहरण म्हणावं लागेल.

गव्हाची शेती इथे प्रचंड प्रमाणात पसरलेली होती. नजर जाईल तिथवर सोनेरी प्रकाशात न्हालेला, वाऱ्यावर लहरणारा गहू! दुतर्फा शेती असलेल्या या रस्त्यावरचा प्रवास अवर्णनीयच होता!

वेगवेगळ्या प्रांतांमधून जाताना तिथली झाडं-पेडं, हवा-पाणी, माणसं – सगळंच बदलत जात होतं. आम्ही सायकलवरून अगदी निवांत, कोणतीही घाई न करता, या सगळ्या बदलांचा मनसोक्त आनंद लुटत पुढे जात होतो. प्रवास म्हणजे केवळ अंतर कापणं नसून, तो अनुभवणं असतं याची प्रचिती इथे वारंवार येत होती.

हे सगळं मनात आणि डोळ्यांत भरून घेत असताना तेव्हा एक विचार माझ्या मनात विशेष तीव्रतेने चमकून गेला : मी जर गाडीने आले असते, तर कदाचित मी या रस्त्यावरून सुसाट वेगाने पुढे निघून गेले असते. ठरलेल्या ठिकाणी पोहोचण्याची घाई आणि वाहनाचा प्रचंड वेग यांच्या गर्दीत – हा रस्ता, ही शेती, हे क्षण आणि हा आनंद – हे सर्व काही, बहुधा, मागेच पडून गेलं असतं. केवळ मी माझ्या सायकलवरून अत्यंत निवांत गतीने प्रवास केला होता, म्हणूनच मला या प्रवासाचं खरं आणि अस्सल सौंदर्य अनुभवता आलं.

शेकोटीच्या उबेत बालभोग

या शेतांच्या भागांतून जाताना पुन्हा एकदा कडाक्याच्या थंडीचा सामना करावा लागला. वाटेत गरजूंना गरम कपडे देऊन टाकल्यामुळे माझ्याकडे थंडीपासून बचावाची फारशी साधनं उरली नव्हती. त्यामुळे प्रवासात अधूनमधून दिसणाऱ्या शेकोट्यांजवळ थांबून, हात शेकत थंडी पळवून लावावी लागत होती.

वाटेत खाटेगावमध्ये 'मेकलसुता सेवा सदन' अशी पाटी दिसताच आम्ही थांबलो. हे घर सेवालिया कुटुंबाचं आहे. स्वतःच्या राहत्या घराला जोडून त्यांनी दोन-तीन मजली, अतिशय सुबक असं घर परिक्रमावासीयांसाठी खास बांधलेलं आहे. त्यांच्या कुटुंबासोबत बसून चहा-पोह्यांचा बालभोग घेण्याचा योग आला. अंगणात शेकोटी पेटलेली होती. शेकोटीची आणि त्या परिवाराच्या प्रेमाची ऊब – या दोन्हींच्या सान्निध्यात घेतलेला आजचा बालभोग काहीसा अधिकच चवदार वाटला. असे छोटे-छोटे क्षण आयुष्यात किती मोठा आनंद घेऊन येतात, याची जाणीव या प्रवासात पुन:पुन्हा होत राहिली.

मैयाचं नाभिस्थान : नेमावर

आज आम्ही नेमावर ओलांडणार होतो. नेमावर हे मैयाचं नाभिस्थान (मध्यबिंदू) मानलं जातं. नर्मदा परिक्रमा मार्गावर हे स्थान अतिशय महत्त्वाचं आहे, कारण नेमावरपासून ॐकारेश्वर आणि विमलेश्वर – ही दोन्ही अंतरं जवळजवळ समान आहेत. त्यामुळेच नेमावरला नाभिस्थानाचं महत्त्व दिलं जातं. देवास जिल्ह्यात वसलेलं हे ठिकाण हिंदू आणि जैन – या दोन्ही धर्मीयांसाठी अत्यंत पवित्र आणि श्रद्धेचं केंद्र आहे.

नेमावरचं जुनं नाव नाभापट्टम असं सांगितलं जातं. इतिहास, पुराणकथा आणि लोकश्रद्धा यांचा विलक्षण संगम या ठिकाणी अनुभवायला मिळतो. सिद्धेश्वर मंदिर हे अतिशय प्राचीन देवस्थान विशेष प्रसिद्ध आहे. पौराणिक कथेनुसार, या शिवलिंगाची स्थापना सनक, सनंदन, सनातन आणि सनत्कुमार या चार ऋषींनी केली होती. आजूबाजूच्या परिसरातून उत्खनन केलेल्या दगडी शिल्पांच्या संख्येमुळे, संशोधकांचा असा निष्कर्ष आहे की, हे मंदिरांच्या समूहाचे स्थान असावे. साधारण दहाव्या शतकातील ही मंदिरं माळव्याच्या परमार राजवंशाच्या कारकिर्दीत विकसित झालेल्या नागरशैली वास्तुकलेचे एक उत्कृष्ट उदाहरण आहेत. मंदिराचा सभामंडप, अंतराल आणि गर्भगृह – त्यावर शिखर अशी पारंपरिक रचना आहे. मंदिराच्या भिंतींवरच्या दगडी कोरीवकामातली शैव प्रतीकं, पुष्पनक्षी, भूमितीय आकृत्या आणि काही ठिकाणी देवतांची अलंकारिक शिल्पं पाहताना मी चकित झाले! हम्पी, खजुराहो या मंदिरांच्या रचनेची आणि कोरीवकामाची मला आठवण झाली. आपल्या देशातल्या या अतिशय समृद्ध, वैभवशाली शिल्पकला, वास्तुकला मला आकर्षित करत राहतात.

नर्मदेच्या काठावर वसलेलं हे संपूर्ण क्षेत्र आध्यात्मिकता, इतिहास आणि श्रद्धेने भारलेलं आहे. इथे श्री दिगंबर जैन सिद्धक्षेत्र आहे – तीर्थंकरांना समर्पित असलेलं हे भव्य आणि देखणं मंदिर लाल दगडात बांधलेलं असून त्याचं काम अजूनही सुरू आहे. मंदिराचं कोरीवकाम अप्रतिम, बारकाव्यांनी नटलेलं आहे. दगडात साकारलेली ती कला पाहताना शिल्पकारांची तपस्या आणि श्रद्धा प्रकर्षाने जाणवते.

नेमावर हे केवळ एक गाव किंवा नदी ओलांडण्याचं ठिकाण नाही; ते नर्मदा परिक्रमेतील एक महत्त्वाचं आध्यात्मिक केंद्र आहे – जिथे हिंदू आणि जैन परंपरा शांतपणे एकत्र नांदताना दिसतात.

नेमावरकडून आम्ही आता तुरनालकडे निघालो. याच ठिकाणी मैया किनारी परशुरामांनी आपल्या माता-पित्यांचं पिंडदान केलं असं म्हणतात. पाण्यात इथे लाडूसारखे गोल पाच गुळगुळीत दगड दिसतात, त्यांच्यावरून ही परशुराम कथा सांगितली जाते.

इथल्या परशुराम महादेव आश्रमात दुपारची भोजन-प्रसादी घेतली. या आश्रमातल्या गुरुजींनी चक्क एका नंदीबैलाबरोबर एकत्र परिक्रमा केली आहे! परिक्रमा करणाऱ्या पुण्यवान अशा नंदीबैलाचंही आम्ही दर्शन घेतलं.

इथून पुढचा रस्ता पूर्णपणे शेतातून जाणारा होता. शेतांच्या मधल्या बांधावरून जाणारा तो अगदी जेमतेम दोन-तीन फूट रुंदीचा रस्ता; थोडासा जरी तोल गेला तर थेट शेतात कोसळण्याची खात्री! तरीही, चारही बाजूंनी पसरलेल्या प्रसन्न हिरवाईतून जाताना मनात विलक्षण आनंदाची लहर उठत होती.

त्या क्षणी मला सहजच 'हवा के साथ साथ, घटा के संग संग, ओ साथी चल...' हे संजीव कुमार-हेमा मालिनीवर चित्रित झालेलं गाणं आठवलं. तीच धून मनात गुणगुणत, गात-गात मी सायकल प्रवास करत होते. परत एक खास अनुभव!

दुपारी मैया काठच्या करोंदा इथल्या करुणाधाम आश्रमात थांबून थोडी विश्रांती घेतली. अतिशय स्वच्छ आणि प्रसन्न असं हे ठिकाण आहे.

वाटेत पातालेश्वर मंदिराचंही आम्ही दर्शन घेतलं. या मंदिरातील शिवलिंग स्वयंभू असून ते थेट मैयाच्या पात्रात सापडलेलं आहे. सध्या मंदिराचं बांधकाम सुरू आहे. या ठिकाणी एक अत्यंत वेगळी आणि मनाला स्पर्श करणारी गोष्ट पाहायला मिळाली : मंदिरासाठी वापरल्या जाणाऱ्या संगमरवर कटिंगचं काम स्वतः एक मैयाच करत होती. दोन्ही खांद्यांवरून साडीचा पदर घेतलेली, ती मैया अत्यंत ताकदीनं आणि विलक्षण नेमकेपणानं हे कठीण काम करत होती.

संगमरवर कापणं हे प्रचंड ताकदीचं, एकाग्रतेने करण्याचं आणि कौशल्याचं काम आहे. संगमरवर कापणाऱ्या त्या मैयाला पाहताना स्त्रीशक्तीची व्याख्या नव्यानं उमजली. स्त्री म्हणजे केवळ सहनशीलता किंवा त्याग नव्हे; तर तो शारीरिक ताकद, कौशल्य, एकाग्रता आणि जबाबदारी यांचा संतुलित मिलाफही असतो, हे त्या दृश्याने ठळकपणे अधोरेखित केलं. धार्मिक स्थळाच्या उभारणीत प्रत्यक्ष श्रम करणारी स्त्री – तीही अशा कठीण आणि अचूक कामात – हे दृश्य अपवादात्मक होतं. परंपरेने पुरुषप्रधान मानल्या गेलेल्या कामांमध्ये स्त्री सहजपणे, आत्मविश्वासाने आणि पूर्ण क्षमतेने सहभागी होत असल्याचं हे उदाहरण होतं. स्त्रीशक्ती ही संकल्पना इथे कोणत्याही घोषणेशिवाय, कोणत्याही शब्दांशिवाय, केवळ कृतीतून व्यक्त होत होती.

सायंकाळी आम्ही नीलकंठ गावात पोहोचलो आणि रात्रीचा मुक्काम तिथल्या नीलकंठ आश्रमात केला.

नीलकंठ ते बुधनी

८ फेब्रुवारी २०२५

७५ कि.मी.

सकाळी लवकर आवरून नीलकंठ महादेवाचे दर्शन घेतलं आणि बुधनीच्या दिशेने प्रवासाला सुरुवात केली.

निरागस प्रेम

वाटेत कमलसिंग सेन यांची भेट झाली. त्यांनी अगत्याने आम्हांला थांबवलं आणि चहासाठी आपल्या घरी घेऊन गेले. त्यांचं छोटंसं घर अगदी रेखीव आणि सारवलेलं होतं... घराच्या अंगणात साक्षात नर्मदा माईचं मंदिर होतं... अंगणात गोंडस वासरू खेळत होतं... ते वासरू इतकं लाघवी आणि निरागस होतं, की एखाद्या लहान बाळासारखे आम्ही त्याचे लाड करत होतो आणि तेदेखील आम्हांला चिकटलं होतं. त्याच्या लीलांमध्ये आम्ही अक्षरशः हरवून गेलो होतो.

कमलसिंग यांनी आम्हांला, आजचा दिवस इथेच थांबून भोजन-पाहुणचार स्वीकारावा, असा इतका मनापासून आग्रह केला. तो नाकारावा असं मनाला अजिबात वाटत नव्हतं. पण, पुढचा प्रवास करणं अपरिहार्य होतं. पुढे निघताना मनात एक विचार चमकून गेला : म्हणतात ना, 'दाने दाने पे लिखा है खानेवाले का नाम!' अगदी त्याचप्रमाणे माझं नाव या परिक्रमेत लिहिलेलं होतं. ही प्रेमळ माणसं, त्यांचा निरपेक्ष पाहुणचार, त्यांची आपुलकी – हे सारं कुठेतरी नशिबात आधीच लिहिलेलं असावं. नेमक्या याच कारणामुळे, आज या साऱ्याचा अनुभव घेण्याचं भाग्य मला लाभलं.

मैयाच्या विश्वासावर...

इथून पुढे आम्ही एक शॉर्टकट घेतला. शेतामधून जाणारा कच्चा रस्ता होता. वाटेत नर्मदा वॉटर बायपास लागला. जवळजवळ गुडघाभर पाण्यातून सायकली ढकलत न्याव्या लागल्या. पाण्यात दगड-गोटे होते; त्यावरून घसरायची फार भीती वाटत होती. माझा पाय आधीच ठणकत होता, त्यामुळे तोल जाऊन पडले तर काय... ही धास्ती सतत मनात होती. पलीकडच्या तीरावर सायकल ठेवून गजेंद्र मदतीसाठी माझ्याकडे आला. पण मी त्याला सांगितलं, 'आधी मी स्वतः प्रयत्न करून पाहते – शक्य आहे तितकं मला एकटीला करू दे.' खरंतर एकटीच्या म्हणण्यापेक्षा, मैयाच्या विश्वासावर, तिच्या साथीवर विसंबून मला माझा प्रवास करायचा होता.

शक्यतो मदत घ्यायची नाही; मदत नाही लागली तर उत्तमच! आणि खरंच, अगदी अपरिहार्य असेल, तेव्हाच मदत घ्यायची – हे तत्त्व मी या प्रवासात पाळत होते. अर्थात, हे तत्त्व पाळणं मला मैयाच्या कृपेनेच शक्य झालं, याचं भान निश्चितच आहे.

बोरं पिकिंग

पाण्यातून सायकली काढून आम्ही परत शेतातल्या रस्त्यावर आलो. हा रस्ता बऱ्यापैकी रुंद व सायकल चालवण्यास सोयीचा होता. विशेष म्हणजे, रस्त्याच्या दुतर्फा बोरांची झाडं होती – बोरांनी लगडलेली! ती पाहून आमच्यात दडलेली लहान मुलं जागी झाली. सायकली थांबवून आम्ही बोरं पाडली आणि मनसोक्त खाल्ली... रसाळ, रसरशीत बोरं! खिशांमध्ये मावतील तेवढी भरून घेतली.

इथून पुढे तर या बोरांनी बराच काळ आमची साथ दिली. हळूहळू रोजच्या दिनक्रमात बोरं वेचणं आणि ती खिशात भरून सायकल चालवताना त्यांचा आस्वाद घेणं हा एक नित्यक्रमच बनून गेला. ही बोरं सगळ्यांना पुन्हा एकदा थेट बालपणात घेऊन गेली – त्या काळात, त्या आठवणींत – अर्थात, मी सोडून! कारण माझं बालपण काश्मीरमध्ये गेल्याने माझ्या आठवणीत चेरी, सफरचंद, जर्दाळू आहेत!

झाडांवरून बोरं तोडण्याचा – खाण्याचा आनंद – याचा मी एक छानसा व्हिडिओ चित्रित केला आणि शार्दूलला पाठवला.

''अरे, तुमच्याकडे अमेरिकेत जसं स्ट्रॉबेरी, ब्लूबेरी, चेरी पिकिंग इव्हेंट्स होतात, तसं आम्ही इथे निसर्गाच्या सान्निध्यात बोर पिकिंग इव्हेंट मनमुराद एन्जॉय करतो आहोत! '' असं त्याला उत्साहाने सांगितलं.

इथे इतकी महामूर बोरं होती, की आम्ही ती चोखंदळपणे चाखायला लागलो – 'हे जरा तुरट आहे', 'हे थोडं आंबट आहे', 'चला, पुढच्या झाडाची चाखून बघू या.'' निसर्गाने आम्हांला खरोखरच भरपूर पर्याय दिले होते – कोणतीही घाई नाही, कोणतीही मर्यादा नाही; फक्त सहजता, आनंद आणि भरभरून मिळालेली निसर्गाची देणगी!

मैयाची ओढ थेट लंडनवासीयाला

शेतातील कच्चा रस्ता संपल्यानंतर पुढे आम्हांला डांबरी रस्त्याचा एक छोटासा पट्टा लागला. याच रस्त्यावर आमची श्रीयुत गाय यांच्याशी भेट झाली. केवळ माँ नर्मदेची परिक्रमा करण्यासाठीच ते थेट इंग्लंडहून प्रवास करून आले होते – असे एक गृहस्थ, ज्यांनी यापूर्वी कधीच भारताच्या भूमीवर पाऊल ठेवले नव्हते आणि ज्यांचा या भूमीशी, या नदीशी किंवा या संस्कृतीशी कोणताही आंतरिक बंध मुळीच नव्हता!

'माँ नर्मदा पैदल परिक्रमावासी सेवा परिवार' या व्हॉट्सअ‍ॅप ग्रुपमध्ये मला अ‍ॅड केलं होतं. त्या ग्रुपवर श्रीयुत गाय यांच्याविषयी मेसेज आले होते –

'ते कुठे भेटले, तर नक्की संवाद साधा. त्यांना काही मदतीची गरज आहे का ते पाहा. त्यांना हिंदी येत नाही आणि ते भारतात यापूर्वी कधीही आलेले नाहीत.'

मिठीतलाईवरून त्यांनी परिक्रमा उचलली होती. खडबडीत रस्ते, बदलतं हवामान, छोट्या गावांमधून, आश्रमांमधून राहताना होणाऱ्या गैरसोयी – या कशाचीच तमा त्यांना नर्मदा मैयाच्या ओढीपुढे वाटत नव्हती, हे त्यांच्याशी बोलताना स्पष्ट जाणवत होतं. मैयाबरोबर कुणाचे कुठले ऋणानुबंध असतात, हे खरंच कळत नाही; पण ते असतात. आणि तिची हाकच अशी काही असते, की देश, धर्म, भाषा, सोय-गैरसोय अशा सगळ्या भिंती इथे आपोआप गळून पडतात.

''एवढ्या कष्टाने, अशा अनोळखी भूमीत ही परिक्रमा का करताय? याचा उद्देश काय?'' असे विचारल्यावर, त्यांचं उत्तर अगदी साधं होतं. ते फक्त म्हणाले, ''मैयाने बोलावलं म्हणून मी आलो! बस्स एवढंच.''

त्या एकाच वाक्यात सर्व काही सामावलेलं होतं. ही अशी एक घटना होती, जी हे सिद्ध करत होती की – माता नर्मदेची प्रचिती - अनुभव कोठेही, कोणालाही आणि कधीही येऊ शकतो.

मैत्रिणीची अचानक सुखद भेट!

गाय यांच्याशी संवाद साधून आम्ही पुढे निघालो, तोच वाटेत मागून कुणीतरी म्हणालं... ''हे बहुतेक पुण्याचे सायकलस्वार दिसतात!''

मराठीत बोलणं ऐकून आम्ही थांबलो. मागे वळून पाहिलं तर प्रेरणा लेले दिसली. प्रेरणा आणि मी 'पेडलवाली ग्रुप'मध्ये सोबत होतो; आम्ही काही राईड्सही एकत्र केलेल्या होत्या. ती पायी परिक्रमा करते आहे, हे माहीत होतं; पण ती नेमकी कुठे असेल, याची काहीच कल्पना नव्हती.

अशा एखाद्या अनोळखी प्रदेशात, प्रवासाच्या अगदी मध्यावर असताना, जेव्हा अचानक एखादी अत्यंत ओळखीची व्यक्ती भेटते, तेव्हा होणारा आनंद शब्दांत मांडणं कठीण असतं. त्या भेटीत एक विलक्षण उब होती; आपलेपणाची एक गहन जाणीव होती.

बीजासन माता मंदिर

त्यांना मनापासून शुभेच्छा देऊन आम्ही पुढे अवली घाटाकडे निघालो. घाटावर पोहोचल्यावर मैयाचं दर्शन झालं. हळुवार वाहणारं थंडगार पाणी, मृदू व शीतल वारा, आणि सभोवतालचा रमणीय परिसर – या साऱ्याच्या सान्निध्यात आम्ही काही काळ शांतपणे विसावलो. प्रवासाचा थकवा सहजगत्या निवळून गेला.

इथून पुढे आम्ही बीजासन माता मंदिराच्या दर्शनासाठी निघालो. हे मंदिर टेकडीवर वसलेलं आहे. टेकडीच्या पायथ्याशी आधी भोजन केलं, तिथेच सायकली लावल्या आणि नंतर केबल कारने वर जाऊन दर्शन घेतलं. हाताशी कमी वेळ होता त्यामुळे केबल कारला पर्याय नव्हता. केबल कारमधून वर जाताना सभोवतालच्या हिरव्यागार शेतीचं मनोरम दृश्य डोळ्यांत साठवून घेतलं.

पुन्हा एकवार निरपेक्ष सेवेचा अनुभव

दर्शन आटोपून खाली उतरून आम्ही पुढच्या प्रवासाला निघालो. वाटेत एका ठिकाणी बाबाजींनी चहासाठी थांबवलं. एक साधीशी चहाची टपरी आणि मागे त्यांची राहती छोटीशी झोपडी – बाबाजी परिक्रमावासीयांना चहा, दूध, जे हवं ते देऊन सेवा करतात. घर, कमाई कितीही असो, परिक्रमावासीयांची सेवा करण्याची ही वृत्ती मात्र खरंच विशाल आहे, हे पुन्हा एकदा दिसलं. खरंतर चहाचे पैसे घेऊन ते सहज कमाई करू शकले असते. पण इथे पैसे हेच सर्वस्व नाहीत, आणि दैनंदिन गरजा भागल्या की झालं… संग्रह अनावश्यक आहे – हा इथला विचार पुन्हा एकदा ठळकपणे समोर आला.

शेतातून, कच्च्या रस्त्यांवर सातत्याने सायकल चालवल्यामुळे सायकली खूप लवकर खराब होत असत. त्यामुळे दर चार-पाच दिवसांनी त्यांची पूर्ण स्वच्छता आणि ऑइलिंग करणं आवश्यकच ठरायचं. इथेही सुरेंद्र यादव याने त्याच्या गॅरेजमध्ये आमच्या सायकली स्वच्छ करून दिल्या, नीट ऑइलिंगही केलं, आणि पैसे घेणं ठामपणे नाकारलं.

पाच जणांच्या सायकली स्वच्छ करून तो सहज किमान ५०० रुपये कमावू शकला असता. पण, 'परिक्रमावासीयांकडून पैसे घ्यायचे नाहीत' हे तत्त्व तो कटाक्षाने पाळत होता. अशा अनुभवांमधून परिक्रमावासी ही खरोखरच एक अतिशय वेगळी, खास दर्जाची श्रेणी आहे, हे आम्हांला पुन:पुन्हा लक्षात येत होतं.

…आणि त्याचबरोबर एक जाणीव सतत मनात जागी राहत होती – आपणही या विशेष श्रेणीला पात्र ठरलं पाहिजे; केवळ प्रवासाने नाही, तर आपल्या संवेदनशीलतेतून आणि कृतज्ञतेतूनही, आणि परिक्रमा पूर्ण झाल्यावरही, आयुष्यभर!

मुक्काम बुधनी

सायंकाळी आम्ही बुधनीला पोहोचलो. आज तिथला आश्रम पूर्णपणे भरलेला होता; अजिबात जागा शिल्लक नव्हती. त्यामुळे तिथल्याच एका दुसऱ्या आश्रमाकडे निघालो. तिथे पोहोचल्यावर केअरटेकर भेटले. अजय सक्सेना यांनी आपल्या आई-वडिलांच्या स्मरणार्थ हा आश्रम आणि मंदिर उभारलेलं होतं. आश्रम अतिशय स्वच्छ होता; अगदी वॉशिंग मशीनचीसुद्धा सोय होती. मात्र, इथे जेवणाची व्यवस्था नव्हती.

''जेवण कुठे मिळेल?'' याची केअरटेकर दादांकडे चौकशी केली असता ते म्हणाले, ''तुमचं सगळं आवरून आठ वाजता खाली या... मी जेवणाचं काय ते बघतो.''

अंघोळ-पूजा आटोपून खाली आलो, तर ते दादा आम्हांला थेट त्यांच्या स्वतःच्या घरी घेऊन गेले!

ते रोजंदारीवर काम करतात. घरात गरिबी स्पष्ट जाणवत होती – विटांच्या उघड्या भिंती, बिना-फरशीची जमीन. मात्र, त्यांच्या घराच्या मागच्या दारातून माता नर्मदेचं थेट दर्शन होत होतं. त्यांच्या पत्नीने पंगत मांडली आणि अत्यंत चविष्ट शेवभाजी आणि गरमगरम पुरी आम्हांला प्रेमाने खाऊ घातली.

त्या जेवणात केवळ चव नव्हती; प्रेम, आपुलकी आणि आत्मीयतेची एक वेगळीच गोडी मिसळलेली होती – हे मनापासून जाणवत होतं. किती मोठं मन असेल या लोकांचं! त्यांच्या किती दिवसांच्या कमाईतून त्यांनी आमच्यासाठी हे जेवण तयार केलं असेल, हे तेच जाणोत! कसलीही कुरकुर न करता, आनंदाने; आणि महत्त्वाचं म्हणजे, आपण खूप काही भारी करतोय असा कोणताच भाव न ठेवता असं वागणं किती जणांना जमेल...?

अशाच अन्नाच्या, सेवाभावाच्या आणि माणुसकीच्या शक्तीमुळे आमचा रोजचा प्रवास सुखकर, सहज आणि सुलभ होत होता.

बुधनी ते बागलवाडा

९ फेब्रुवारी २०२५

८५ कि.मी.

बुधनीवरून निघाल्यावर वाटेत जैत गाव लागलं. हे गाव म्हणजे आपले कृषी आणि शेतकरी कल्याण मंत्री तसेच मध्य प्रदेशचे माजी मुख्यमंत्री ज्येष्ठ राजकारणी शिवराजसिंह चौहान यांचं गाव. याच गावातल्या एका शेतकरी कुटुंबातले शिवराजसिंह आहेत. आज गावात त्यांच्या मुलाचं लग्न असल्यामुळे संपूर्ण गाव अतिशय सुंदर असं सजवलेलं होतं. गावाच्या प्रवेशद्वारावरच लोक स्वागतासाठी उभे होते. तिथून जाणाऱ्या प्रत्येक वाटसरूला प्रेमाने 'जीमलो – जेवून घ्या!' असा आग्रह केला जात होता.

आम्ही परिक्रमावासी आहोत हे कळताच त्यांचा आग्रह आणखीनच वाढला. त्यांनी आम्हांला थेट लग्नमंडपातच नेलं. परिक्रमावासी म्हणून तिथे आम्हांला एकदम व्हीआयपी ट्रीटमेंट मिळाली! पहिल्याच रांगेत बसायची सोय करून दिली. गावातील मान्यवर मंडळी जवळ येऊन, ''परिक्रमा करताय, फार छान आहे... जेवल्याशिवाय जायचं नाही'', असं प्रेमाने सांगत होती.

जेवणही अत्यंत उत्तम, थाटाचं आणि शाही होतं – रोजच्या आमच्या परिक्रमेतल्या साध्यासुध्या जेवणाच्या तुलनेत तर खूपच खास अनुभव होता. हजारो लोकांसाठी हे गावजेवण होतं; पण कुठेही गडबड-गोंधळ नाही,

शिस्तीने जेवण सुरू होतं.

अनपेक्षित क्षणी, अनोळखी माणसांकडून अशी आपुलकी आणि सन्मान नर्मदा परिक्रमेतच फक्त मिळू शकतो!

जैत गावचा पाहुणचार घेऊन आम्ही संध्याकाळच्या सुमारास बागलवाडा येथे पोहोचलो. बागलवाड्यात ज्या आश्रमात आम्ही राहिलो, त्याची रचना अगदी आपल्या पारंपरिक कोकणी घरासारखी होती. मधोमध तुळशीचं वृंदावन असलेला चौक आणि त्या चौकाच्या चारही बाजूंनी खोल्या – अशी सुरेख रचना होती!

या आश्रमात नेहमीच गावातील लोक स्वयंपाकासाठी येतात. मात्र, त्या दिवशी काही अडचणींमुळे स्वयंपाक करायला कोणी येणार नव्हतं. स्वयंपाकघरात आवश्यक सामान नीटनेटकं ठेवलेलं होतं. आश्रमाची व्यवस्था पाहणारे बाबाजी आमच्याकडे आले आणि म्हणाले, ''मैया, आज तुम्ही आपापलं जेवण बनवून घ्याल का?''

इतक्या सुंदर, शांत आणि पवित्र ठिकाणी स्वतः जेवण बनवण्याची संधी कोण सोडणार! आम्ही लगेच तयार झालो. मी पोळ्या करायला घेतल्या आणि आम्ही सगळ्यांनी मिळून डाळ, भात आणि भाजी तयार केली. आनंदाने जेवणं झाली.

स्वतःच्या हाताने बनवलेलं साधंसं जेवण... अंगतपंगत करायला परिक्रमावासी... नर्मदा परिक्रमेतला आणखी एक आठवणीतला खास अनुभव!

बागलवाडा ते अंडिया

१० फेब्रुवारी २०२५

८५ कि.मी.

बागलवाड्यावरून प्रवास सुरू केल्यानंतर वाटेत 'जांबुवंत गुंफा' अशी पाटी दिसली. त्या पाटीपासून आतमध्ये साधारण १७-१८ किलोमीटरवर जांबुवंत गुंफा आहे. मात्र, गुंफेकडे जाणारा रस्ता अत्यंत खराब असल्यामुळे सायकली रस्त्यातच पार्क करून आम्ही तिथे उपलब्ध असलेल्या एका टेंपोने गुंफेकडे निघालो.

या गुंफेत जांबुवंताने शिवलिंगाची स्थापना केली असल्याची कथा सांगितली जाते. हे मंदिर टेकडीवर – थोडं उंचावर वसलेलं आहे. साधारण २००-२२५ पायऱ्या चढून आम्ही दर्शनासाठी वर पोहोचलो. दर्शन घेतलं तेव्हा तिथे एक बाबाजी ध्यानस्थ बसलेले होते. मात्र, त्यांचं मौनव्रत सुरू असल्यामुळे संवादाची संधी मिळाली नाही.

परत खाली उतरून गावातून येताना राम-जानकी मंदिर दिसलं. तिथेही दर्शन घेतलं. त्यानंतर सायकली घेऊन आम्ही मार्गस्थ झालो. पुढचा रस्ता मात्र एकदम छान आणि सपाट होता.

साधारण चारच्या सुमारास अंडिया गावात आम्ही थांबलो. इथे 'श्री माँ नर्मदा मढिया' आश्रम आहे – अतिशय सुंदर आणि शांत असा हा आश्रम! बाबाजींनी आमचं अत्यंत प्रेमाने स्वागत केलं. आश्रमासमोरच मैया नर्मदा प्रवाह होता. सूर्यास्ताचा नयनरम्य देखावा आज आम्हांला इथे पाहायला मिळाला.

मैयाची पूजा करून, ती दिसेल अशा जागीच आश्रमात आसन लावलं. इथल्या गावकऱ्यांची प्रथा आहे, की ते परिक्रमावासीयांसाठी स्वयंपाक करून आश्रमात आणतात. त्याप्रमाणे काही मंडळी भोजन-प्रसादी घेऊन आली. विविध प्रकारचे रुचकर पदार्थ त्यांनी अत्यंत आस्थेने आम्हांला खाऊ घातले.

खरंतर आज रस्ता चांगला मिळाल्यामुळे आम्ही आणखी १५-२० किलोमीटर सहज पुढे जाऊ शकलो असतो. पण या आश्रम परिसराने मन इतकं मोहून टाकलं, की आम्ही इथेच मुक्काम करायचा निर्णय घेतला. कधीकधी प्रवासात आणि आयुष्यातसुद्धा असं थांबण्यात निराळीच मजा असते, हो ना!

अंडिया ते डोंगरगाव

११ फेब्रुवारी २०२५

९८ कि.मी.

अंडियावरून पुढे निघताना आम्ही डोंगरगावचा रस्ता विचारला. तेव्हा गावकऱ्यांनी आम्हांला हायवेनेच जाण्याचा सल्ला दिला. त्यांचा सल्ला मानून आम्ही हायवेनेच पुढचा प्रवास सुरू केला.

हायवे असल्यामुळे आज सायकलची गती चांगलीच होती. रस्ता सपाट, सरळ आणि मोकळा असल्याने वेग सहज साधता येत होता. हायवेवरून जाताना वाटेत आरती शर्मा या मैया भेटल्या. १९७२मध्ये, वयाच्या अवघ्या चौथ्या -पाचव्या वर्षी, त्या अमेरिकेतील डेनव्हर येथे कुटुंबासह स्थलांतरित झाल्या होत्या. आता त्या खास पायी परिक्रमा करण्यासाठी भारतात आल्या होत्या.

त्यांच्याशी संवाद साधताना पुन्हा एकदा प्रकर्षाने जाणवलं की, मैयाच्या भेटीची ओढ देश-विदेश, जात-धर्म अशा कुठल्याही सीमा मानत नाही. ही ओढ माणसाला इथे खेचून आणते – स्वतःच्या अंतरात्म्यात रमण्यासाठी, स्वतःसाठी वेळ देण्यासाठी, आणि खऱ्या अर्थाने जीवनाचा अनुभव घेण्यासाठी! आरती मैया ही वाटचाल नेमक्या याच भावनेने प्रेरित होऊन करत होती.

आजचा पूर्ण प्रवास सपाट मार्गावरून होता. वेगाने पुढे जात आम्ही साधारण ९८ किलोमीटरवरचं डोंगरगाव गाठलं. डोंगरगावचा आश्रम हायवेपासून थोडा आत आहे.

नदीकाठावर वसलेल्या अत्यंत सुंदर श्री नर्मदागौरी गौसेवा आश्रमात आज आम्ही मुक्काम केला. शांत परिसर, वाहती नदी, आणि आश्रमाचं प्रसन्न वातावरण... दिवसभराच्या वेगवान प्रवासानंतर तन-मनाला हवाहवासा निवांत विसावा देणारा हा मुक्काम ठरला.

डोंगरगाव ते ग्वारी घाट (जबलपूर)

१२ फेब्रुवारी २०२५

९५ कि.मी.

आजही प्रवासाचा मार्ग पूर्णपणे हायवेचाच होता, त्यामुळे सायकलचा वेग चांगला होता. वाटेत आज एक अतिशय हृदयस्पर्शी भेट झाली. आई-बाबांबरोबर परिक्रमा करणाऱ्या दोन छोट्या मैया – पवित्रा आणि विधी शर्मा – आम्हांला भेटल्या. नऊ आणि बारा वर्षांच्या या मुली पायी परिक्रमा करत होत्या. त्यांच्यासोबतच दहा वर्षांचा नमनसुद्धा भेटला; तो आपल्या वडिलांबरोबर परिक्रमा करत होता.

शुभ्र वेशातले हे लहान परिक्रमावासी पाहून मन अक्षरशः भरून आलं. एवढ्या लहान वयात इतका संयम, श्रद्धा आणि कष्ट सहन करण्याची मुलांची तयारी खूपच कौतुकास्पद होती. या वयाची मुलं साधारणतः विविध

क्लास आणि मोबाइल यांसारख्या गोष्टींमध्ये गुंतलेली दिसतात. त्यांचे पालक जगाच्या रॅट रेसमध्ये मुलांबरोबर धावत असतात. या सार्वत्रिक दृश्याच्या पार्श्वभूमीवर ही मुलं आणि त्यांना असं जीवनशिक्षण, अशी दृष्टी आणि वेळ देणारे त्यांचे पालक जगावेगळेच म्हटले पाहिजेत.

आमच्यासाठी मात्र आज अडचणींचा दिवस होता. माझ्या आणि संदीपच्या दोघांच्याही सायकलींची दोन्ही चाकं पंक्चर झाली. ती दुरुस्त करण्यात बराच वेळ गेला. त्यातच आज शीख बांधवांचा एक सण होता आणि त्या निमित्ताने मिरवणुका निघालेल्या होत्या. त्या गर्दीतही आम्ही बऱ्यापैकी अडकलो. त्यामुळे ग्वारी घाटला पोहोचायला अपेक्षेपेक्षा खूपच उशीर झाला.

ग्वारीघाटला आम्ही गीता भवनमध्ये आश्रय घेतला. मात्र, तिथल्या सर्व खोल्या आणि डॉर्मिटरी आधीच आरक्षित झालेल्या होत्या, कारण तिथे एक कार्यक्रम होता. आम्हांला 'स्टेजवरच किंवा स्टेजजवळच आसन लावा' असं सांगण्यात आलं.

मुलांकडे फोल्डिंग टेन्ट होता. रात्री त्यांनी तो उघडून लावला आणि आत जाऊन ती झोपी गेली. मी स्टेजजवळच आसन लावून स्लीपिंग बॅगमध्ये शिरून निद्रादेवीची आराधना करू लागले. दिवसभराच्या थकव्याने लवकरच झोप लागली.

परंतु, मध्यरात्री दोन-अडीचच्या सुमारास अचानक दचकून जाग आली. वीस-पंचवीस माकडांची टोळी तिथे धुडगूस घालत आली होती. त्यांची चाहूल लागताच मी हळूच उठून वाळत टाकलेले कपडे गोळा केले आणि बॅगेत भरून ठेवले. बॅग अगदी जवळ, अंगाशी चिकटून ठेवली.

माकडांचा भयंकर गोंधळ सुरूच होता. मी स्लीपिंग बॅगमध्ये पूर्ण आत शिरले, चेन लावली आणि घाबरून शांतपणे पडून राहिले. काहीच हाती न लागल्यामुळे ती टोळी साधारण अर्धा तास धुमाकूळ – धुडगूस घालून निघून गेली.

पण, माझी झोप... ती मात्र त्या रात्री परत आलीच नाही!

ग्वारीघाट ते शहपुरा

१३ फेब्रुवारी २०२५

९५ कि.मी.

नेहमीप्रमाणे पहाटे लवकर आवरून आम्ही निघालो. वाटेत एक बोर्ड दिसला – 'अमरकंटक : २२७ किलोमीटर'

मैयाचं उगमस्थान आता खूप जवळ येत चाललं आहे, ही जाणीव मनात सुखद तरंग उमटवून गेली.

गुगल मॅप पाहत आम्ही हायवेने पुढे जात होतो. सक्री गाव आलं आणि तिथे दुपारची भोजन-प्रसादी घेतली. 'माँ नर्मदा सेवा आश्रय फाउंडेशन' येथे येणाऱ्या परिक्रमावासीयांना डबाबंद भोजन पुरवते – ज्यामध्ये पापड, दोन भाज्या, सॅलड, पोळी आणि भात यांचा समावेश असलेला एक रुचकर आहार असतो.

या मार्गावर त्यांची गाडी नियमितपणे फिरत असते, कारण पुढचा बराचसा भाग जंगलाचा असून रस्तादेखील खराब आहे.

प्रवासात गुगल मॅपवर अनेक ठिकाणी हायवेलगतचे आश्रम दिसत होते. 'हनुमान मंदिराजवळच्या आश्रमात आज राहू' असं ठरवून आम्ही तिकडे वळलो. पण, तिथे पोहोचल्यावर लक्षात आलं, की आश्रम पूर्णपणे भरलेला होता – अजिबात जागा नव्हती.

मग पुन्हा शोध सुरू झाला. साधारण दहा-पंधरा किलोमीटर पुढे गेल्यावर अखेर एक छोटासा आश्रम सापडला. आम्ही पाच जण तिथे जेमतेम मावलो. आश्रम स्वच्छ, सुंदर होता. अंगणात पाण्याने काठोकाठ भरलेली एक विहीर होती; तरीही, तिथे स्नानगृहाची कोणतीही सोय नव्हती. थोडक्यात सांगायचे तर, दुसऱ्या दिवशी ब्रह्ममुहूर्तावर – म्हणजेच पहाटे तीन ते साडेतीनच्या दरम्यान – उठून तयार व्हायचे, असा मी ठाम निश्चय केला.

या आश्रमात मिलिंद हातकर पुन्हा एकदा भेटला. त्याच्यासोबत छानशी भजनसंध्या रंगली. खरंतर जवळजवळ प्रत्येक आश्रमात ढोलक वगैरे वाद्य असतातच; आणि हमखास भजनसंध्या होते. मिलिंद अतिशय सुंदर आवाजात आणि सुरेल चालीत भजन म्हणतो; त्यामुळे त्या आश्रमातली आमची संध्याकाळ स्वरमय होऊन गेली!

शहपुरा ते दुधी आश्रम, शेषघाट

१४ फेब्रुवारी २०२५

७६ कि.मी.

जसजसं आम्ही अमरकंटकच्या दिशेने पुढे जात होतो, तसतसं मैयाचं पात्र अरुंद होत जाताना दिसत होतं. नेमावरच्या बाजूला नजरेत न मावणारं, अफाट विस्तारलेलं पात्र आहे; तर इथे मात्र अगदी चिमुकलं – सहज ओलांडून जावं असं वाटणारं पात्र आहे.

शहपुराहून निघाल्यावर आम्ही पुन्हा कच्च्या रस्त्याला लागलो आणि शेषघाट येथे पोहोचून दुधी आश्रमात आश्रय घेतला.

वाटेत डिंडोरी गावात एक सीएम राइज स्कूल दिसले. शाळेच्या भिंतींवरची सुंदर पेंटिंग्स पाहून पावलं आपोआप आत वळली. वारली आणि इतर स्थानिक चित्रकारांच्या कलाकृतींनी शाळा सजलेली होती. साधारण दहा-पंधरा शिक्षक आणि आजूबाजूच्या गावांतून येणारी सुमारे ५०० मुलं इथे शिक्षण घेतात. इथले कलाकार मोगली, वेगवेगळे प्राणी, मुलांना आवडतील अशी सगळी चित्रं मुलांकडूनच काढून घेतात – शाळा म्हणजे जणू एक उत्साही चित्रशाळाच!

आज मिलिंद आमच्याबरोबरच होता. त्याची सायकल साधी होती, रस्ता खराब होता. तो पायात चप्पल न घालता परिक्रमा करत होता. त्याचे पाय अक्षरशः सोलवटलेले होते. ते पाहून मलाच खूप वाईट वाटलं. खरी परिक्रमा, खरी परीक्षा – तो देत होता. त्याच्या पायाला क्रीम लावून देऊन मी स्वतःची समजूत घातली खरी; मिलिंद मात्र 'आपण काही सहन करतोय' असं कुठेही न दाखवता निवांत होता.

शेषघाटावर एक खूप छान आडोसा मिळाला, त्यामुळे मला मैया-जलाने मनसोक्त अंघोळ करता आली. संपूर्ण परिक्रमेत कदाचित पाच-सात वेळा अशी मैया-जलाने मनसोक्त अंघोळ केली असेल. कारण बहुतांश ठिकाणी कपडे बदलण्यासाठी कोणताही आडोसा मिळत नाही – तेव्हा अशी संधी मिळणं हाही मोठाच आशीर्वाद वाटतो!

शेषघाट ते दामगड

१५ फेब्रुवारी २०२५

८४ कि.मी.

दुधी आश्रम, शेषघाट येथून निघताना हायवे गाठण्यासाठी साधारण २०-२१ किलोमीटरचा चढ-उताराचा रस्ता कापावा लागला. हा रस्ता पार करून आम्ही मेरीया गावाला पोहोचलो. तिथून पुढे दामगडपर्यंतचा मार्ग मात्र छान, डांबरी होता. मात्र, दामगड ओलांडताच पुन्हा एकदा कच्च्या रस्त्याला सुरुवात झाली.

दामगडकडे जाताना वाटेत एक छोटीशी झोपडी दिसली. तिथे एक बाबाजी होते. त्यांनी आम्हांला दुरूनच 'नर्मदे हर!' म्हणून हाक दिली आणि खिचडी खायला बोलावलं. सकाळी बालभोग झालेला असल्याने भूकही नव्हती आणि जेवणाची वेळही झाली नव्हती. त्यामुळे त्या क्षणी आम्ही त्यांच्या आग्रहाला मान दिला नाही आणि तिथे काही खाल्लंदेखील नाही.

...आणि मग मैयाची खरी प्रचिती पुन्हा एकदा आली. परिक्रमा सुरू करतानाच आम्हांला सांगितलं होतं – 'जर समोर आलेल्या अन्नाला किंवा जेवणाच्या निमंत्रणाला नाही म्हणालात, तर त्या दिवशी पुढे काही खायला मिळेलच याची खात्री नसते.'

आज तो अनुभव प्रत्यक्ष जगलो. खरंच, त्या दिवशी संपूर्ण दिवसात आम्हांला काहीही खायला मिळालं नाही.

रस्ता खूपच अरुंद आणि खराब होता. गावाजवळ येताच नदीकडे खाली उतरणारा एक मार्ग दिसला. तिथे 'श्रीराम कुटीर आश्रम' अशी पाटी दिसली आणि तिकडेच जायचं ठरवलं. वाटेत नीलकंठेश्वर आश्रम लागतो. तिथे ब्रह्मकुंड तीर्थ आहे – अतिशय सुंदर, लहानसं पात्र. इथे मैयाला प्रेमाने 'छोटी मैया' असं म्हणतात. छोट्या मैयेच्या काठावर निवांतपणे थांबण्याचा आनंद घेतला.

आता, रस्ता शोधत-शोधत आम्ही श्रीराम कुटीर आश्रमाकडे निघालो. हा पूर्णपणे जंगलाचा भाग होता. रस्ता कच्चा होता आणि अंधार पडत चालला होता. काहीच दिसेनासं झालं होतं. तेवढ्यात गजेंद्रने हाका मारायला सुरुवात केली. आणि अचानक आम्हांला शंखध्वनी ऐकू आला. खरंच शंखनाद झाला की भास झाला – कळेना! पुन्हा एकदा मोठ्याने 'नर्मदे हर!' म्हणून हाक दिली... आणि पुन्हा शंखध्वनी ऐकू आला.

त्या दिशेने पुढे गेलो आणि एक छोटासा आश्रम दिसला. पाटी होती – 'श्रीराम कुटीर आश्रम'. सोलरवर चालणाऱ्या दिव्यांनी आश्रम उजळलेला होता. आश्रमातील बाबाजी अगदी तरुण – २५-३० वर्षांचे असावेत. तिथे दोन खोल्या होत्या. थंडी वाढत चालली होती, म्हणून जमिनीवर अंथरण्यासाठी काही मिळतं का याचा शोध आम्ही घेत होतो. तिथे असलेल्या एका व्यक्तीला विचारल्यावर तो म्हणाला, ''जरा आत थोडी शोधाशोध करून बघा.''

शोधाशोध केली असता काही गाद्या सापडल्या. त्या घेऊन खोलीत अंथरल्या आणि थोडासा आराम करावा म्हणून आम्ही बसलो. अगदी त्याच वेळी, ते बाबाजी तिथे आले आणि आम्हांला अत्यंत आक्रमकपणे ओरडू लागले. आम्ही पाच जण होतो आणि अजून दहा-पंधरा परिक्रमावासीही तिथे होते. गाद्यांवर बसल्याबद्दल आणि सायकली नीट लावल्या नाहीत याबद्दल त्यांनी खूपच राग व्यक्त केला. आम्ही शांतपणे, काहीही उत्तर न देता त्यांचं बोलणं ऐकून घेतलं. घुश्श्यातच बाबाजी तिथून निघून गेले.

तितक्यात अजून एक परिक्रमावासी आश्रमात येऊन पोहोचला. तो सायकलवर परिक्रमा करत होता. पण विशेष म्हणजे, त्याच्यासोबत त्याचा कुत्राही परिक्रमेला आला होता. त्याच्याशी बोलताना या रागावण्याच्या प्रसंगाचा ताण कमी झाला.

थंडी वाढायला लागली तशी बाहेर शेकोटी पेटवली गेली. सगळे जण तिच्या भोवती ऊब घेत होते.

मी स्वतःचं थोडंसं आवरून मग स्वयंपाकघरात मदत करायला गेले. ते बाबाजी पुन्हा भेटले. या वेळी मात्र त्यांच्या चेहऱ्यावर आधीच्या चिडचिडीचा, आरडाओरडीचा लवलेशही उरलेला नव्हता.

काम करता-करता त्यांच्याबरोबर छान गप्पा रंगल्या. सायकलवरून परिक्रमा करत आलो आहोत, हे ऐकून त्यांनी आमचं मनापासून कौतुकही केलं. बोलता-बोलता सहजच मी विचारलं, ''बाबाजी, आप कहाँ से है?''

त्यावर त्यांनी शांतपणे उत्तर दिलं, ''मैं सब पीछे छोड़ आया हूँ... अब हम बस यहाँ के हैं... मैया के हैं!''

ते उत्तर ऐकताच मी एकदम चमकले! असा प्रश्न विचारणं कदाचित योग्य नाही आणि मी परत हा प्रश्न कुणालाच विचारला नाही.

आम्ही सगळ्यांनी मिळून जेवण वाढायला मदत केली. नंतर बाबांनी आम्हांला बसवून स्वतः पंगत वाढली, सगळ्यांशी प्रेमाने गप्पा मारल्या.

जसजसा मी बाबाजींचा विचार करू लागले, तसतसा माझ्यासाठी गोष्टींचा उलगडा होऊ लागला – आम्ही सायकली किती विस्कळीतपणे लावल्या होत्या यावरून, त्यांनी आम्हांला काही वेळापूर्वीच जी कानउघाडणी केली होती, त्यामागील कारण कदाचित पूर्णपणे वेगळेच असावे.

आयुष्यातलं प्रेम, आठवणी, माणसं – कायकाय मागे टाकून ते इथे आले असतील... इतक्या तरुण वयात मागचं सगळं सोडून असं आयुष्य स्वीकारणं सोपं नसतंच! कदाचित अशाच कुठल्यातरी अव्यक्त आठवणींचा उद्रेक थोड्या वेळापूर्वी झाला असावा आणि आम्ही त्यात सापडलो असणार!

पाण्यावर तरंग उठतात... आणि मग काही वेळाने पाणी पुन्हा शांत होतं... तसाच तो अनुभव होता.

या आश्रमातही स्वच्छतागृहांची वानवा होती. तिथे केवळ एकच नलकूप (ट्यूबवेल) होता – ज्यातून किंचित कोमट पाणी येत होतं. परिणामी, तयार होण्यासाठी पहाटे तीन किंवा साडेतीन वाजता पुन्हा एकदा जागे होणे ही बाब अटळच बनली होती.

अमरकंटककडे

१६ फेब्रुवारी २०२५ | **३२ कि.मी.**

काल रात्री आलो त्याच रस्त्याने आज पुन्हा मुख्य रस्त्याकडे निघालो. आज सकाळी चहा, बालभोग काहीच घेतलं नव्हतं – लवकर निघायचं ठरवलं होतं. वाटेत एक माणूस भेटला. त्याला रस्ता विचारला तेव्हा तो म्हणाला, ''एक रस्ता डांबरी आहे आणि तिथून साधारण ३० किलोमीटर अंतर आहे. या रस्त्याला साधारण आठएक किलोमीटरचा घाट लागतो. दुसरा रस्ता जंगलातून आहे; नऊ किलोमीटर तरी जंगल लागेल, पण तो शॉर्टकट आहे. त्या रस्त्याने गेलात तर अमरकंटक लवकर गाठाल.''

थोडा विचार करून आम्ही जंगलातल्या रस्त्याने जाण्याचा निर्णय घेतला.

रस्त्याला लागल्यावर मात्र लक्षात आलं, की किमान पाच किलोमीटरचा रस्ता अति चढाचा आणि ओबडधोबड आहे. पुढेपुढे तो इतका अरुंद होत गेला, की सायकलवरून उतरून ती ढकलत न्यावी लागत होती. ते ढकलणंही एक दिव्यच होतं!

तो पाच किलोमीटरचा रस्ता अतिशय दमवणारा होता. रस्ता पार केल्यावर जंगलातच थोडा वेळ थांबलो. जवळ असलेले शेव-चुरमुरे आणि बिस्किटं खाल्ली.

या अवघ्या पाच किलोमीटरसाठी आम्हांला जवळजवळ तीन तास लागले होते आणि या प्रवासाने आमच्या अंगातली ताकद अक्षरशः शोषून घेतली गेली होती.

किती ही दानत!

आता आम्ही घुमाघाट गावात पोहोचलो. गावात शिरताच एक मैया अंगण सारवताना दिसली. तिला आम्ही विचारलं, ''मैया, चाय मिलेगी क्या?''

त्यांनी आम्हांला अगत्याने बसवलं.

''तुम्हांला काली चाय, म्हणजेच बिनदुधाचा चहा चालेल का?'' असं त्यांनी विचारलं. परिक्रमावासीयांनी आवडनिवड ठेवायची नसते, म्हणून आम्ही त्यांच्या इच्छेला मान देत 'काळा चहा चालेल' असं सांगितलं.

मैयाने आम्हांला चहाबरोबर थोडासा चिवडाही दिला आणि म्हणाल्या, ''अभी इतनाही है मेरे पास!''

याचा अर्थ लगेच आमच्या लक्षात नाही आला. बोलता-बोलता कळलं की, घरातले इतर लोक पोटापाण्याच्या व्यवस्थेसाठी मजुरीला गेले होते. हातावरचं पोट – आज कमावलं तर आजचं जेवण मिळणार, अशी त्यांची परिस्थिती!

आम्हांला खाऊ घातलेला तो चिवडा म्हणजे त्यांच्या घरात शिल्लक असलेलं शेवटचं अन्न होतं. आता सगळे डबे रिकामे होते. संध्याकाळी मजुरी मिळाल्यावर घरचे परत येतील, तेव्हाच पुढच्या दाणापाण्याची व्यवस्था होणार होती. हे ऐकताच, तिची दानत पाहून आम्हा सगळ्यांच्या डोळ्यांतून अश्रू वाहू लागले.

आपल्याकडे सर्व काही भरपूर असतानाही त्यातला अगदी छोटासा भाग द्यायलाही आपण कधीकधी कुरकुर करतो, कधी टाळतो. आणि इथे... आहे नाही ते सगळं परिक्रमावासीयांना देऊन सेवा करायची भावना!

त्या क्षणी, इथले लोक किती उदात्त आणि मोठ्या मनाचे आहेत– आणि आपण मात्र कितीदा तरी क्षुद्र भावनांतून वागतो– याची मला तीव्र जाणीव झाली. आजही घुमाघाटच्या त्या मैयाची आणि तिने दिलेल्या चिवड्याची आठवण आली की डोळ्यांत अश्रू येतात. आपल्या हातून असं कोणतंही वाईट काम होऊ नये आणि केव्हाही काही द्यायची संधी मिळाली तर हात आखडता घेऊन नये, ही जाणीव त्या दिवशी अधिक प्रखर झाली.

सकाळी निघताना थंडीमुळे कुणीच अंघोळ केली नव्हती. म्हणून गजेंद्रने त्या मैयाला विचारलं, ''इथे अंघोळीची काही सोय होईल का?''

त्या म्हणाल्या, ''पंधरा-वीस फुटांवर ट्यूबवेल आहे, तिथे अंघोळ करू शकता.''

मला मात्र त्यांनी थांबवून घेतलं आणि म्हणाल्या, ''तुम्ही इथेच – घरी अंघोळ करा.''

जयंती माता मंदिर

पिपरी : वाघ आणि बिबट्याच्या मूर्ती असलेलं लव-कुश मंदिर

नीलकंठ धाम

महेश्वर घाट

ओरसंग घाट

महेश्वर किल्ला

दातुनी नदी : नावेतून सायकलसह प्रवास

नेमावर : सिद्धेश्वर मंदिर

दामगड : छोटी मैया

अमरकंटक : मैयाचं उगमस्थान

अमरकंटक : कलचुरी कालीन प्राचीन मंदिर संकुल व श्रीयंत्र महामेरू मंदिर

चुलीवर छान कडकडीत पाणी तापवून त्यांनी मला दिलं. अंघोळ करून आवरून आम्ही आजची पूजा त्यांच्या घरी तुळशी वृंदावनाजवळ केली.

बोलताना त्या म्हणाल्या, ''खरंतर आम्हांलाही परिक्रमा करायची खूप इच्छा असते, पण पोटापाण्याच्या उद्योगात ते खरंच शक्य होत नाही. म्हणून आम्ही जमेल तितकी, जमेल तशी परिक्रमावासीयांची सेवा करतो.''

घुमाघाट ओलांडल्यानंतर पुढे पुन्हा एकदा जंगलातला रस्ता सुरू झाला. या भागात आग्या-मोहोळ जातीच्या मधमाश्यांच्या असंख्य कॉलन्या - मोठमोठी पोळी दिसत होती. त्या पाहत जाताना मला बाबांची आठवण तीव्रतेने झाली – आयुष्यभर त्यांनी या मधमाश्यांच्या संशोधनासाठी काम केलं होतं. १९६०च्या दशकात त्यांनी अमेरिकेत जाऊन केलेला प्रगत अभ्यास, देशासाठी त्यांचं परत मायदेशी येणं, त्यांच्या कार्याचं पुरेसं मोल यंत्रणेला न समजणं, आणि काश्मीरमधील आमचे बालपणीचे दिवस – हे सगळं आठवताना मन अगदी भरून आलं.

कपिलधारा आणि दूधधारा

साधारण चार-साडेचारच्या सुमारास आम्ही अमरकंटकच्या रस्त्याला लागलो. अमरकंटकच्या अलीकडे वाटेत कपिलधारा आणि दूधधारा या तीर्थस्थळांना जाऊन आलो.

कपिलधारा इथे नर्मदा माता स्वतःला मेकल पर्वताच्या कड्यावरून १०० फूट खाली झोकून देते. इथेच जवळ कपिल मुनींचा आश्रम आहे. असं म्हणतात, की कपिल मुनिंनी इथे कठोर तप केलं होतं आणि याच स्थळी 'सांख्य दर्शना'ची रचना केली होती. त्यांच्या नावावरूनच या जलप्रपाताला 'कपिलधारा' हे नाव मिळालं. कपिलधारा परिसरातील गुहांमध्ये आजही अनेक बाबा-बैरागी तप करत असतात. निसर्गसौंदर्याने नटलेल्या या अतिशय रमणीय ठिकाणी आसपास भरपूर औषधी वनस्पती आढळतात. कपिलधारावरून अजून खाली जाऊन आम्ही दूधधारा परिसरात आलो. दूधधारा या जलप्रपातामध्ये पवित्र नर्मदा जल दुधासारखं शुभ्र दिसतं. इथे देवास ऋषींची तपःस्थली – एक गुहा आहे. तिथे दर्शन घेतल्यानंतर पुढे ज्वालेश्वर धाम येथे गेलो.

जोहिला आणि नर्मदा कथा

ज्वालेश्वर महादेव मंदिर हे भगवान शंकरांचं अत्यंत प्राचीन आणि पवित्र मंदिर आहे. येथील शिवलिंग हे स्वयंभू मानलं जातं. पुराण कथेनुसार, जेव्हा भगवान शिवांनी त्रिपुरासुर राक्षसाचा वध केला, तेव्हा त्याच्या शरीराचा एक भाग या ठिकाणी पडला आणि येथे शिवलिंगाची स्थापना झाली.

इथे एक नवीन अमरेश्वर महादेव मंदिर आहे; तिथेही दर्शन घेतलं. याच ठिकाणी जोहिला नदीचं उगमस्थान आहे.

जोहिला आणि नर्मदा या दोन नद्या आणि याच परिसरात उगम पावणारा – सोनभद्र नद यांची एक लोककथा प्रचलित आहे.

> पौराणिक कथेनुसार, नर्मदा ही राजा मेखलाची कन्या होती. विवाहासाठी राजा मेखलाने अट घातली होती, की दुर्मीळ गुलबकावलीचं फूल आणणाऱ्याशीच नर्मदाचा विवाह होईल. राजकुमार सोनभद्राने ही अट पूर्ण केली आणि विवाह ठरला.

विवाहापूर्वी नर्मदेने आपली सखी जोहिला हिला संदेश आणि उपहार घेऊन सोनभद्राकडे पाठवलं. जोहिलाने नर्मदेचेच वस्त्रालंकार परिधान केले होते. सोनभद्राने तिलाच नर्मदा समजून स्वीकारलं आणि दोघांमध्ये प्रेम निर्माण झालं. जोहिलाने राजाला वस्तुस्थिती सांगितलीच नाही.

या विश्वासघाताबद्दल समजताच नर्मदा अत्यंत व्यथित झाली. तिने आयुष्यभर अविवाहित (कुमारिका) राहण्याचा निश्चय केला आणि मागे वळून न पाहता, ती पश्चिमेकडे वाहू लागली.

सोनभद्र आणि जोहिला पूर्वेकडे वाहतात. उमरियाजवळ या दोन्ही नद्यांचा संगम होऊन त्या बिहारकडे जाऊन गंगेला मिळतात. भारतातल्या मुख्य नद्या या पूर्ववाहिनी असून त्या बंगालच्या उपसागराला मिळतात, तर नर्मदा ही एकमेव मोठी नदी पश्चिमवाहिनी असून अरबी समुद्राला मिळते.

याच संदर्भातून 'नदी-कुमारिका' ही संकल्पना पुढे येते. नर्मदा ही भारतातील एकमेव अशी प्रमुख नदी मानली जाते जिला कुमारिका म्हणून पुजलं जातं. ती कोणाच्याही अधीन न राहता, स्वतःच्या संकल्पानुसार, स्वतंत्र दिशेने वाहणारी नदी आहे. त्यामुळे नर्मदा केवळ भौगोलिक प्रवाह न राहता, स्वातंत्र्य, दृढ निश्चय आणि आत्मस्वरूपाचं प्रतीक मानली जाते.

कपिलधारा-दूधधारा परिसरात उगम पावणाऱ्या या नद्या, कथा, आणि प्रवाहांचा संगम पाहताना अमरकंटक केवळ एक तीर्थक्षेत्र न राहता भारतीय लोककथा, भूगोल आणि अध्यात्म यांचा मिलाफ असल्याची प्रकर्षाने जाणीव होते. आणि आजही, या प्रदेशात ही औषधी गुलबकावलीची फुलं खरोखरच आढळतात.

अमरकंटक : उद्‌गम मंदिर

बघता-बघता आम्ही अमरकंटकला येऊन पोहोचलो – माँ नर्मदेच्या उगमस्थानी. इथे माँ नर्मदा उद्‌गम मंदिर आहे. या मंदिराला दोन प्रवेशद्वारं आहेत – उत्तर तट आणि दक्षिण तट अशा दोन्ही दिशांना जाणारी!

आम्ही उत्तर तटाच्या प्रवेशद्वारातून मंदिरात प्रवेश केला. प्रथम मैया कुंडाचं दर्शन घेतलं. आमच्याकडे असलेलं बाटलीतील नर्मदा जल आम्ही त्या कुंडात अर्पण केलं आणि त्या कुंडातील पवित्र जल बाटलीत भरून घेतलं. हे जल ॐकारेश्वरला पोहोचल्यावर तिथे अर्पण केलं की मग परिक्रमेची सांगता होते.

यानंतर आम्ही 'माई की बगिया' परिसरात आलो. 'माई की बगिया' म्हणजे भगवान शंकरांनी नर्मदा मातेला खेळण्यासाठी निर्माण केलेली बाग, अशी श्रद्धा आहे. हा परिसर अतिशय हिरवागार, घनदाट वनराईने नटलेला आहे. इथे आंब्याची, केळीची भरपूर झाडं आहेत; त्याचबरोबर दुर्मीळ गुलबकावलीची फुलंदेखील आढळतात. या फुलांचा अर्क डोळ्यांच्या औषधात वापरतात, असं सांगितलं जातं.

येथून आम्ही तट बदलला आणि दक्षिण तटावर आलो. इथल्या गायत्री कुंडात आमच्या बाटलीतील थोडंसं नर्मदा जल अर्पण केलं आणि त्या कुंडातलं पावन जल परत बाटलीत भरून घेतलं. प्रथेनुसार तट परिवर्तन पूजा केली. गुरुजींनी अतिशय श्रद्धेने, विधीपूर्वक पूजा करून घेतली. त्या पूजेने अमरकंटकच्या उगमस्थानी आलेल्या आमच्या प्रवासाला एक पूर्णत्वाची, शांत आणि पवित्र अनुभूती मिळाली.

मैयाने घेतली माझी परीक्षा

आरती-प्रसाद सगळं काही यथासांग झालं. आम्ही आमचं सामान आवरतच होतो, तेवढ्यात झाडावरून उतरलेल्या एका माकडाने माझी छोटी बॅग झपकन पळवली आणि क्षणार्धात ते झाडाच्या उंच फांदीवर जाऊन बसलं.

त्या छोट्याशा बॅगमध्ये माझ्यासाठी अत्यंत मौल्यवान अशी एक वस्तू होती – मैयाचं पवित्र तीर्थजल असलेली एक बाटली; त्यासोबतच पूजेत वापरले जाणारे मैयाचे पवित्र पावलांचे ठसे आणि ओळखपत्रं यांसारख्या इतर महत्त्वाच्या वस्तूही होत्या.

एका क्षणातच, असंख्य विचारांनी माझे मन गजबजून गेले. : माकडाने ती बाटली फेकली आणि मैयाचं जल सांडून गेलं, तर माझी परिक्रमा तिथेच खंडित होईल! दोन-अडीच हजार किलोमीटर पार करताना घेतलेले सगळे कष्ट व्यर्थ जातील! नकळत माझ्या डोळ्यांतून अश्रू वाहू लागले.

मी मनोभावे मैयाची प्रार्थना करू लागले.

इकडे माकडाने बॅग उघडली. त्यातली पावलं फाडून टाकली, काही किरकोळ वस्तू फेकून दिल्या… आणि शेवटी ती बाटली साधारण २५ फूट उंचीवरून खाली टाकली!

सगळ्यांचाच श्वास अडकला.

आणि आश्चर्य… खाली पडलेली बाटली एकही ओरखडा न लागता, तशीच सुरक्षित राहिली.

क्षणभरात दुःखाश्रूंचं आनंदाश्रूंमध्ये रूपांतर झालं. मनात एक विचार डोकावून गेला –मैयाने त्या माकडाच्या रूपाने परीक्षा घेतली की काय! एखादं लहान मूल आईची चेष्टा करतं, तिला आधी रडवतं आणि मग हसवतं, तसंच मैयाने माझ्याबरोबर केलं असावं बहुतेक!

हा प्रसंग त्या क्षणापुरता भीतीचा वाटला, पण तो प्रत्यक्षात नर्मदा मातेने दिलेला एक उपदेश होता. परिक्रमेच्या प्रवासात प्रत्येक गोष्ट हळूहळू सोडायला शिकवली जाते –सुविधा, सवयी, अपेक्षा… आणि शेवटी आधाराचीही पकड! हातातली छोटी बॅग नाहीशी झाली तेव्हा भीती बॅगची नव्हती; भीती होती आपल्या श्रद्धेच्या मूर्त रूपाची – मैयाजलाची. त्या एका क्षणात हे प्रकर्षाने जाणवलं, की जरी परिक्रमा ईश्वराधीनतेची साधना असली तरी आपण अजूनही अशा बाह्यात्कारी गोष्टींवर अवलंबून आहोत.

परिक्रमा म्हणजे केवळ मैयाला प्रदक्षिणा घालण्यासाठी चालणं नाही; तर तिचं बोट धरून जाणं. त्या क्षणी वाटलं, की जर जल गेलं, तर परिक्रमा खंडित होईल… पण नंतर उमगलं, की परिक्रमा जलामुळे नाही, तर मैयाच्या कृपेनेच सुरू आहे. जल हे प्रतीक आहे; कृपा हे सत्य आहे. प्रतीक निसटू शकतं, पण सत्य कधीच निसटत नाही. त्या क्षणी मैयाने भीती दाखवली आणि लगेचच आश्वस्त केलं. बाटली अखंड राहिली – जणू सांगण्यासाठी की, 'तू काळजी करू नकोस; जे आवश्यक आहे ते मी स्वतः जपते.'

या घटनेनंतर एक सूक्ष्म बदल घडला. कुठेतरी अगदी खोलवर – वस्तू, अहंकार आणि मनात साचलेले विचार सोडून देण्याची तयारी – अधिकच दृढ झाली. काही हरवलं तरी चालेल, काही बदललं तरी चालेल – कारण मैया सोबत असेल तर काहीही गमावलं जात नाही.

न मिळण्याची भीती संपणं आणि न गमावण्याचा हट्ट सुटणं याला साधना म्हणायचं का?

जे काही असेल ते असेल; या प्रसंगानंतर एक गोष्ट मात्र अधिक ठाम झाली – ती सतत आपल्यावर कृपादृष्टी ठेवून आहे!

मुक्काम : तुरीय आश्रम

पूजा-अर्चा यथासांग करून आम्ही जवळच्याच तुरीय आश्रमात गेलो. तिथे चौकशी केली असता राहण्याची उत्तम सोय झाली. आश्रम सोलर ऊर्जेवर चालत असल्यामुळे थंडीतही गरम पाण्याची व्यवस्था होती – परिक्रमेच्या प्रवासात हा खूप मोठा आशीर्वाद वाटला.

त्याच दिवशी एका बाबाजींची परिक्रमा पूर्ण झाली होती. त्या मंगल प्रसंगानिमित्त आश्रमात कन्या भोज आयोजित करण्यात आलं होतं. त्या पुण्यकार्यामुळे आमची भोजन-प्रसादी अगदी सुग्रास झाली.

खरंतर आज पोट भरल्यापेक्षा मन भरल्याची भावना अधिक होती!

अमरकंटक ते चांदरानी

१७ फेब्रुवारी २०२५

८१ कि.मी.

अमरकंटक परिसरातील मंदिरांचं दर्शन

आश्रमातल्या बाबाजींनी पहाटेच प्रेमाने गरमगरम पोहे आणि चहाचा बालभोग करून दिला. त्या साध्याच; पण मनापासून मिळालेल्या प्रसादाचा आनंद घेत आम्ही पुढे निघालो. अवघ्या दोन किलोमीटरवर असलेल्या सोनभद्रा या सोन नदीच्या उगमस्थानी जाऊन तिचं दर्शन घेतलं.

इथे श्री शोणाक्षी शक्तिपीठ मंदिर जे ५१ शक्ती पीठांपैकी एक आहे, सोमेश्वर महादेव मंदिर, बालकेश्वर गिरी समाधी, चित्रगुप्त मंदिर अशी अनेक महत्त्वाची तीर्थस्थळं आहेत. एकामागोमाग एक दर्शन घेत-घेत आम्ही पुढे जात होतो.

याच परिसरात मार्कंडेय ऋषी आश्रम आहे. गणपती आणि मारुती यांच्या साक्षीने मार्कंडेय ऋषींनी इथे घोर तपश्चर्या केली, अशी कथा प्रचलित आहे.

या परिसरातलं अजून एक वैशिष्ट्यपूर्ण मंदिर म्हणजे 'श्री यंत्र मंदिर'! हे भव्य मंदिर, श्रीयंत्राच्या त्रि-मितीय (3D) रूपात बांधलं जात आहे. मंदिराच्या प्रवेशद्वारावर लक्ष्मी, सरस्वती, काली आणि भुवनेश्वरी देवींची चार मुखं आहेत. अतिशय आगळंवेगळं असं हे मंदिर उभारण्याचं काम गेल्या ३० वर्षांहून अधिक काळ सुरू आहे.

त्यानंतर आम्ही अमरकंटक येथील नर्मदा उद्गम मंदिरात आलो. आज आम्ही दक्षिण द्वारातून मंदिरात प्रवेश केला. आदल्या दिवशी आम्ही उत्तर तटाच्या प्रवेशद्वारातून आलो होतो – तट परिवर्तनाची ही परंपरा प्रत्यक्ष अनुभवताना तिचा आध्यात्मिक अर्थ अधिकच खोलवर उमटत गेला.

मंदिराच्या आवारात पिवळ्या रंगाची एक रेघ ओढलेली आहे. रेघेच्या आमच्या बाजूला दक्षिण तट, तर पलीकडच्या बाजूला उत्तर तट होता. उत्तर तट पूर्ण करून आम्ही आता दक्षिण तटावर येऊन पोहोचलो होतो. येथून पुढे परिक्रमेचा प्रवास परत ॐकारेश्वरच्या दिशेने सुरू होणार होता.

याच परिसरात कलचुरीकालीन मंदिरं आहेत. ही मंदिरं अकराव्या शतकात राजा कर्णदेवाच्या काळात बांधली गेली असून, ती वास्तुकलेचा आणि कोरीवकामाचा उत्कृष्ट नमुना मानली जातात. नर्मदा उगम मंदिराच्या अगदी समोर स्थित असलेल्या या संरक्षित स्मारकांमध्ये कर्ण मंदिर, केशव नारायण मंदिर आणि पाताळेश्वर मंदिर यांचा समावेश आहे. हे मंदिर-संकुल अजून उघडलं नव्हतं आणि आम्हांला तर पुढचा प्रवास सुरू करायचा होता. म्हणून आम्ही गेटमधून डोकावून दिसेल तेवढं पाहून घेतलं.

पुढे निघालो. वाटेत पातालेश्वर हे प्राचीन मंदिर तसंच इंद्रदमन सरोवर यांचंही दर्शन झालं. हा सगळा परिसर पूर्णपणे जंगलाचा आहे. दाट झाडी आणि त्याचबरोबर प्रचंड प्रमाणात माकडांची वर्दळ!

थोडं पुढे जाऊन आम्ही चहासाठी थांबलो. चहाबरोबर खायला मी बिस्किटांचा पुडा हातात घेतला आणि तो उघडणार... तोच वरून एक माकड झपकन आलं, पुडा ओढून घेतला आणि क्षणार्धात पसारही झालं. याच भागात रस्त्याच्या कडेला 'अचानकमार टायगर रिझर्व १६ किलोमीटर ' अशी पाटीही होती. तो रस्ता न धरता आम्ही पुढे नॅशनल हायवेच्या दिशेने वळलो – जंगलाच्या कुशीतून हळूहळू परत माणसांच्या वस्तीच्या प्रवाहाकडे निघालो.

अवधूत संन्यासी दादागुरू यांची भेट

करंजीया क्रॉस करून आम्ही गोरखपूर रस्त्याला लागलो, आणि तिथेच दादागुरू यांची भेट झाली. हे खरेखुरे अवलिया अवधूत संन्यासी आहेत. दादागुरू गेली पाच-सहा वर्षं कोणतंही अन्न न घेता फक्त मैयाचं जल पिऊन राहतात. निसर्गरक्षण आणि पर्यावरण संवर्धन हा संदेश देत ते दर वर्षी परिक्रमा करतात आणि त्यांच्यासोबत हजारो परिक्रमावासी चालत असतात. त्या सर्वांच्या राहण्याची, जेवणाची संपूर्ण व्यवस्था दादागुरू स्वतः पाहतात. या संपूर्ण परिसरात त्यांना प्रचंड मान आहे.

आम्ही सायकलवरून परिक्रमा करत आहोत हे ऐकताच दादागुरूंना विलक्षण आनंद झाला. त्यांनी तिथेच आपल्या कार्यकर्त्यांना – बहुधा नाव सचिन – आवर्जून बोलावून सांगितलं, ''पुढच्या सगळ्या मुक्कामांमध्ये या सायकलवाल्या परिक्रमावासीयांची व्यवस्था आपल्याकडून झाली पाहिजे. हा निरोप लगेच पुढे पोहोचवा.''

हे ऐकताना त्यांच्याविषयी कृतज्ञता दाटून आली.

आमच्या सायकली त्यांनी अगदी लहान मुलासारख्या उत्सुकतेने आणि कुतूहलाने न्याहाळल्या – प्रश्न विचारले, हात फिरवला, हसले. दुपारच्या भोजन-प्रसादीची सोयही त्यांनीच केली.

अशा या आगळ्या व्यक्तीच्या भेटीने, दर्शनाने आणि त्यांच्या कृपादृष्टीने मन उल्हसित होऊन गेलं. परिक्रमेच्या वाटेवरचा हा एक अविस्मरणीय क्षण ठरला.

आम्ही गोरखपूरला पोहोचेपर्यंत, जंगलातल्या रस्त्यांवरून केलेल्या अविरत प्रवासामुळे आमच्या सायकली पूर्णपणे धुळीने माखल्या होत्या. त्यांना आता स्वच्छतेची नितांत गरज होती. एका सायकल दुरुस्ती केंद्रावर, साबणापासून ते शॅम्पूपर्यंत सर्व काही वापरून त्या सायकली इतक्या लखख, स्वच्छ धुऊन मिळाल्या, की त्या अगदीच ताज्या आणि सुंदर दिसू लागल्या – जणू काही त्यांचा नव्यानेच जन्म झाला असावा.

अनपेक्षित गावी मुक्काम

त्या दिवशी आमचा मुक्काम समनापूरला करायचा असं ठरवलं होतं. पुढे जात आम्ही गाडासराई बोंदर इथे पोहोचलो. रस्ता अतिशय उंच-सखल होता. बोंदर जवळ येत असताना वाटेत भेटलेल्या काही बायकर्सना

समनापूरबद्दल विचारलं असता समजलं की, अजून दहा-बारा किलोमीटर अंतर आहे. सूर्य मावळतीला झुकत होता, अंधार हळूहळू दाटू लागला होता, आणि रस्ता अधिकच कठीण होत चालला होता. काय करावं, कुठे थांबावं – काहीच सुचेना!

अशाच संभ्रमाच्या क्षणी शेजारच्या शेतातून एक नवरा-बायको आमच्याजवळ आले. त्यांनी सहजपणे सांगितलं, ''आज तुम्ही आमच्याकडेच थांबा.''

आम्ही सहा जण होतो. कारण आता मिलिंददेखील आमच्यासोबतच होता. सहा जण एकदम कुणाच्या घरी जाणं कसं योग्य ठरेल, हा प्रश्न मनात आला. आमचा संभ्रम ओळखतच ते म्हणाले, ''मैया, चिंता नही... सब व्यवस्था हो जायेगी.''

आग्रहाने त्यांनी आम्हांला साधारण एक किलोमीटरवर असलेल्या त्यांच्या घरी नेलं. त्यांचं नाव होतं – दिगंबरजी राजपूत. साधंसुधंच घर; पण दारात पाऊल टाकताच आपुलकीचा ओलावा जाणवला. आम्ही आत पोहोचतोय, आवरतोय, तोच गावकरी एकामागोमाग एक भेटायला येऊ लागले. परिक्रमावासी आपल्या घरी / गावी थांबलेत याचा त्यांना आनंद आणि अभिमान वाटत होता. घुंगट पद्धतीत राहणाऱ्या इथल्या महिलांसाठी एक स्त्री सायकलवर बसून तीन-तीन हजार किलोमीटरची परिक्रमा करते, हे अनाकलनीय – कल्पनेपलीकडचं होतं. त्या पुनःपुन्हा माझं कौतुक करत होत्या.

दिगंबरजींच्या सुनेने चुलीवर चविष्ट गरमगरम पुरी आणि खीर तयार केली. ते केवळ पोटभरीचं जेवण नव्हतं; तर त्यात श्रद्धा, आदर आणि निखळ प्रेम मिसळलेलं होतं.

परिक्रमेच्या निमित्ताने आयुष्यात इतक्या अनोळखी लोकांकडून निरपेक्ष प्रेम आणि सन्मान मिळणं हे खरोखरच फार मोठं भाग्य आहे. एखाद्या घरात राहिल्यावर तिथल्या लोकांची विचारसरणी, संस्कृती, आयुष्य जगण्याची पद्धत जवळून अनुभवता येते. इथले लोक मैयावर पूर्ण विश्वास ठेवतात. त्यामुळे आमच्यासारख्या अनोळखी लोकांना ते सहज आपल्या घरात सामावून घेतात. मैयाच्या ओढीने, श्रद्धेने असा खडतर प्रवास करणारे परिक्रमावासी वाईट असू शकत नाहीत – हा त्यांचा ठाम विश्वास!

आजूबाजूला झपाट्याने बदलत चाललेलं जग, बदलती जीवनशैली पाहता, अशा या निष्पाप विश्वासाला कुणाकडूनही धक्का लागू नये, अशी मी मैयाजवळ मनोमन प्रार्थना केली.

त्या दिवशी आम्ही ज्या गावात राहिलो, त्याचं नाव होतं – चांदरानी.

चांदरानी ते मधपुरी

१८ फेब्रुवारी २०२५

९५ कि.मी.

रामनगरचा किल्ला

चांदरानीहून पुढे निघत आम्ही समनापूर, अमरपूर, सलवाह अशी गावं ओलांडत-ओलांडत रामनगरजवळ येऊन पोहोचलो. रामनगरला 'राय भगत की कोठी' ही सतराव्या शतकातील ऐतिहासिक वास्तू आहे. गोंड राजे हृदयशाह यांचे दिवाण राय

भगत यांचं हे निवासस्थान खुद्द राजा हृदयशाह यांनीच बांधलं होतं. आत गेल्यावर मध्यभागी एक सुंदर पाण्याचं कुंड आहे. आजही ही कोठी गोंड साम्राज्याचा समृद्ध वारसा आणि तत्कालीन प्रगत स्थापत्यशैलीचा एक उत्कृष्ट नमुना म्हणून ओळखली जाते. जवळच मोती महाल आणि बेगम महाल आहेत. मोती महालातून नर्मदेचं सतत दर्शन होतं. हे दोन्ही महाल मुघल स्थापत्यकलेचा उत्कृष्ट नमुना आहेत. रामनगरचा किल्ला ही केवळ एक वास्तू नसून, गोंड इतिहासातील एक महत्त्वाचा आणि अभिमानास्पद अध्याय आहे.

इथेच आम्हांला पुण्याहून आलेले नितीन तांबोळकर भेटले. ते पायी परिक्रमा करत होते. वाटेत दोन-तीन वेळा त्यांच्याबरोबर फोनवर बोलणं झालं होतं; आज प्रत्यक्ष भेट झाली – अशा अनपेक्षित भेटी परिक्रमेत एक वेगळंच चैतन्य आणतात.

मधपुरी

आज जवळजवळ ९५ किलोमीटरचा प्रवास करत आम्ही संध्याकाळी मधपुरीला पोहोचलो. इथे मार्कंडेय ऋषी आश्रमात रात्रीचा मुक्काम केला. आश्रमात आधीच आठ-दहा परिक्रमावासींचा एक गट आलेला होता. भोजन-प्रसादी झाल्यावर गप्पा सुरू झाल्या.

त्या गटातल्या एका बाबाजींचा स्नायू दुखावला (मसल-पुल झाला) होता. चालताना ते लंगडत होते. काळजीच्या स्वरात ते म्हणाले, ''काहीही करून उद्यापर्यंत बरं वाटायला हवं, नाहीतर गट पुढे जाईल आणि मी एकटाच मागे राहीन.''

त्यांच्या वेदनेत केवळ शारीरिक त्रास नव्हता, तर परिक्रमा खंडित होईल की काय; याची भीती होती. त्यांना लावायला क्रीम दिलं, एक टॅबलेट दिली. माझ्याकडचं पेन-किलरच्या गोळ्यांचं पाकीट नशिबाने मला आजवर लागलं नव्हतं, तेही त्यांच्या हातावरत ठेवलं. 'एकमेका साहाय्य करू...' हे परिक्रमेत पाळायलाच पाहिजे.

मनापासून मैयाची प्रार्थना केली – 'शेवटच्या पाच-सहाशे किलोमीटरमध्ये त्यांना कुठलाही त्रास होऊ नये, त्यांची परिक्रमा पूर्ण होऊ दे!'

मधपुरी ते बरगी डॅम

१९
फेब्रुवारी
२०२५

१०५
कि.मी.

सूर्यधाम हनुमान मंदिर

मधपुरीहून निघालो आणि साधारण दहा किलोमीटरवर असलेल्या सूर्यधाम हनुमान मंदिरात थांबलो. या स्थानाबद्दल एक पौराणिक कथा सांगितली जाते. सूर्यदेवांनी या ठिकाणी यज्ञ आणि तप केलं होतं. नर्मदेच्या तटावर सूर्यभगवान तपश्चर्या करत असताना त्यांच्या तपश्चर्येत कोणतेही विघ्न येऊ नये म्हणून श्री हनुमानजी अखंड पहारा देत होते. तपश्चर्या पूर्ण झाल्यावर सूर्यदेव आपल्या लोकी प्रस्थान करत असताना त्यांनी हनुमानजींना तिथेच राहण्याची आज्ञा दिली. त्यानुसार हनुमानजींनी येथे प्रतिमा-स्वरूपात वास्तव्य केलं, अशी श्रद्धा आहे.

शिवरात्र, मकर संक्रांत, नर्मदा जयंती आणि हनुमान जयंती हे उत्सव येथे मोठ्या उत्साहात साजरे होतात. इथे दर्शन घेणाऱ्या प्रत्येक भक्ताची मनोकामना पूर्ण होते, असे भक्तगण सांगतात.

येथील हनुमानजींची मूर्ती अत्यंत वैशिष्ट्यपूर्ण आहे – सकाळी हनुमानजी बालरूपात, दुपारी तरुण रूपात आणि संध्याकाळी शांत वृद्ध रूपात दर्शन देतात.

मंदिराच्या शिखरावर रथात बसलेली सूर्यदेवतेची प्रतिमा आहे. पूर्वी येथे असलेल्या सूर्यकुंडात सूर्यदेवता व त्यांच्या रथाची सावली स्पष्टपणे दिसायची, असं सांगतात. मात्र, १९२६मध्ये आलेल्या पुरात हे सूर्यकुंड नष्ट झालं.

दर मंगळवारी येथे विशेष पूजा केली जाते. शिवाय, मंदिरात अखंड रामायण पाठ सुरू असतो. याच परिसरात दुर्गा, शिव आणि शनी यांची प्राचीन मंदिरंही आहेत.

या स्थळाचं आणखी एक वैशिष्ट्य म्हणजे, इथे स्थापन केलेली २१ फूट उंचीची आणि सुमारे १५ क्विंटल वजनाची भव्य गदा – हनुमानभक्तीचं प्रतीकच जणू!

इथली ब्रह्ममुहूर्तावरची आरती अतिशय प्रसिद्ध आहे. अनेक भाविक – विशेषतः याच आरतीसाठी – दूरवरून येथे येतात. या स्थळी मिळणारी शांती आणि ऊर्जा दिवसाच्या प्रवासाला एक बळ देऊन जाते.

बरगी धरणाकडे

हनुमानजींचं दर्शन घेऊन आम्ही पुढे कटिया, भिलाई आणि घनसोर मार्गे निघालो. घनसोरला पटेल आश्रमात दुपारची भोजन-प्रसादी झाली. आश्रमासमोर मेडिकलचं आणि मोबाईलचं दुकान होतं, मागे आश्रमाची जागा होती. थंड ताक आणि साधंच, पण चविष्ट जेवण घेऊन थोडा वेळ विसावलो.

त्यानंतर आम्ही बरगी धरणाच्या दिशेने निघालो. चहासाठी थांबलो असता रस्ता खराब असल्याचं कळलं. सुमारे २० किलोमीटर अंतर – त्यातलं जवळजवळ १५ किलोमीटर रस्ता खडीचा आणि जंगलातून जाणारा होता.

या रस्त्यावर सायकल चालवणं खूप कठीण झालं. खडीवरून सायकल घसरू नये म्हणून सतत सावध राहावं लागत होतं. खांदे आणि मांड्या दुखायला लागल्या होत्या. वेग घेता येत नव्हता, त्यामुळे हळूहळू, काळजीपूर्वक पुढे जावं लागत होतं. शरीर आणि मन दोन्ही थकलं होतं; पण अखेर, तो अवघड टप्पा पार केलाच!

बरगीला पोहोचेपर्यंत चांगलाच अंधार पडला होता. बरगी डॅमजवळच्या श्री गणेश मंदिरात पोहोचलो, तेव्हा संध्याकाळ झाली होती. आश्रमात राहायला जागा मिळाली खरी; पण बाबाजींनी सांगितलं, की 'आज स्वयंपाक तुम्हांलाच करावा लागेल.'

चुलीवरचा स्वयंपाक

सगळं आवरून आम्ही स्वयंपाकाला लागलो. चूल आधीच पेटवलेली होती. त्या चुलीवर तवा ठेवून मी पोळ्या करायला सुरुवात केली आणि एका कॉइलवाल्या हीटरवर डाळ शिजायला ठेवली. आम्ही साधारण २०-२५ जण होतो. आमची मुलं मदतीला आली. पोळ्या उलटण्यासाठी एक चांगलं हातभर लांब उलथनं होतं.

चुलीची धग योग्य राखत, अशा लांब उलथन्याने पोळ्या भाजणं ही एक वेगळीच कसरत होती. सुरुवातीला दोन-तीन पोळ्या जळल्यासुद्धा; पण हळूहळू हात बसला आणि मग या कामाचीही मजा यायला लागली. अखेर, स्वयंपाक तयार झाला. भोजन-प्रसादी मस्तच झाली!

चुलीवर स्वयंपाक करणं म्हणजे काय कष्टाचं असतं, हे धुरामुळे चुरचुरणारे डोळे पुसताना आम्हांला चांगलंच जाणवलं.

बरगी धरण ते नरसिंहपूर

२०
फेब्रुवारी
२०२५

९७
कि.मी.

सकाळी नंदिकेश्वर मंदिरात दर्शन घेतलं. इथली नंदिकेश्वराची मूर्ती पूर्वी मिडकी गावात, नर्मदा नदीच्या काठावर असलेल्या जुन्या मंदिरात होती. मात्र, १९७६मध्ये धरणाच्या बॅकवॉटरमुळे ते जुनं मंदिर पाण्याखाली गेलं. त्यानंतर तत्कालीन पुजारी ब्रह्मलीन स्वामी केशवानंद महाराजांनी मंदिराच्या पुनर्बांधणीची मागणी लावून धरली.

१९८२ ते १९९४ या दीर्घ कालावधीत काम करून ज्वाल टेकडीवर हे नवीन मंदिर उभारण्यात आलं. १३ मे १९९४, अक्षय तृतीयेला नंदिकेश्वराची मूळ मूर्ती विधीपूर्वक या नवीन मंदिरात स्थान करण्यात आली. नंदी महाराजांनी येथे तपश्चर्या केल्यामुळे या मंदिराला 'नंदिकेश्वर' असं नाव प्राप्त झालं आहे. दर्शन घेऊन पुढे जामुन्या - भाटपिपरिया - घुगरी - गोटेगाव असा प्रवास करत निघालो.

चहाचे पैसे कोण देणार?

गोटेगावच्या अलीकडे हायवे लागला. तिथे रस्त्याचं काम सुरू होतं. या रस्त्यावर एक माणूस साध्या सायकलवरून साधारण दोन-तीन किलोमीटर आमच्या मागे-पुढे येत होता. 'वाटेत जिथे कुठे चहा दिसेल, तिथेच आपण चहा घेऊ या.' असं त्याने आम्हांला सांगून ठेवलं होतं. जाता-जाता एका ठिकाणी चहा आणि खाऊचं छोटं दुकान होतं, तिथे आम्ही थांबलो.

आम्ही ज्या चहाच्या टपरीवर थांबलो, तिथे आधीच एक माणूस चहा घेत बसलेला होता. तो आमच्याशी गप्पा मारू लागला. परिक्रमावासीयांना कुणाची ओळखपाळख लागत नाही! सहजच बोलणं सुरू झालं. आम्ही चहा घेतला आणि ज्याच्याशी गप्पा मारत होतो तो चहाचे पैसे द्यायला लागला.

''थांबा, तुम्ही पैसे देऊ नका. परिक्रमावासीयांनी माझ्याकडून चहा घ्यावा, म्हणूनच तर एवढा वेळ मी त्यांच्याबरोबर सायकलवर येत होतो.''

ते ऐकून टपरीवर बसलेला दुसरा माणूस म्हणाला, ''नाही, नाही, चहा माझ्याकडून आहे. यांचे पैसे मीच देणार.''

आणि मग दोघांत प्रेमळ वाद सुरू झाला.

''अरे, मी तीन किलोमीटर सायकल चालवत यांना इथे घेऊन आलोय, तर पैसे तू कसे देणार... माझं पुण्य राहू दे माझ्याकडेच! ''

तो संवाद मला अतिशय गमतीशीर वाटला. एका बाजूला, आपण लोकांना एकेक रुपयासाठी भांडताना पाहतो; तरीही इथे मात्र, दोन पूर्णपणे अनोळखी व्यक्ती आमच्या चहाचे पैसे कोणी द्यावेत, यावरून वाद घालत होत्या. असा अनुभव या जगात कदाचित क्वचितच येतो – किंवा कदाचित, बहुधा, केवळ इथेच येत असावा!

सिद्ध बाबा आश्रम

गोटेगावहून नरसिंहपूरकडे जाताना संपूर्ण प्रवास हायवेवरूनच झाला. नरसिंहपूरला पोहोचल्यावर राहण्याची सोय शोधत असताना सिद्ध बाबा आश्रमाबद्दल समजलं. तिथे पोहोचल्यावर गजेंद्र चौकशीसाठी आत गेला. आश्रमात आमचं आपुलकीने स्वागत झालं. मात्र, बाबाजींनी सांगितलं की, 'आज भरपूर लोक इथे असल्यामुळे खोली

मिळणं शक्य नाही; पण आम्हांला मंदिराच्या मंडपात राहता येईल.'

चला, आज पुन्हा एकदा आम्हांला उघड्यावरच रात्र घालवणे नशिबात आले होते. अशा एखाद्या मंडपासारख्या ठिकाणी – उघड्या छताखाली – राहणं यात आता मला काही विशेष वाटेनासे झाले होते; पथारी पसरण्यासाठी पुरेशी जागा मिळणं आणि जेवणाची खात्री असणं – केवळ याच दोन गोष्टी खऱ्या अर्थाने महत्त्वाच्या आहेत – हे मला आता अगदी स्पष्टपणे उमजलं होतं.

जवळजवळ ६०-७० जण त्या दिवशी मंदिरात आले होते. तो भोपाळचा ग्रुप होता. त्यांनी मंदिरात होमहवन केलं आणि त्या वेळी आम्हांलाही आहुती देण्याचा मान दिला. त्याच मंडळींनी सगळ्यांसाठी स्वयंपाक केला होता. अतिशय चवदार भोजन-प्रसादी झाली.

रात्री थंडी खूप होती. स्लीपिंग बॅगमुळे मात्र खरोखरच चांगलं संरक्षण मिळालं. एकदा स्लीपिंग बॅगमध्ये शिरून झिप लावली की फारशी चिंता उरायची नाही. त्या स्लीपिंग बॅग्जसाठी दिवेकर काकांचे आम्ही मनापासून ऋणी आहोत – आम्हां दोघांनाही त्यांनी स्लीपिंग बॅग दिल्या होत्या.

नरसिंहपूर ते करणपूर

२१ फेब्रुवारी २०२५

१२० कि.मी.

आज जरा जास्त अंतराचा टप्पा होता; पण सगळे बरोबर असल्याने त्याचं दडपण नव्हतं. मिलिंद हातकर गेल्या दोन-तीन दिवसांपासून आमच्याबरोबरच होता. आजूबाजूचा परिसर खूप सुंदर होता, रस्ता शांत आणि रहदारीही फारशी नव्हती. मग मिलिंदने त्याच्या खणखणीत, पण गोड, भावपूर्ण आवाजात भजनं म्हणायला सुरुवात केली. भजनं ऐकत सायकल चालवायला खूप छान वाटत होतं, रस्ता झरझर कापला जात होता.

ताजा रस आणि खमंग गूळ

रस्त्याच्या कडेला आता ठिकठिकाणी गुऱ्हाळं दिसायला लागली होती. गूळ तयार करण्याचं काम सुरू होतं. एका गुऱ्हाळावर आम्ही रस प्यायला थांबलो. रस इतका गोड आणि मधुर होता, की मन तृप्त झालं. तिथल्या लोकांनी अगदी प्रेमाने, हवा तेवढा रस आग्रहाने दिला. वेळ साधारण सकाळी साडेआठ-नऊची होती. गूळ तयार होताना प्रत्यक्ष पाहणं हा एक वेगळाच अनुभव होता.

गूळ तयार करणाऱ्या लोकांशी छान गप्पा झाल्या. गुळाची मळी वेगळी काढतात आणि त्यापासून देशी दारूही तयार होते, अशी माहिती तिथे कळली. रसाचा आस्वाद घेऊन आम्ही पुन्हा पुढे निघालो – करेली, गदरवाडा, पिपरिया अशी गावं पार करत प्रवास सुरू ठेवला.

हे पैसे परिक्रमावासीयांसाठी खुर्च्या घेण्यासाठी वापरू या!

गदरवाडा - आमगाव - वानखेडी असा प्रवास करत पुढे चाललो होतो. साधारण अकरा-साडेअकराची वेळ... रस्त्यात एका वयस्कर मैयाने आम्हांला थांबवलं. ती आपल्या मुली-नातवंडांसोबत राहत होती. हे कुटुंब

नियमितपणे परिक्रमावासीयांसाठी ताकाची सेवा द्यायचं. त्यांनी प्रेमाने आम्हांला हाक मारली आणि गोड, थंड मसाला ताक आम्हांला प्यायला दिलं.

रस्त्याच्या कडेला या मैयाचं गोळ्या-बिस्किटांचं एक छोटंसं दुकान होतं. मागे गोठ्यात गाय होती. सकाळचं दूध ते रतिबाला घालतात आणि संध्याकाळच्या दुधाचं दही लावून त्याचं ताक करून परिक्रमावासीयांसाठी ठेवतात. गाय आणि त्या छोट्याशा दुकानावरच त्यांच्या घरची उपजीविका चालत होती. तरीही, दोन्ही वेळचं दूध विकून जास्त पैसे मिळवावेत, अशी त्यांची मानसिकता नव्हती.

आम्हांला त्यांना काही पैसे द्यायची खूप इच्छा होती, पण मैया पैसे घ्यायला तयार नव्हत्या. ''ताकाचे पैसे नाही, पण कृतज्ञतेपोटी तुम्हांला काहीतरी द्यायचं आहे.'' असं आम्ही म्हटल्यावर अखेर त्यांच्या मुलीने पैसे घ्यायला होकार दिला. पुढे ती म्हणाली, ''हे पैसे परिक्रमावासीयांकरिता खुर्च्या घेण्यासाठी वापरू या, जेणेकरून येणाऱ्यांना जमिनीवर बसावं लागणार नाही.''

स्वतःसाठी एकही रुपया न ठेवता इतरांचाच विचार करणारी ही वृत्ती, पैशांवर चालणाऱ्या आजच्या जगात खरोखरच वेगळी आणि मनाला स्पर्शून जाणारी होती.

तंदूर चहा

जाता-जाता पुढे वाटेत रेल्वेचं गेट लागलं. ट्रेनची वेळ झालेली होती त्यामुळे गेट बंद होतं. म्हणून आम्ही जवळच असलेल्या एका चहावाल्याकडे थांबलो. त्याची निखाऱ्याची चूल होती. हाताने चाक फिरवून तो निखाऱ्यांना हवा घालत चूल सतत पेटती ठेवत होता. निखाऱ्यावर केलेला खमंग, मस्त चहा प्यायल्यावर आम्हांला एकदमच तरतरी आली.

मुक्काम करणपूर

पुढे जात असताना वाटेत एक गृहस्थ भेटले. त्यांनी विचारलं, ''कहाँ तक जायेंगे?''

आम्ही सांगितलं, ''आम्ही पिपरियाला जातोय.''

ते म्हणाले, ''तुम्ही करणपूरला थांबा. तिथे खूप सुंदर आश्रम आहे. त्याची सगळी व्यवस्था चयनसिंग मोरया पाहतात.''

अंधार पडायला लागला होताच; म्हणून आम्ही त्यांचं ऐकायचं ठरवलं. मोरया पती-पत्नीने आमचं प्रेमाने स्वागत केलं. त्यांची मुलं भोपाळला असतात आणि परिक्रमावासीयांची सेवा करता यावी म्हणून राहत्या घराचा एक भाग ते परिक्रमावासींना राहण्यासाठी देतात.

आश्रमात पोहोचेपर्यंत अंधार पडला होता, त्यामुळे आजूबाजूची सुंदर बाग काही दिसलीच नव्हती. त्यांनी आमच्यासाठी अतिशय उत्तम सोय करून दिली. अंघोळीसाठी गरम पाणी मिळालं. गरम पाणी ही आमच्यासाठी फार मोठी सुखाची कल्पना होती.

या दोघांचं अजून एक वैशिष्ट्य म्हणजे ते आवळा, कैरी, लिंबू यांचं लोणचं ते घरी तयार करून ठेवतात. बरण्या भरभरून ठेवलेली ही चटकदार लोणची परिक्रमावासीयांसाठीच असतात. त्या लोणच्यांमुळे भोजन-प्रसादीला वेगळीच चव आली.

सकाळी उठून आश्रमाबाहेर आलो, तेव्हा त्यांनी जपलेली अत्यंत सुंदर बाग दिसली आणि मन प्रसन्न झालं. रंगीबेरंगी डेलियाची फुलं, रबर प्लांट – किती पाहू आणि किती नको असं झालं! या दोघांचा स्वभाव, कामावरची निष्ठा, आणि त्यांनी जपलेली बाग पाहून मनापासून त्यांचा आदर वाटला. त्यांनी दिलेला चवदार नाश्ता पोटभर खाऊन आम्ही पुढच्या प्रवासाला निघालो.

करणपूर ते तालनागरी

२२ फेब्रुवारी २०२५

९० कि.मी.

आज वाटेत शनी मंदिराचं दर्शन घेतलं, तसंच सुप्रसिद्ध बर्फानी बाबा मंदिरालाही भेट दिली. पुढे नर्मदापुरम (होशंगाबाद) जवळ बांदरबन घाटावर पोहोचलो. इथे तवा आणि नर्मदा नदीचा संगम आहे. सगळ्यांनी पाण्यात मनसोक्त डुबक्या मारल्या. कपडे बदलायला जागा नसल्यामुळे मी मात्र पाण्यात पाय सोडून निवांत बसले. तिथे एका बाबाजींनी पुरी-भाजीची भोजन-प्रसादी दिली.

त्यानंतर सेठानी घाटावर आलो. इथलं नर्मदा मंदिर फारच सुरेख आहे. उत्तर तटावरून हा घाट आधी पाहिला होता. इथे हाथनी आणि नर्मदा नदीचा संगम आहे. याच ठिकाणी गायत्री शक्तिपीठ मंदिरही आहे, पण ते चार वाजता उघडणार होतं.

वाटेत अनेक लहान-मोठ्या मंदिरांमध्ये दर्शन घेत आम्ही पुढे चाललो होतो. एका बाजारातल्या रस्त्यावर पुढचा मार्ग विचारण्यासाठी गजेंद्र थांबला. एका मिठाईच्या दुकानात त्याने रस्ता विचारला. दुकानदाराने रस्ता तर सांगितलाच; पण सगळ्यांना मनसोक्त गुलाबजाम आणि हवी ती मिठाई खाऊ घातली. शिवाय, काही मिठाई बांधूनही दिली. आमचे किती लाड करावेत, किती कौतुक करावं, असं त्याला झालं होतं.

आतला रस्ता पकडून आता आम्ही गौरीशंकर आश्रमाकडे निघालो. वाटेत चारही बाजूंनी गव्हाची शेती दिसत होती. स्प्रिंकलरने पिकांना पाणी दिलं जात होतं. साधारण दहा किलोमीटरवर गौरीशंकर आश्रम असावा असं वाटत होतं. पण रस्त्याचं काम सुरू असल्यामुळे रस्ता खूपच खराब झाला होता. मऊ माती असल्याने सायकली वारंवार रुतत होत्या. त्यामुळे ते अंतर पार करणं खूपच अवघड वाटू लागलं.

याच दरम्यान जीपीएस बंद पडला, नेटवर्कही नव्हतं आणि अंधार वाढत चालला होता. काय करावं सुचत नव्हतं. तेवढ्यात एक मैया शेतातून धावतच आमच्याकडे आली आणि म्हणाली, "पुढे जाऊ नका, आज रस्ता खूप खराब आहे. आमच्याकडेच राहा. दोन-तीनशे मीटरवर तालनागरी गाव आहे, आमचं घर तिथेच आहे."

आम्ही तिच्याबरोबर घरी गेलो. जगदीश प्रसाद कीर यांच्या कुटुंबाचं हे घर! चार भावांची मिळून गव्हाची मोठी शेती होती आणि शेतालगतच त्यांचं घर होतं. होशंगाबादलाही (नर्मदपुरम) आमचं घर आहे. पण इथे राहायला खूपच छान वाटतं, असं त्यांनी सांगितलं. ट्रॅक्टर, गाई, सगळं काही होतं. मुलं शहरात ये-जा करत असत. घर प्रशस्त, मोठं; पण अतिशय साधं होतं.

इथेही गरम पाण्याने मनसोक्त अंघोळ केली. दाल बाटीची गरमगरम, चवदार भोजन-प्रसादी झाली. त्यानंतर घरात भजनसंध्या सुरू झाली. त्यांचे सुमारे ९० वर्षांचे आजोबा ढोलक वाजवत मस्त भजन गात होते. त्यांच्याबरोबर भजन म्हणताना रात्री अकरा-साडेअकरा वाजेपर्यंत कार्यक्रम रंगत गेला.

आजूबाजूला पसरलेली हिरवीगार शेती... मधोमध घर... सगळा परिवार... आणि आमच्यासारखे परिक्रमावासी एकत्र बसून भजनात रमलेले – हे दृश्य मनात कायमचं कोरलं गेलं. थंडी खूप होती; पण इथली माया, आपुलकी आणि स्लीपिंग बॅग यामुळे रात्री शांत आणि सुखाची झोप लागली.

तालनगरी ते करताना

२३ फेब्रुवारी २०२५

८० कि.मी.

सकाळी लवकर आवरून घरातल्यांचा निरोप घेतला आणि पुढच्या प्रवासाला सुरुवात केली. रस्ता खरोखरच खराब अवस्थेत होता; परंतु, सकाळच्या सोनेरी उन्हात न्हाऊन निघालेली ती शेतं इतकी सुंदर दिसत होती, की रस्त्यामुळे होणारा त्रास मुळीच जाणवतच नव्हता. काल त्या मैयाने आम्हांला थांबवलं, ते का? याचं कारण आज नीट उमजलं. रस्ता खूपच अरुंद होता – कशीबशी सायकल जाईल इतकाच! एका बाजूला १५-२० फूट खोल दरीसारखा उतार आणि बाजूलाच नर्मदा मैया दिसत होती. अंधारात घसरलो असतो तर...!

पुढे नर्मदा मैयाच्या पात्राजवळ उतरलो. इथे लाल रंगाचे भरपूर दगड दिसतात. या दगडांना 'गणेश दगड' म्हणतात, असं मिलिंदने सांगितलं. पात्रातूनच खोकसर गावात प्रवेश केला. इथे गौरीशंकर महाराजांची समाधी आहे. गौरीशंकर महाराज हे महान सिद्धपुरुष होते आणि त्यांच्यावर नर्मदा मातेची असीम कृपा होती.

स्वयंपाक करताना तूप कमी पडलं तर महाराज भांडं भरून मैयांचं पाणी आणायचे आणि ते कढईत टाकलं की त्याचं तूप होत असे. जर कुणा भक्ताने आश्रमात तूप आणलं तर ते मैयाच्या धारेत अर्पण केलं जायचं, अशी कथा इथे सांगतात. महाराजांनी सदेह समाधी घेतलेलं हे स्थल अतिशय जागृत आहे. इथे तीन समाध्या आहेत – मधली संत शिरोमणी श्री गौरीशंकर महाराजांची, डावीकडे नर्मदानंद स्वामी आणि उजवीकडे काशीनंदन स्वामी यांची. समाधी दर्शन घेऊन आम्ही पुढे निघालो.

यानंतरचा रस्ता फारच छान होता. चारही बाजूंनी हरभऱ्याची शेती पसरलेली होती आणि त्या हिरवाईमध्ये सायकल चालवणं सुखावह वाटत होतं.

मध्येच मिलिंदची सायकल पंक्चर झाली. पंक्चर काढताना मिलिंदच्या लक्षात आलं, की मागचं टायर जवळजवळ फाटलंच आहे. गाव साधारण दोन किलोमीटरवर होतं. तिथपर्यंत सायकल ढकलत नेऊन, सायकलच्या दुकानात जाऊन टायर बदलायला किमान दोन तास तरी जाणार होते. तेव्हा मिलिंद म्हणाला, ''तुम्ही पुढे जा. कुठे थांबलात ते मला सांगा. मी साधारण रात्री नऊपर्यंत तिथे पोहोचतोच.''

पण, त्याला असं सोडून पुढे जाणं आम्हांला मान्यच नव्हतं. आम्ही त्याच्यासाठी थांबायचंच ठरवलं.

गावात जिथे सायकल दुरुस्तीला दिली होती, त्या दुकानदारालाच विचारलं, ''इथे आसपास कुठे आश्रम आहे का जिथे आम्ही राहू शकू?''

आमचं बोलणं बाजूलाच उभ्या असलेल्या एका मुलाने ऐकलं. तो म्हणाला, ''चला, मी तुमची सोय करतो.''

एक खोली रिकामी होती; त्याने ती आमच्यासाठी साफ करून घेतली. अंघोळीसाठी बादल्या वगैरे सगळं दिलं.

आमचं आवरल्यावर तो आम्हांला प्रेमाने त्याच्या घरी जेवायला घेऊन गेला. छानसं कुटुंब, लहानसं बाळ

– अगदी प्रसन्न वातावरण. गरमगरम जेवण करून आम्ही परत त्याने दिलेल्या खोलीत आलो. थोड्याच वेळात त्याचे आजोबाही आमच्यासोबत आले.

आज सगळं लवकरच आवरलं होतं. मग काय... भजनसंध्या सुरू झाली. मिलिंदचं 'माटी कहे कुम्हार को ' हे कबीर भजन... त्या रात्री असं काही रंगलं, त्याला खरंच तोड नव्हती!

करताना ते सिंगाजी

२४ फेब्रुवारी २०२५

१२३ कि.मी.

करतानाहून निघालो. हारदामध्ये शिरतोय तोच काही लोकांनी अगत्याने बालभोग करण्याबद्दल विचारलं. इथलं अगरवाल कुटुंब परिक्रमावासीयांना रोज प्रेमाने बालभोग देत असतं. वाटेवर थांबलेले हे लोक येणाऱ्या परिक्रमावासीयांची माहिती त्यांना फोनवर देत होते – 'चार परिक्रमावासी येत आहेत'... 'पाच परिक्रमावासी येत आहेत' असे अपडेट्स देणं सुरूच होतं. त्यांच्याकडे बालभोग करताना नाशिकचे डॉक्टर कासव आणि त्यांच्या पत्नी, तसेच कर्नल मिश्रा भेटले. ते पायी परिक्रमा करत होते. कर्नल मिश्रा आणि डॉक्टर कासव दोघेही लाँग डिस्टन्स सायकलिंगही करतात. नुकतंच त्यांनी श्रीलंका सायकलिंग केलं होतं आणि माझ्याही बकेट लिस्टमध्ये श्रीलंका सायकलिंग आहेच; त्यामुळे गप्पा छान रंगल्या. एकमेकांचे फोन नंबर घेऊन आम्ही पुढे निघालो.

रस्ता चढ-उतारांचा आणि वळणावळणांचा असून जंगलातून जात होता; तरीही आम्ही मात्र जिद्दीने पुढे कूच करत राहिलो.

हरदा पार केल्यावर माझी पुण्याची मैत्रीण तेजस्विनी घुंगुर्डे भेटली. तिने नोव्हेंबरमध्ये पायी परिक्रमा सुरू केली होती. तिला पाहताच असीम आनंदाने मी तिला मिठी मारली. आम्ही दोघीही मनसोक्त रडलो; कारण आम्ही जे काही करत होतो, ते मुळीच सोपं नव्हतं –याची आम्हांला आता पूर्ण जाणीव झाली होती.चालण्यामुळे असो वा सायकल चालवण्यामुळे – शरीरावर पडणारा प्रचंड ताण आणि दिवसेंदिवस अशा कष्टांचा सामना करण्यासाठी आवश्यक असलेली अफाट सहनशक्ती, याची मला आता जाणीव झाली होती. केवळ 'कशी आहेस तू?' हा एकच प्रश्न त्या संपूर्ण परिस्थितीचं सार आपल्यात सामावून घेत होता. सततच्या चालण्यामुळे कृश झालेला तिचा देह आणि उन्हामुळे रापलेला तिचा गोरा वर्ण—तिच्याशी झालेली ही भेट अत्यंत हृदयस्पर्शी होती. जड अंतःकरणाने आम्ही तिचा निरोप घेतला आणि आमच्या पुढील प्रवासाला निघालो.

सिंगाजी मंदिरात पोहोचलो. मंदिरामागेच नर्मदेवरील धरणाचं बॅकवॉटर असल्यामुळे इथे भरपूर पाणी होतं. कपडे बदलायची सोय असल्याने इथे मलाही मैया स्नानाचा मनसोक्त अनुभव घेता आला. तो आश्रम खरोखरच सुंदर आणि अप्रतिम होता. तिथे एन.सी.सी. (NCC) शिबिर सुरू होतं. विद्यार्थी संध्याकाळी सांस्कृतिक कार्यक्रम सादर करत होते, ज्यांचा आम्ही मनसोक्त आनंद घेतला. ओंकारेश्वर आता केवळ ७३ किलोमीटर अंतरावर होते. तिथे पोहोचण्याची आम्हाला तीव्र ओढ लागली होती.

२५
फेब्रुवारी
२०२५

७३
कि.मी.

परिक्रमेची संकल्पपूर्ती

आजचा रस्ता पूर्णपणे सपाट होता. स्वप्नपूर्तीचा क्षण जवळ येतोय याची जाणीव आम्हांला एक वेगळंच बळ देत होती. ॐकारेश्वर... मन अक्षरशः आनंदाने नाचत होतं. 'ॐकारेश्वर : ३४ किलोमीटर' असा फलक दिसला ...आणि मग तर आनंदाला पारावार उरला नाही.

दुपारी साधारण साडेतीनच्या सुमारास आम्ही ॐकारेश्वरला पोहोचलो. जिथून परिक्रमा सुरू केली होती, त्याच ठिकाणी सुखरूप परत येता आलं, ही गोष्ट फार मोठी वाटत होती. गोमुख घाट, जिथे संकल्प सोडला होता, तिथे सगळ्यांनी मिळून गुरुजींबरोबर संकल्पपूर्तीची पूजा केली. मी साडी नेसून सायकलबरोबर फोटो काढण्याची माझी प्रथा इथेही जपली. माझ्या आईची सुरेख कॉटनची साडी मी पूर्ण प्रवासात बरोबर ठेवली होती. ती नेसून फोटो काढताना मला आई-बाबा बरोबर आहेत असं वाटून फार समाधान वाटलं.

नर्मदा परिक्रमा पूर्ण झाल्यावर मांधाता परिक्रमा करायची असते – साधारण आठ-नऊ किलोमीटरची. वाट खूप सुंदर आहे, वाटेत प्राचीन मंदिरंही आहेत. पण माझा पाय प्रचंड दुखत होता. पूर्ण महिनाभर कुठलाही त्रास झाला नव्हता. पहिल्या दिवसाची जी एनर्जी होती, ती शेवटपर्यंत टिकली होती. पण संकल्पपूर्तीची पूजा झाल्यानंतर अचानक मला प्रचंड ताप चढला. त्या अवस्थेत आणखी आठ-नऊ किलोमीटर सायकलिंग करणं मला शक्यच नव्हतं. मनातल्या मनात थोडी हुरहुर लागली. मैयाची मनोमन अनेकवार क्षमा मागितली.

परिक्रमा पूर्ण करता आल्याबद्दल माझ्या हृदयात समाधानाची एक गहन भावना होती... ही अशी एक भावना आहे, जी माझ्यासोबत सदैव राहील याची मला खात्री आहे. हा माझ्या आयुष्यातील सर्वांत आनंदाचा दिवस होता – २५ फेब्रुवारी २०२५.

एवढ्या मोठ्या, जवळजवळ ३००० किलोमीटरच्या प्रवासात कुठेही आम्ही पडलो नाही, कुणाला साधं खरचटलंसुद्धा नाही! सायकलचीसुद्धा कोणतीही मोठी दुरुस्ती करावी लागली नाही. पुढे रस्ते कसे असतील, राहायचं-खायचं काय, याची काहीच कल्पना नव्हती... वाटेत दयाळू माणसं भेटत गेली... विचार जुळणारी माणसं जोडली गेली... आयुष्याला एक वेगळंच वळण मिळालं... कम्फर्ट झोनमधून पूर्णपणे बाहेर पडता आलं. माणसाला जगायला नक्की काय लागतं याची थोडी समज या प्रवासाने आली.

हा ३४ दिवसांचा प्रवास केवळ शारीरिक नाही, तर तो एक मानसिक आणि बौद्धिक पुनर्जन्म आहे.

'नर्मदे हर!' जेव्हा मी प्रवासाला सुरुवात केली होती, तेव्हा समोर हजारो किलोमीटरचं अंतर आणि खडतर मार्ग होता, पण मनात फक्त माईचं नाव होतं. त्या कडक उन्हात, डोंगरदऱ्यांच्या चढ-उतारावर शरीर थकायचं, तेव्हा मनाची शक्ती आणि जिद्दच मला पुढे ढकलायची. प्रत्येक पेडलसोबत माझ्यातील अहंकाराचा एकेक थर गळून पडत होता.

३४ दिवसांचे ते अथक परिश्रम, पायांतील गोळे आणि शरीरातला अफाट थकवा हे सगळं आज परिक्रमा पूर्ण करून ॐकारेश्वरला पोहोचल्यावर एका क्षणात शांत झालं. डोळ्यांतून वाहणारे ते आनंदाश्रू केवळ प्रवासाच्या समाप्तीचे नसून, स्वतः उद्दिष्ट ठरवून ते पूर्ण केल्याच्या समाधानाचे होते.

या प्रवासाने मला हे शिकवलं, की ध्येयप्राप्तीच्या मार्गावर कितीही खडतर संघर्ष सामोरे आले, तरीही श्रद्धा आणि चिकाटीच्या जोरावर कोणतंही कार्य अशक्य नसतं. ही परिक्रमा म्हणजे माझ्या आयुष्यातील केवळ एका उद्दिष्टाची पूर्तता नव्हे, तर माझ्या संपूर्ण अस्तित्वाचाच एक अत्यंत सुंदर अनुभव आहे.

एक गोष्ट अगदी स्पष्ट झाली : आपला प्रवास केवळ सुरू करणं अत्यंत आवश्यक आहे – मग तुमच्या सोबतीला कोणी असो वा नसो. तो प्रवास पूर्णत्वास जातो की नाही, हा तर नंतरचा विषय आहे! नेमका अशाच प्रकारचा प्रवास आपल्याला पुढे घेऊन जातो... 'अंधारातून प्रकाशाकडे!'

❋ ❋

34 दिनों में साइकिल से 3 हजार किमी की नर्मदा परिक्रमा की

इंदौर । शहर की ज्योति भक्त ने हाल ही में 3 हजार किमी की नर्मदा परिक्रमा साइकिल से पूरी की। उन्होंने 23 जनवरी को अपने चार साइकिलिस्ट दोस्तों के साथ ओंकारेश्वर से यात्रा शुरू कर 34 दिनों में 3,000 किमी की कठिन राह तय की। ज्योति बताती हैं कि इस दौरान 14 किलो सामान लेकर पहाड़ी इलाकों में साइकिल चलाना चुनौतीपूर्ण रहा। अपने संकल्प और अनुशासन ने उन्हें सफलता दिलाई। भक्ति ने कहा कि 2017 में नौकरी छोड़ने के बाद साइकलिंग शुरू की। साइकिल से महाराष्ट्र और मप्र के कई इलाकों में सैर कर चुकी हूं।

घरातला शेवटचा अन्नाचा घास परिक्रमावासीयांना आनंदाने देणाऱ्या : घुमाघाटच्या दानशूर मैय्या उषा चौहान

बुधनी आश्रमातल्या केअरटेकर कुटुंबाबरोबर

चवदार लोणची परिक्रमावासीयांना प्रेमाने खाऊ घालणारे : करणपूरचे चयनसिंग मोरया आणि त्यांच्या पत्नी

बुधनीच्या वाटेवर आदरातिथ्य करणारे कमलसिंग सेन कुटुंब

तालनागरी : जगदीशप्रसाद कीर कुटुंबाबरोबर

चांदरानी : पाहुणचार करणारे दिगंबरजी राजपूत कुटुंबीय

इंदूरच्या प्रज्ञा बायवार

पुण्याचे नितीन तांबोळकर (मध्यभागी)

लक्कडकोट जंगलात चहासेवा देणारा राहूल चौहान (चौकडीचा शर्ट घातलेला)

शाळकरी मुलगा विनोद

पुण्याची मैत्रीण प्रेरणा लेले

पुण्याची मैत्रीण तेजस्वीनी घुंगुर्डे

नमामि देवी नर्मदे

परिक्रमेचा उद्देश फक्त धार्मिक विधी नसतो. तो स्वतःचा शोध घेण्याचा प्रवास असतो – मनाचे पापुद्रे उलगडण्याची साधना आणि अहंकार विरघळत जाण्याचा क्षणोक्षणी घडणारा गहिरा अनुभव. नर्मदा संयम शिकवते, नम्रता शिकवते, आणि निसर्गाशी एकरूप होण्याचा खरा अर्थ समजावते.

या प्रवासात आकाश आश्रय बनतं, नदी माता बनते, आणि अनोळखी माणसं आप्तस्वकीय होऊन जातात. काहींसाठी ही मोक्षाची साधना असते, काहींसाठी मनःशांतीचं औषध, तर काहींसाठी आयुष्याला नवी दिशा दाखवणारा दीपस्तंभ! परिक्रमा पूर्ण करून परतणारा माणूस नक्कीच तोच राहिलेला नसतो!

नर्मदा ज्या काळापासून वाहते आहे, त्या काळापासून माणसाच्या आशा आणि श्रद्धाही तिच्याबरोबर वाहत आल्या आहेत. तिच्या काठावर ध्यानस्थ बसलेल्या ऋषींचा स्पर्श आजही वाऱ्यात जाणवतो. म्हणूनच म्हणतात – गंगेचं पुण्य स्नानाने, यमुनेचं पुण्य साधनेने मिळतं; पण नर्मदेचं पुण्य केवळ तिच्या दर्शनानेदेखील प्राप्त होतं. तिचं दर्शन म्हणजे देवदर्शन, आणि तिची परिक्रमा म्हणजे स्वतःच्या नव्या जन्माचा अनुभव!

त्रिभीः सास्वतं तोयं सप्ताहेन तु यामुनम्।
सद्यः पुनीति गांगेयं दर्शनादेव नार्मदम्॥

सुहृदांची मनोगते

ज्योतीच्या पुस्तकाचे *नारी तू नारायणी* हे शीर्षक अतिशय समर्पक आहे. मातृशक्ती, नारीशक्ती काय असते, आणि स्त्रीने ठरवले तर ती काय करू शकते, हे तिने तिच्या आयुष्याच्या सेकंड इनिंगमध्ये प्रत्यक्ष कृतीतून दाखवून दिले आहे. तसेच तिने शब्दबद्ध केलेल्या या अनुभवांचा मी स्वतः एक प्रत्यक्ष साक्षीदार आहे.

ज्योतीमैया... हो, मी तिला 'मैया'च म्हणतो. कारण केवळ तिच्यामुळेच मला नर्मदा मैयेचे सान्निध्य लाभले. ३४ दिवसांचा नर्मदा परिक्रमेचा हा खडतर सायकल प्रवास ज्योतीमैयाबरोबर करण्याचे भाग्य मला प्राप्त झाले आणि हे सर्व जणू काही अचानकच घडले. नर्मदा मैयेनेच ते घडवून आणले, असे म्हणणे अधिक योग्य ठरेल.

हा प्रवास करण्यापूर्वी ज्योतीने केलेला सखोल अभ्यास आणि काटेकोर तयारी, यामुळे माझी जरी या प्रवासात 'वाइल्ड कार्ड एन्ट्री' झाली असली तरी तिच्या सोबतीने केलेली ही परिक्रमा अत्यंत सुंदर आणि परिपूर्णरीत्या पूर्ण झाली. परिक्रमेदरम्यान आलेले अनुभव, प्रवासात भेटलेल्या विविध व्यक्ती आणि त्या प्रसंगांचे सुंदर, जिवंत वर्णन या पुस्तकात अत्यंत प्रभावीपणे केले आहे.

तसेच आग्रा ते राजगड (महाराष्ट्र) हा सुमारे १३१० किलोमीटरचा 'सायकल अभियान प्रवास'ही तिने माझ्यासोबत केवळ १० दिवसांत पूर्ण केला आहे. हे अभियानही अत्यंत प्रतिकूल परिस्थितीत पूर्ण झाले. उत्तर प्रदेश, राजस्थान आणि मध्य प्रदेश येथील प्रखर उष्णता, महाराष्ट्रात हस्ताचा पाऊस आणि उलट दिशेने वाहणारे वारे – अशा अनेक आव्हानांना सतत सामोरे जात ज्योतीने हे अभियान आमच्यासोबत जिद्दीने आणि धैर्याने पूर्ण केले.

वर्धा - गडचिरोली - नागपूर अशी सुमारे ५५० किलोमीटरची 'सामाजिक सायकल यात्रा' आम्ही सहा दिवसांत पूर्ण केली. या यात्रेचे उत्कृष्ट नियोजन ज्योतीने आमचे सायकलमित्र चंद्रशेखर यांच्या मदतीने केले होते.

या पुस्तकात ज्योतीने आतापर्यंतच्या तिच्या सायकल प्रवासातील अनुभव अत्यंत उत्तम प्रकारे शब्दबद्ध केले आहेत. त्याबद्दल तिचे मनःपूर्वक अभिनंदन आणि कौतुक! हे पुस्तक केवळ स्त्रियांसाठीच नव्हे, तर पुरुषांसाठीही निश्चितच प्रेरणादायी ठरेल.

ज्योतीच्या पुढील आयुष्यातही अनेक चांगल्या इच्छा आणि आकांक्षा आहेत. त्या ती नक्कीच जिद्दीने आणि चिकाटीने पूर्ण करेल, याची मला पूर्ण खात्री आहे. तिच्या पुढील वाटचालीस मनःपूर्वक शुभेच्छा!

शिरीष लोणकर, पुणे

सह-सायकलिस्ट आणि परिक्रमा सहकारी

पीआरएस परिवाराकडून शुभेच्छा,

PRS (Pune Running South) परिवारासाठी, ज्योती भक्त यांचा प्रवास अगदी जवळून अनुभवण्याची संधी मिळणे ही अभिमानाची आणि आनंदाची बाब आहे. गेल्या काही वर्षांत त्यांनी स्वतःला ज्या पद्धतीने घडवले, आव्हाने स्वीकारली, आणि सातत्याने स्वतःच्या मर्यादा ओलांडत राहिल्या, ते खरोखर प्रेरणादायी आहे.

आज ज्या धाडसी आणि साहसी ज्योतीताई आपण पाहतो, त्या काही वर्षांपूर्वी स्ट्रेंथ ट्रेनिंगसारख्या गोष्टींसाठी पूर्णपणे नवख्या होत्या. पण शिकण्याची तयारी, शिस्त आणि प्रचंड जिद्दीच्या जोरावर त्यांनी स्वतःमध्ये मोठा बदल घडवून आणला. त्यानंतर सायकलिंग आणि ट्रेकिंगसारखी अनेक आव्हाने त्यांनी स्वीकारली.

एव्हरेस्ट बेस कॅम्पचा ट्रेक, माउंट किलिमांजारो सर करणे, तसेच पुणे ते सुंदरबन अशी लांब पल्ल्याची सायकल सफर – हे त्यांच्या साहसी प्रवासातील काही उल्लेखनीय टप्पे आहेत. ...आणि आता ३४ दिवसांत सायकलवरून केलेली नर्मदा परिक्रमा हा त्या प्रवासाचा अत्यंत प्रेरणादायी शिखरबिंदू आहे.

त्यांचा हा संपूर्ण प्रवास आम्ही जवळून अनुभवला आहे, आणि आता तोच अनुभव आणि प्रेरणा या पुस्तकाच्या माध्यमातून अनेक वाचकांपर्यंत पोहोचणार आहे, ही अत्यंत आनंदाची बाब आहे.

'नारी तू नारायणी' हे पुस्तक केवळ एका प्रवासाची कथा नाही, तर कोणत्याही वयात नवा मार्ग शोधण्याची प्रेरणा देणारा अनुभव आहे.

ज्योतीताईंना पुढील वाटचालीसाठी पीआरएस परिवाराकडून मनःपूर्वक शुभेच्छा.

नर्मदे हर!

पद्मराज दोशी
Pune Running South Group

यात्रा संस्मरण का शीर्षक ही - 'नारी तू नारायणी' एक महिला के अदम्य साहस और आत्मविश्वास को चरितार्थ करता है। यह पूरा यात्रा वृतान्त एक महिला को स्वयं को पहचानने तथा देवी स्वरूपा मां नर्मदा से साक्षात्कार को शब्दों के रूप में प्रस्तुत किया गया है जिसमें मैया ज्योति भक्त द्वारा अपने जीवन के ५०वें वर्ष में कुछ नया करने की इच्छा तथा उस इच्छा को लगातार संभाल कर जतन से पाल पोसकर बड़ा करने तथा अपनी पहचान ढूंढने के दौरान आए हुए समस्त पहाड़ जैसी कठिनाई और उलझन को पराजित कर अपनी नई क्षमता और मां नर्मदा की भक्ति को नया आयाम देने का बहुत सुंदर प्रयास किया गया है।

मां नर्मदा तो स्वयं साक्षात आनंद की देवी है जो मानव मात्र को स्वयं को पहचानने का अवसर उपलब्ध कराती है। उसकी कृपा के बिना कोई भी परिक्रमा नहीं कर सकता है। परिक्रमा के दौरान मैया यह एहसास करा देती है कि जीवन में कुछ भी संग्रह या संचित करने की आवश्यकता नहीं है और मां नर्मदा के किनारे बसे हुए गाव शहर के निवासी मां नर्मदा के इस प्रण को पूरा करने हेतु अंतरात्मा से प्रेरित होते हैं। इन सभी नर्मदा तटवासी महिला-पुरुष-बाल-वृद्ध-युवाओं के मन में जो निःस्वार्थ भाव से बिना किसी लाभ, द्वेष, मोह-माया के प्रत्येक

परिक्रमावासी की सेवा होती है, वास्तव में मां नर्मदा जी स्वयं ही उपस्थित होती हैं और इसका साक्षात्कार हर एक परिक्रमावासी को बार-बार होता है ।

प्रत्येक परिक्रमावासी - 'मैया' तथा 'महाराज' के संबोधन से एक दूसरे ही लोक में विचरण करने लगता है। परिक्रमा के दौरान जो आनंद भक्तिभाव प्राप्त होता है उसका शब्दों में वर्णन किया जाना असंभव है। मैया ज्योति भक्त द्वारा प्रस्तुत यह यात्रा वृतान्त उनके अपने अनुभव सहित प्रत्येक नर्मदा परिक्रमासी के आत्मानुभव का संक्षिप्त और सारगर्भित प्रस्तुतीकरण हैं।

मैया ज्योति भक्त द्वारा प्रस्तुत किताब निश्चय ही संग्रहणीय और प्रेरणादायक है और समस्त पाठकों से मेरा भी व्यक्तिगत निवेदन है कि जीवन में एक बार नर्मदा परिक्रमा अवश्य करनी चाहिए।

।। नर्मदे हर जीवन भर ।।

।। परिक्रमा के दौरान रोज नया घर ।।

हेमंत खरे, भोपाळ

२३ दिवसांत सायकलवर नर्मदा परिक्रमा पूर्ण केली आहे.

❖

'**नारी** तू नारायणी' या पुस्तकाच्या निमित्ताने ज्योती भक्त यांनी आपल्या अनुभवांना शब्दरूप देण्याचा एक सुंदर प्रयत्न केला आहे. सायकलिंगच्या निमित्ताने त्यांच्याशी परिचय झाला आणि हळूहळू त्यांचे बहुआयामी व्यक्तिमत्त्व समोर येत गेले. उदाहरण द्यायचे झाले तर ट्रेकिंग, माउंटेनिअरिंग, हिंदी भाषेवरील प्रभुत्व, पाककलेची आवड, साडी परिधान करण्याची जिद्द, चित्रकला – अशा अनेक क्षेत्रांत त्यांची आवड आणि सहभाग दिसून येतो.

सायकलिंगमधील त्यांची प्रगती तर खरोखरच थक्क करणारी आहे! साधी पडलेली सायकलची चेनही बसवता न येणारी ही व्यक्ती पुढे ३४ दिवसांत सायकलवरून सेल्फ-सपोर्ट नर्मदा परिक्रमा पूर्ण करते…! हे परिवर्तन खरोखर आश्चर्यचकित करणारे आहे. गरज पडली असती तर ही परिक्रमा एकट्याने करण्याचीही त्यांची तयारी होती; हा नक्कीच एक धाडसी निर्णय होता.

या राईडमध्ये त्यांनी अनेक कठीण प्रसंगांना सामोरे जात जिद्दीने प्रवास पूर्ण केला. त्यांचा हा प्रवास त्यांच्या शारीरिक आणि मानसिक कणखरतेचा साक्षीदार आहे. त्या अनुभवांना त्यांनी या पुस्तकाद्वारे शब्दरूप दिले आहे, हेही तितकेच कौतुकास्पद आहे.

पुढील काळात त्या अशीच नवी शिखरे सर करतील, असा मला दृढ विश्वास आहे. त्यांच्या भावी वाटचालीस मनःपूर्वक शुभेच्छा!

– जयंत देवधर, पुणे

ज्येष्ठ सायकलिस्ट

❖

Jyoti has been our friend for the past 6 years. Timid, soft spoken but resolute. She started outdoor adventure activities post-covid as a novice and has not looked back since. Covid was the start of her new life. From doing practically nothing pre-covid to wanting to do everything post Covid was a life-changing event. A quick learner, strength training, running, cycling, trekking, swimming, moonlight walking – she could find time for all these and more. It was as if life opened up.

Some events in her life made her strong and independent. Sincere and hardworking, she was ready for long-distance cycling just after a few practice sessions. She embarked on her first long-distance cycling expedition from Pune to Sundarbans in West Bengal. This was indeed a very bold step, considering her speed and stamina, and it was tough, but she never complained at any point. She has not looked back since and surmounted all the ups and downs in her life with a practical outlook and without getting bogged down.

Embarking on the Narmada cycling Parikrama alone was the ultimate challenge, and she has proved that Nari is equal, if not better than, men. Gathering information, planning the route, and learning cycle maintenance – the entire management was done solely by her. From being a follower, she has become a leader in a very short time.

Wishing her luck for all her future endeavours.

Chandrashekhar, Pune

Senior Cyclist

‘I am inspired by you...’, ‘तू सिंहगडवर जाशील तेव्हा मला कळवशील? मीसुद्धा तुझ्यासोबत येईन...’, ‘मी पूर्वी खूप सायकल चालवली आहे; पण आता जमेल का? मी हळूहळू सुरुवात करणार आहे....’

अशा प्रकारची वाक्ये मी गेली अनेक वर्षे ऐकत आले आहे. मात्र, माझ्याकडून खरोखरच प्रेरणा घेऊन, या गोष्टींची सुरुवात करण्याचा पुढाकार घेणारी आणि गेल्या पाच वर्षांपासून सातत्याने त्या गोष्टी अमलात आणणारी एकमेव व्यक्ती म्हणजे – ज्योती.

ज्योती माझी गेले २५ वर्षांची शेजारीण. सुरुवातीला आम्हां दोघींच्याही नोकऱ्या सुरू होत्या. २००८मध्ये मी VRS घेतली आणि २०१५पासून रनिंग आणि सायकलिंगला सुरुवात केली; तेव्हा तिची नोकरी सुरूच होती. त्या काळात माझ्या सर्व उपक्रमांचे तिला खूप कौतुक वाटत असे. ती नेहमी म्हणायची की, ‘‘तू हिमालयातील ट्रेक्स आणि सायकलिंग टूरबद्दल लिहून काढ.’’ पण मी ती गोष्ट कधीच मनावर घेतली नाही.

त्यानंतर २०१७मध्ये तिने निवृत्ती घेतली. कोरोना काळात, म्हणजे २०२०पासून तिने हळूहळू सिंहगड चढणे आणि सायकलिंग सुरू केले. २०२१मध्ये ‘100 Days of Cycling’ असा एक व्हर्च्युअल उपक्रम होता. शंभर

दिवस दररोज थोडेथोडे वाढत जाणारे सायकलिंगचे लक्ष्य – आणि ज्योतीने ते १०० टक्के पूर्ण केले! त्या काळात तिची क्षमता, सातत्य आणि स्वयं-प्रेरणा पाहून मी थक्क झाले! त्यामुळे लगेचच फेब्रुवारी २०२२मध्ये झालेल्या आमच्या पुणे–सुंदरबन सायकलिंग टूरमध्ये मी तिला सहभागी करून घेतले.

त्यानंतर मात्र तिने मागे वळून पाहिलेच नाही; उलट, त्या प्रवासावर कडी म्हणजे नर्मदा सायकल परिक्रमा! त्याचबरोबर सिंहगड आणि सह्याद्रीतील ट्रेक्स, हिमालयीन ट्रेक्स, तसेच किलिमांजारोपर्यंत तिची वाटचाल पोहोचली – ट्रेकिंगच्या क्षेत्रातही ती सातत्याने प्रगती करत गेली.

या बाह्य उपक्रमां (outdoor activities)व्यतिरिक्त स्वयंपाक, भरतकाम, विणकाम, चित्रकला आणि लेखन अशा अनेक कलांमध्येही ती प्रवीण आहे. नवीन काही शिकण्याची तिची उत्सुकता नेहमीच ताजी असते. दुसऱ्यांच्या यशाचे मनापासून कौतुक करणे आणि पाहुण्यांचे आदरातिथ्य करणे यात ती कधीच हात आखडता घेत नाही. तिच्या मनातील सकारात्मकतेमुळे तिने प्रत्येक अडचणीवर समर्थपणे मात केली आहे.

उत्तरोत्तर तिची अशीच सर्व क्षेत्रांत प्रगती होत राहो आणि तिला दीर्घ, निरोगी आयुष्य लाभो – हीच परमेश्वराकडे प्रार्थना!

एकादशी कोल्हटकर, पुणे

मैत्रीण आणि सायक्लिस्ट

ऐंशीच्या दशकात काश्मीरमध्ये अस्थिरतेचे वातावरण निर्माण झाले होते. त्या काळात अनेक कुटुंबे स्थलांतर करत होती. त्याच काळात महिंद्र कुटुंबाने काश्मीर सोडून इतरत्र स्थायिक होण्याचा निर्णय घेतला. त्यानंतर आमचे कौटुंबिक संबंध अधिकच दृढ झाले.

काका, काकू आणि त्यांच्या दोन मुली – मोठी स्वाती आणि धाकटी ज्योती. शाळेच्या दिवसांपासूनच ज्योती हुशार, जिद्दी आणि धडपडी होती. काहीतरी वेगळं करण्याची तिची वृत्ती तेव्हापासूनच दिसून येत होती.

पुढे शिक्षण पूर्ण झाल्यावर लग्न, संसार, नोकरी अशा आयुष्याच्या चाकोरीत ती स्थिरावली. घरातील वृद्ध आई-वडिलांची काळजी, कुटुंबातील सर्व जबाबदाऱ्या आणि नोकरी – हे सर्व ती अत्यंत समतोलपणे सांभाळत असल्याचे पाहून नेहमीच तिचे कौतुक वाटायचे. मुलगा उच्च शिक्षणासाठी परदेशात गेल्यानंतर, आयुष्यातील अनेक चढ-उतार पार करत ज्योतीने स्वतःसाठी काहीतरी वेगळं करण्याचा निर्धार केला. मनात दडलेल्या अनेक अपूर्ण इच्छांना पूर्ण करण्याचा निर्णय तिने घेतला... तेही वयाच्या पन्नाशीनंतर! पण, थांबेल ती ज्योती कसली!

त्यानंतर तिने सायकलिंग, पोहणे, योग आणि इतर फिटनेस उपक्रम नियमितपणे सुरू केले. पुढे ट्रेकिंगच्या माध्यमातून तिने किलिमांजारोसारखे शिखरही सर केले. आणि त्यावर कडी म्हणजे सायकलवरून नर्मदा परिक्रमा – अत्यंत कठीण आणि प्रेरणादायी असा प्रवास तिने यशस्वीपणे पूर्ण केला! या सर्व प्रवासात नर्मदा माता जणू तिची मूक साथीदारच होती. ज्योती, तू इथेच थांबणारी नाहीस हे आम्हांला ठाऊक आहे. तुझ्या पुढील अनेक यशस्वी वाटचालीसाठी माझ्याकडून मनःपूर्वक शुभेच्छा!

शिल्पांजली शिंदे, इंदूर

कौटुंबिक स्नेही

प्रिय ज्योती,

तुझ्या नर्मदा परिक्रमेच्या प्रवासाबद्दल ऐकून आणि पाहून माझ्या मनात अनेक भावना दाटून आल्या. तुझ्याकडे पाहताना मनात वारंवार एकच विचार येत होता – माझ्या डोळ्यांसमोर वाढलेली माझी बहीण आज किती धाडसी, किती खंबीर आणि किती प्रेरणादायी झाली आहे!

मला अजूनही आपले काश्मीरमधले दिवस आठवतात. आपण दोघी मिळून सायकल चालवायला शिकलो ते दिवस – वळणावळणाच्या रस्त्यांवर पडत-उठत, हसतखेळत सायकल शिकणं हा एक वेगळाच अनुभव होता. नंतर आपण आंतरशालेय सायकलिंग स्पर्धेतही भाग घेतला. त्या वेळी तू नेहमीच झोकात पुढे जायचीस आणि मी तुझ्या मागे धावत राहायचे! तेव्हाच मला जाणवलं होतं, की तुझ्यात काहीतरी वेगळं आहे – एक अदम्य जिद्द आणि अक्षय ऊर्जा!

तू स्वभावाने प्रेमळ आणि व्यक्तिमत्त्वाने खंबीर आहेस. आयुष्याकडे नेहमी सकारात्मकतेने पाहणारी आणि कोणत्याही परिस्थितीत हार न मानणारी ही तुझी वृत्ती मला नेहमीच कौतुकास्पद वाटते.

'नर्मदा परिक्रमा' हा काही साधा प्रवास नाही. वयाच्या ५७व्या वर्षी इतक्या कठीण आणि पवित्र प्रवासाला सामोरं जाणं हे खरोखर धाडसाचं काम आहे. नर्मदा मातेच्या कृपेने तू हा दीर्घ आणि आव्हानात्मक प्रवास पूर्ण केलास, हे ऐकूनच माझे डोळे भरून आले.

तुझ्या या प्रवासातील अनुभव, व्हिडिओ आणि तुझ्याकडून ऐकलेल्या कथा मनाला खूप समाधान देऊन गेल्या. आई-बाबा आज आपल्यात नसले तरी त्यांचा आशीर्वाद तुझ्या पाठीशी होता, याची मला खात्री आहे. आज ते असते तर त्यांनाही तुझा खूप अभिमान वाटला असता!

तुझा हा प्रवास तुझ्या आत्मविश्वासाचा, श्रद्धेचा आणि धाडसाचा सुंदर पुरावा आहे. तू अशीच पुढे नवी शिखरे गाठत राहा – हीच माझी ईश्वराकडे मनापासून प्रार्थना!

आम्हां सर्वांना तुझा मनापासून अभिमान आहे. आम्ही सदैव तुझ्या पाठीशी आहोत.

स्वाती अंबाडे

मोठी बहीण

ज्योती, माझी अतिशय प्रिय आणि जिवलग मैत्रीण! नावाप्रमाणेच नेहमी प्रकाशमान असणारी आणि सतत हसतमुख राहणारी! स्त्रीशक्तीचा गौरव करणारे तिचे 'नारी तू नारायणी' हे पुस्तक प्रकाशित होत आहे, याचा मला मनस्वी आनंद होत आहे. हे पुस्तक म्हणजे एका सामान्य स्त्रीने असामान्य धाडसाने केलेल्या आत्मशोधाच्या प्रवासाची सत्यकथा आहे.

संसारात रमलेली एक सामान्य गृहिणी ते इथवरचा तिचा प्रवास खरोखरच अचंबित करणारा आहे. संसार आणि मुलांच्या जबाबदाऱ्या अत्यंत व्यवस्थितपणे पार पाडल्यानंतर, पन्नाशीत स्वतःच्या आवडीचे काम आणि छंद जोपासावेत म्हणून तिने सुरू केलेला हा प्रवास पुढे कधी थांबलाच नाही. याच प्रवासातून 'नारी तू नारायणी' या पुस्तकाचा जन्म झाला. हे पुस्तक सर्व स्त्रियांसाठी नक्कीच एक दीपस्तंभ आणि प्रेरणादायी ठरेल, यात शंकाच नाही.

नर्मदा परिक्रमा पूर्ण करण्यासाठी तिने दाखवलेले धाडस, जिद्द, चिकाटी आणि एकटीनेच मार्गक्रमण करण्याची तिची तयारी हे सर्व मी अगदी जवळून पाहिले आहे. यामागील तिचा अभ्यास, तिचे कष्ट आणि तळमळ खरोखरच वाखाणण्याजोगी आहे. नर्मदा परिक्रमा करणे ही जेवढी शारीरिक कसोटी असते, तेवढीच त्यासाठी मानसिक प्रगल्भता आणि आध्यात्मिक ताकदही लागते. ज्योतीने केवळ ही परिक्रमा यशस्वीरीत्या पूर्णच केली नाही, तर ती पुस्तकाच्या रूपाने सर्वांसाठी शब्दबद्ध करून प्रेरणादायी बनवली आहे. तिने प्रत्यक्ष अनुभवलेले क्षण वाचकांना खऱ्या अर्थाने 'सत्यम् शिवम् सुंदरम्'ची अनुभूती देतात.

सायकलिंग ही ज्योतीची विशेष आवड असली, तरी ट्रेकिंग, कुकिंग, भरतकाम आणि समाजसेवा अशा अनेक क्षेत्रांत ती नेहमीच 'नंबर वन' राहिली आहे. तिने सायकलवरून संपूर्ण भारतभर भ्रमंती केली आहे. यातच तिची 'सायकलवरून नर्मदा परिक्रमा' हा तिच्या या सफरीचा आध्यात्मिक उत्कर्षबिंदू ठरला. याव्यतिरिक्त तिने हिमालयात अनेक ट्रेक्स केले आहेत. 'एव्हरेस्ट बेस कॅम्प' आणि आफ्रिकेतील 'माउंट किलीमांजारो' शिखर सर करण्यासारखे अनेक धाडसी उपक्रम तिने लीलया पार पाडले आहेत. किलीमांजारो ट्रेकच्या वेळी तिथले सहप्रवासी तिला आदराने 'ममा सिंबा' (Mother Lioness) असे संबोधायचे; आणि ही उपाधी ज्योतीला अगदी सार्थ ठरते.

ज्योतीच्या या उत्तुंग यशामागे तिची मुळेही तितकीच घट्ट रुजलेली आहेत. कोणतीही मोठी मोहीम किंवा उपक्रम यशस्वीरीत्या पूर्ण केल्यावर, ज्योती आवर्जून तिच्या आईची साडी परिधान करते. ती साडी ती प्रत्येक प्रवासात आपल्यासोबत अगदी जतन करून नेते. यशाच्या शिखरावर पोहोचल्यानंतरही आईची साडी नेसण्याची तिची ही कृती, तिचे आईवरचे अपार प्रेम, कृतज्ञता आणि आदर व्यक्त करते.

'एक सामान्य गृहिणी ते असंख्य विक्रम रचणारी रणरागिणी' असा तिचा हा प्रवास थक्क करणारा आहे. पन्नाशीत पदार्पण केलेली स्त्री स्वतःच्या हिमतीवर कायकाय साध्य करू शकते, याचे ज्योती हे एक उत्तम आणि जिवंत उदाहरण आहे.

ज्योती, तू आम्हां सर्वांसाठी एक मोठी प्रेरणा आहेस! आमच्या या २५ वर्षांच्या मैत्रीत तू प्रत्येकीच्या सुख-दुःखात नेहमी तत्परतेने सामील झाली आहेस. सदैव मनमिळाऊ, समंजस आणि मदतीला हजर असणारी आमची ही लाडकी मैत्रीण खऱ्या अर्थाने आमच्यासाठी 'नारायणी'च आहे. ज्योतीसारखी जिवलग मैत्रीण आम्हांला मिळाली, यासाठी मी परमेश्वराची खूप आभारी आहे.

तुझ्या या पहिल्यावहिल्या साहित्यनिर्मितीसाठी आणि नव्या प्रवासासाठी तुझे मनःपूर्वक अभिनंदन आणि अनंत शुभेच्छा!

परिक्रमेच्या अनुभूतीला तू शब्दांत बांधले,
तुझ्या जिद्दीचे हे तेज पुस्तकाच्या रूपात मांडले,
अभिमान वाटतो सखे तुझ्या या अलौकिक यशाचा,
हा तर केवळ आरंभ आहे तुझ्या नव्या प्रवासाचा!

उज्ज्वला साळुंखे, पुणे
२५ वर्षांपासूनची मैत्रीण

परिक्रमा : रोजचा प्रवास (२३ जानेवारी २०२५ ते २५ फेब्रुवारी २०२५)

अनु.	तारीख	कुठून - कुठे	अंतर	समुद्रसपाटीपासून उंची	वेळ	स्पीड	उष्मांक (कॅलरीज)
१	२३ जानेवारी	ॐकारेश्वर - शालिवाहन आश्रम	९६	२६५	६:४२	१४.४	२२६२
२	२४ जानेवारी	शालिवाहन - बडवानी	१००	३५२	७:०१	१४.२	२००६
३	२५ जानेवारी	बडवानी - बोकराटा	४४	७११	४:२४	१०	१६२६
४	२६ जानेवारी	बोकराटा - वाण्याविहीर	१०९	३६७	७:२६	१४.७	२२८९
५	२७ जानेवारी	वाण्याविहीर - नेत्रांग	८७	४५६	५:५०	१४.९	२११०
६	२८ जानेवारी	नेत्रांग - विमलेश्वर	१०३	१९६	६:४८	१५.१	२२४४
७	२९ जानेवारी	तट परिवर्तन - विमलेश्वर - सुवा	१२	३७	२.०८	१६.५	१७१
८	३० जानेवारी	सुवा - नारेश्वर	८९	२५८	६:५८	१२.८	१२३४
९	३१ जानेवारी	नारेश्वर - गरुडेश्वर	८८	३४४	६:२५	१३	२०६८
१०	१ फेब्रुवारी	गरुडेश्वर - उमरी	८५	४३९	६:००	१३.९	२०२५
११	२ फेब्रुवारी	उमरी - निसारपूर	८८	५२९	७:१९	१२	२११७
१२	३ फेब्रुवारी	निसारपूर - महेश्वर	१०५	४११	७:०९	१४.७	१६२९
१३	४ फेब्रुवारी	महेश्वर - बडवाह	६३	३०३	४:५९	१२.७	१४८०
१४	५ फेब्रुवारी	बडवाह - बडी जयंती माता मंदिर	६४	४६१	६:४१	९.६	२२२१
१५	६ फेब्रुवारी	बडी जयंती माता मंदिर - रेतिया	५२	२९९	४:५४	१०.६	१७६७
१६	७ फेब्रुवारी	रेतिया - नीलकंठ	७२	२७५	६:४७	१०.६	१८६७
१७	८ फेब्रुवारी	नीलकंठ - बुधनी	७५	४७३	६:२०	११.९	१९९५
१८	९ फेब्रुवारी	बुधनी - बागलवाडा	८५	४१७	६:२८	१३.५७	१९६०
१९	१० फेब्रुवारी	बागलवाडा - अंडीया	८५	३२६	५:५८	१४.३	१८१४
२०	११ फेब्रुवारी	अंडीया - डोंगरगाव	९८	३१६	६:५६	१४.१	२१९१
२१	१२ फेब्रुवारी	डोंगरगाव - ग्वारीघाट	९५	४२८	६:४५	१४	२३०२
२२	१३ फेब्रुवारी	ग्वारीघाट - सहपुरा	९२	७३७	६:५८	१३	२१८०
२३	१४ फेब्रुवारी	सहपुरा - दुधी	७६	५५२	५:५४	१२.९	१८९३
२४	१५ फेब्रुवारी	दुधी - दामगड	८४	१०६९	७:२४	११.४	२४०१
२५	१६ फेब्रुवारी	दामगड - अमरकंटक	३२	५४९	५:१२	५.४	१७४४
२६	१७ फेब्रुवारी	अमरकंटक - चांदरानी	८१	६७७	६:३३	१२.३	२१२५
२७	१८ फेब्रुवारी	चांदरानी - मधपुरी	९५	४७७	६:४६	१४	२१२२
२८	१९ फेब्रुवारी	मधपुरी - बर्गी डॅम	१०३	४४४	७:१५	१४.२	२४२५
२९	२० फेब्रुवारी	बर्गी डॅम - नरसिंगपूर	९७	४४३	६:२८	१५	१९१४
३०	२१ फेब्रुवारी	नरसिंगपूर - करणगाव	११९	२५५	७:५९	१४.५	२०९५
३१	२२ फेब्रुवारी	करणगाव - तालनगरी	९०	२६९	६:२३	१४.१	१७८४
३२	२३ फेब्रुवारी	तालनगरी - करताना	८०	३९५	६:४१	११.९	२०७१
३३	२४ फेब्रुवारी	करताना - सिंगाजी	१२३	३३१	८:३५	१४.३	२४१५
३४	२५ फेब्रुवारी	सिंगाजी - ॐकारेश्वर	७३	२६१	५:१६	१३.९	१६५३
			एकूण अंतर	एकूण एलेव्हेशन		सरासरी वेग	एकूण कॅलरिज
			२८४०	१४१२२		१३.०७	६६२००

सायकलवरून नर्मदा परिक्रमेची तयारी

श्रद्धा, शारीरिक क्षमता आणि नियोजन यांचा सुंदर संगम

नर्मदा परिक्रमा ही केवळ धार्मिक यात्रा नाही; ती स्वतःला नव्याने ओळखण्याची, आपल्या मर्यादा तपासून पाहण्याची आणि निसर्गाशी एकरूप होण्याची साधना आहे. सायकलवरून परिक्रमा करायची असेल तर त्यासाठी मानसिक, शारीरिक आणि तांत्रिक तयारी अत्यंत महत्त्वाची ठरते. 'परिक्रमा करायची इच्छा आहे' आणि 'परिक्रमा प्रत्यक्ष सुरू करणे' यामध्ये खूप मोठा प्रवास असतो. हा लेख त्या प्रवासाची तयारी समजून घेण्यासाठी.

१. सर्वांत आधी — मानसिक तयारी

नर्मदा परिक्रमा म्हणजे साधारण ३००० किलोमीटरचा प्रवास. रोज नवीन गाव, नवीन रस्ता, कधी जंगल, कधी ओसाड भाग, कधी घाट, कधी खराब रस्ते — आणि बहुतेक वेळा पूर्ण अनिश्चितता. म्हणूनच सर्वांत महत्त्वाची गोष्ट म्हणजे मानसिक तयारी.

- सतत बदलणाऱ्या परिस्थितीशी जुळवून घेण्याची तयारी
- कमीत कमी सुविधांमध्ये राहण्याची सवय
- एकटेपणा स्वीकारण्याची क्षमता
- थकवा, वेदना, हवामान, भीती यांना सामोरं जाण्याची ताकद
- 'आज जे मिळेल त्यात आनंदाने राहायचं' ही वृत्ती

परिक्रमेच्या काळात रोज ७०–८० किमी सायकल चालवणे हे फक्त शरीराचं काम नसतं; त्यासाठी मनाची ताकद अधिक लागते.

२. शारीरिक तयारी — हळूहळू पण सातत्याने

परिक्रमेची तयारी अचानक सुरू करून उपयोग होत नाही. किमान ६–८ महिने नियमित सायकलिंग आवश्यक आहे.

सुरुवात कशी करावी ?

- सुरुवातीला १५–२० किमी सायकलिंग, मग हळूहळू अंतर वाढवत नेणे
- आठवड्यातून ३–४ वेळा नियमित जास्त अंतराच्या(५० + km) राईड्स – त्यातली एक तरी घाट राईड असावी

पूरक व्यायाम

फक्त सायकलिंग करणं पुरेसं ठरत नाही तर त्याच्या जोडीला, स्ट्रेन्थ ट्रेनिंग, योगासनं, प्राणायाम, स्ट्रेचिंग, चालणे / ट्रेकिंगसुद्धा करावं. यामुळे शरीर लवचीक राहते आणि दुखापती कमी होतात. थोडक्यात सातत्याने (Consistency) व्यायाम करा, शरीराची सहनशक्ती (Endurance) वाढवा, शरीराला विश्रांती (Recovery) द्या आणि योग्य हायड्रेशन (Hydration) राखा.

३. सायकलची तयारी

परिक्रमेपूर्वी सायकलची संपूर्ण सर्व्हिसिंग करून घेणं अत्यंत महत्त्वाचं आहे.

तपासणी करावी : Brakes, Gear system, Chain, Brake pads, Tyres & tubes – नवीन टाकावेत, दोन नवीन ट्यूब्स बरोबर घ्याव्यात, Oiling, Wheel alignment

रस्त्यात मोठ्या शहरांव्यतिरिक्त गियरची सायकल दुरूस्त करून मिळेलच याची खात्री नसते. त्यामुळे सायकल शक्य तितकी उत्तम स्थितीत नेणं आवश्यक असतं.

स्वतः सायकलची प्राथमिक दुरुस्ती आणि देखभाल शिकणे आवश्यक आहे. पंक्चर काढणे, ट्यूब बदलणे, चेन बसवणे, ब्रेक घट्ट करणे, टूल किट (यात ॲलन की असलीच पाहिजे) वापरणे अशा या गोष्टी शिकून जाणं खूप उपयोगी पडतं.

४ . सोबत काय घ्यावे ?

परिक्रमेत कमीत कमी सामान हीच मोठी सोय असते. कारण सामानाचं ओझं घेऊन सायकल चालवणं कठीण होऊ शकतं.

आवश्यक वस्तू :

- पाठीवरची सॅक – यामध्ये पाण्याचे बाटली, खाऊ, नॅपकिन, हवा भरायचा पंप
- पाठीवर पाण्यासाठी कॅमल बॅग
- हॅंडलवर लावायला पाउच – छोटा खाऊ – बिस्किटं, रेवड्या, गोळ्या इ. ठेवायला
- कमरेचा पाउच – मोबाइल, चश्मा ठेवण्यासाठी
- स्लिपिंग बॅग
- हलकं जॅकेट - टोपी – थंडीसाठी
- २ सायकलिंग टीशर्टस व २ ट्रॅक पॅन्टस्
- फिकट रंगाच्या कपड्यांचा १ जोड – आश्रमात घालण्यासाठी
- स्पोर्ट्स बूट – सायकल चालवताना, साधी चप्पल मुक्कामावर वापरायला
- २ स्कार्फ

- मोजे – ३ जोड – बांबूपासून बनवलेले घेतले तर ते हलके असतात आणि वासही लगेच येत नाही
- सायकल चालवतानाचे हँड ग्लोव्ह्ज व छोटा नॅपकिन
- हवा भरायचा पंप -इलेक्ट्रिक नको, शक्यतो साधा
- पॉवर बँक, मोबाइल चार्जर आणि हेड टॉर्च
- पैसे – इच्छेनुसार – शक्यतो सुट्टे

औषधे :

- इलेक्ट्रॉल
- मसल रिलीफ स्प्रे / जेल
- ताप, पोटदुखी, उलटी – मळमळ यासाठीच्या गोळ्या
- सनस्क्रीन आणि मॉईश्चरायजर क्रीम
- जी औषधे तुम्हाला नियमित घ्यायला लागतात त्यांचा पुरेसा साठा

Emergency details:

Sleeping bag किंवा bag वर नाव, मोबाईल नंबर, ब्लड ग्रुप, emergency फोन नंबर लिहिलेला छोटा फ्लेक्स लावणं अत्यंत आवश्यक आहे.

५ . रूट प्लॅनिंग

हायवेने परिक्रमा करणार की गावातल्या छोट्या रस्त्यांवरून याचा निर्णय घेऊन त्याप्रमाणे रूट ठरवावा. route चा basic अभ्यास करण्यासाठी परिक्रमेचे विविध video पहावेत. Google Maps उपयोगी पडतं; पण स्थानिक लोकांची माहिती अधिक उपयुक्त ठरते. आणि जायच्या आधी कितीही रूट ठरवला तरी प्रत्यक्षात तिथे जाऊनच गावकरी – आश्रम यांच्या सांगण्यानुसार रोजचा मार्ग ठरत जातो.

६. वेळेचं नियोजन

परिक्रमेतील एक महत्त्वाचा नियम : 'अंधार होण्याआधी मुक्काम गाठणे.' रात्री अपरिचित रस्त्यांवर सायकल चालवणे टाळावे. पहाटे लवकर सुरुवात केल्यास थंडीचा फायदा होतो, वाहतूक कमी असते आणि मुख्य म्हणजे शरीर ताजंतवानं असतं.

आणि शेवटी सर्वात महत्त्वाचं...

नर्मदा परिक्रमा ही एखादी ॲडव्हेंचर ट्रीप नाही, ती एक अंतर्मुख करणारी साधना आहे. कधी एखाद्या आश्रमात मिळालेली साधी खिचडी आयुष्यातलं सर्वोत्तम जेवण वाटतं. कधी एखाद्या अनोळखी व्यक्तीने गरजेच्या वेळी केलेली सहज मदत डोळ्यात पाणी आणते. तर कधी स्वतःवर उगाच घालून घेतलेल्या मर्यादा ओलांडायची संधी मिळते.

संयम, नम्रता, स्वीकार आणि स्वतःवर विश्वास या गोष्टी परिक्रमा शिकवत असते.

सायकलवरून नर्मदा परिक्रमा करायची असेल तर फार परिपूर्ण तयारी करण्याचा अट्टाहास नव्हे; तर सुरुवात करण्याचं धाडस आणि मैयावर विश्वास असणं गरजेचं आहे.

बाकीचा प्रवास... मैया स्वतःच करून घेते.

।। नर्मदे हर ।।

काही आश्रमांची नावे व संपर्क क्रमांक

- महानंदा आश्रम, ग्राम रावेर : 98339 84573
- शालिवाहन आश्रम, कसरावद : माँ नर्मदा सद्भावना अन्नक्षेत्र : 76970 73957
- माँ नर्मदा सेवा समिती, भावसार आश्रम, बडवानी : 98939 17146
- सिद्धेश्वर मंदिर, बडवानी : 98933 51385
- स्वर्गीय धनाजी धनगर सेवा आश्रम, बोकराटा : 73898 64765, 99815 73227
- श्री सद्गुरू धर्मशाळा, केदारेश्वर मंदिर, शहादा : 99227 19331
- माँ नर्मदा परिक्रमा सेवा आश्रम, कुक्षी, धार : 99818 26777
- माँ नर्मदा सेवाकुटीर आश्रम, पामाखेडी : 62656 78944
- श्री नर्मदा गौरी गौ सेवा आश्रम, नरसिंगपूर : 90237 80142
- माँ नर्मदा सेवा आश्रम फाउंडेशन, सक्री : 95751 15222
- माँ नर्मदा आश्रम, शहपुरा : 96308 89613, 80854 14933
- पटेल आश्रम, घनसोर : 96859 57124

ज्योती भक्त

शैक्षणिक आणि व्यावसायिक माहिती

- बी.एस्सी. फिजिक्स (B.Sc Physics) (देवी अहिल्या विश्वविद्यालय, इंदूर, म.प्र.)
- इंटेरियर डिझायनिंगमध्ये डिप्लोमा (Diploma in Interior Designing) (इन्स्टिट्यूट ऑफ प्रोफेशनल ट्रेनिंग फॉर विमेन, इंदूर, म.प्र.)
- कॉम्प्युटराइज्ड एडेड डिझाइनमधील कोर्स (Course in Computerised Aided Design) (द इंडियन कार्ड क्लोदिंग कंपनी लिमिटेड, पिंपरी, पुणे)
- जर्मन भाषेतील इंटेन्सिव्ह सर्टिफिकेट कोर्स (Intensive Certificate course in German language) (रानडे इन्स्टिट्यूट, पुणे विद्यापीठ)
- ॲप्लिकेशन डेव्हलपमेंट प्रोग्राम (Application development program) (मेटामॉर्फोसिस - एम्फसिस)
- कॉर्पोरेट सोशल रिस्पॉन्सिबिलिटी (CSR) मधील IICA प्रमाणपत्र कार्यक्रम (ICP) (इंडियन इन्स्टिट्यूट ऑफ कॉर्पोरेट अफेयर्स, (IICA) कॉर्पोरेट अफेयर्स मंत्रालय, भारत सरकार)
- मोडी लिपी प्रशिक्षण वर्ग, ज्ञानदुर्ग इतिहास संशोधन संस्था, नाशिक
- मधमाशी पालन प्रोग्राम, (केंद्रीय मधमाशी संशोधन आणि प्रशिक्षण संस्था), पुणे
- कॉर्पोरेट क्षेत्रात २२ वर्षांचा कामाचा अनुभव.

ट्रेकिंग

- एव्हरेस्ट बेस कॅम्प (EBC) नेपाळ - १७५९४ फूट
- माउंट किलीमांजारो – आफ्रिकेतील सर्वोच्च शिखर आणि जगातील '७ सर्वोच्च शिखरांपैकी' एक - १९३४१ फूट आणि
- काश्मीर ग्रेट लेक्स, बाली पास, मारखा वेली आणि सह्याद्रीतील असंख्य ट्रेक.

सायकलिंग

- पुणे ते पंढरपूर, पुणे ते शेगाव, टूर ऑफ तमिळनाडू, आगरा - राजगड, मेळघाट, वर्धा-गडचिरोली-नागपूर, अरुणाचल प्रदेश - सेला पास, तवांग आणि असंख्य सायकलिंग राईड आणि साहसी मोहिमा यशस्वीरीत्या पूर्ण.

प्राची जोशी - हर्षे

- इलेक्ट्रॉनिक्स आणि टेलिकम्युनिकेशन अभियांत्रिकीची पदवी
- बालसाहित्याचा अनुवाद, विविध कार्यक्रमांचे संहिता लेखन आणि संगीत-काव्य मैफिलींचे सूत्रसंचालन, शिक्षण, साहित्य, कला आणि साहस अशा विविध क्षेत्रांत कार्यरत असणाऱ्या बहुआयामी लेखिका
- २२ वर्षे अध्यापन तसेच Content Head
- लेखन, वाचन, ध्वनिमुद्रण आणि आशय निर्मिती (Content Creation), लहान मुलांसाठी शैक्षणिक आणि रंजक ऑडिओ साहित्याची निर्मिती
- 'वाचलेले काही चांगलेसे' या स्वतःच्या उपक्रमाद्वारे त्यांनी आजवर ३५ हून अधिक दर्जेदार पुस्तकांचे रसग्रहण ध्वनीमुद्रित करून ते अनेकांपर्यंत प्रभावीपणे पोहोचवले आहे.
- 'माइंड स्वेट अँड ग्लोरी' या पुस्तकाच्या लेखिका, 'खजुराहो'च्या इतिहास आणि स्थापत्यवैशिष्ट्यांवर डॉक्युमेंट्री युट्यूबवर उपलब्ध
- अनेक अर्ध मॅरेथॉन (२१ किमी) पूर्ण
- 'एव्हरेस्ट बेस कॅम्प' आणि 'अन्नपूर्णा बेस कॅम्प' हे दोन्ही ट्रेक्स पूर्ण

सकाळ प्रकाशनाची इतर पुस्तके

- भारतभ्रमण : प्रवास स्वप्नपूर्तीचा
- माझा युरोप प्रवास
- माझी भटकंती (इस्त्राइल, तीर्थरंग आणि अंदमान)
- प्रवासातून प्रबोधन
- भवताल
- पाऊलवाटेवर चालताना
- भारतभर सायकलभ्रमण
- जिबरीश कथा
- एका खेळियाने
- विंडो सीट
- सेल्फी
- सलोख्याच्या गोष्टी
- हिमालयातील पर्वत
- निळा किनारा
- सह्याद्री : निसर्गाचा अनमोल ठेवा
- लंडन डायरी
- साद रानवाटांची - भारतातील अरण्यांच्या भटकंतीसाठी सोबती

www.ingramcontent.com/pod-product-compliance
Ingram Content Group UK Ltd.
Pitfield, Milton Keynes, MK11 3LW, UK
UKHW051638031026
15588UKWH00007B/1205